மனமே நீ சிந்தனை செய்(யாதே)திடு

அ.தி. ராஜ்குமார்

Book Title: Maname Nee Sinthanai Sei(yathe)thidu

Author : AT Rajkumar

First Published 2023
Copyright © A T Rajkumar 2023
All Rights Reserved.

ISBN : 978-93-5917-297-2

This book has been published with all efforts taken to make the material error-free after the consent of the author. However, the author and the publisher do not assume and hereby disclaim any liability to any party for any loss, damage, or disruption caused by errors or omissions, whether such errors or omissions result from negligence, accident, or any other cause.

While every effort has been made to avoid any mistake or omission, this publication is being sold on the condition and understanding that neither the author nor the publishers or printers would be liable in any manner to any person by reason of any mistake or omission in this publication or for any action taken or omitted to be taken or advice rendered or accepted on the basis of this work. For any defect in printing or binding the publishers will be liable only to replace the defective copy by another copy of this work then available.

Published by
A.T. RAJKUMAR
16/31, F1, 2nd Block, 'Sri Vari Nest'
Thiruveethi Amman Koil Street,
Koyambedu, Chennai 600 107.
Mobile: 98410 23962
E-mail: itsonlymind01@gmail.com

Pre-press and Print by
COMPUPRINT
Flat C, Aristo, #9, 2nd Street
Gopalapuram, Chennai 600 086
Ph: +91-44-2811 1224 / 6768
E-mail: compuprint@gmail.com
www.compuprint.in

முகவுரை

“மனம்” தொடர் புத்தகத்தின் நான்காவது புத்தகத்தை மட்டற்ற மகிழ்வுடனும், ஆழ்ந்த நன்றியுணர்வுடனும் தங்களுக்கு அளிக்கிறேன். என்னுடைய முந்தைய மூன்று புத்தகங்கள்... பெரும் வெற்றி பெற்றுள்ளன. பெருவாரியான மக்களின் கோரிக்கையின் அடிப்படையிலும், அனைவரையும் சென்றடையும் நோக்குடனும், அவை தமிழ் மற்றும் இந்தி மொழிகளில் மொழி பெயர்க்கப்பட்டு, வெளியாகி பெரும் வரவேற்பைப் பெற்றன.

“கிரிட்டிக் ஸ்பேஸ் ஜெர்னல்ஸ்” என்னும் நிறுவனத்திடம், “2022 ஆம் ஆண்டில் தாக்கத்தை ஏற்படுத்திய முதல் 50 நூலாசிரியர்களில் ஒருவர் என்ற விருதினைப் பெற்றதில் பெருமகிழ்வும், கௌரவமும் அடைந்தேன். “கோல்டன் புக் அவார்ட்ஸ் 2023”,ல் மனமாற்றம் என்னும் வகையில் “இட்ஸ் ஒன்லி மைண்ட்” என்ற புத்தகம் ஒரு விருதைப் பெற பரிந்துரை செய்யப்பட்டது என்பது மற்றொரு மகிழ்ச்சியான சாதனையாகும்.

எனது முந்தைய புத்தகங்கள் கேள்வி பதில் வடிவத்தில் இருந்தன. பல்வேறு மன்றங்களில், மக்களால் கேட்கப்படும் கேள்விகளுக்கு, விடைகளைப் பல்வேறு தலைப்புகளில் ஒன்றிணைத்து, தொகுத்தளிக்கும் புதிய முறையை இந்நூலில் முயன்றுள்ளோம். இந்நூலில், உள்ள ஒவ்வொரு அத்தியாயமும், மக்களின் வாழ்வில் சவால்களை ஏற்படுத்தும் ஒரு உணர்ச்சியையோ, ஒரு பொருளையோ, ஒருதலைப்பையோஅடிப்படையாகக்கொண்டுள்ளது.அத்தியாயத்தின் தலைப்பு உள்ளடக்கத்தைப் பற்றி கூறுவதாய் அமைத்திருப்பினும், ஒவ்வொரு அத்தியாயத்தின் தொடக்கத்திலும், அவ்வத்தியாயத்தின் முக்கிய அம்சங்கள் தொகுத்தளிக்கப்பட்டுள்ளன. இம்முக்கிய அம்சங்கள், அந்த அத்தியாயம் எதைப் பற்றி பேசவிருக்கிறது என்ற ஒரு தெளிவான, மேலோட்டமான பார்வையை உங்களுக்கு வழங்கும். நீங்கள் இப்புத்தகத்தைத் தொடக்கம் முதல் முடிவு வரையோ, அல்லது உங்கள் தேவைக்கேற்ப அத்தியாயங்களையோ தேர்ந்தெடுத்து படிக்கலாம்.

எனது வாழ்க்கை அனுபவங்களிலிருந்து நான் கற்ற முக்கிய பாடம், நமது வாழ்க்கை என்பது, நம் மனநிலை, நம் எண்ணங்கள் பற்றியதே. நம் மனத்தின் தன்மையை அறிந்து, எண்ணங்களை முறைப்படுத்த பழகினால், அமைதியான மனநிலையைப் பெறலாம். முறையாக, இடைவிடாமல், தியானத்தையும், கிரியாக்களையும் பழகுவதே கட்டுப்பாடான, அமைதியான மனத்தை அடைய அனைவருக்குமான வழி. நெறியான, மகிழ்வான, வெற்றிகரமான வாழ்வை நாம் வாழ, அமைதியான மனம் வழிவகுக்கும்.

மிகச் சிறிய வயதிலேயே, இத்தகைய முறைகள் மக்களுக்கு கற்பிக்கப்பட வேண்டும். அவ்வாறு கற்பிக்கப்படும் போது, இம்முறைகள் அவர்கள் வாழ்வில் கவனம் செலுத்தவும், படிப்பு,

வேலை, உறவு முறைகள் மற்றும் வாழ்வின் பல்வேறு நிலைகளிலும் மிக ஆரம்ப நிலையிலேயே வெற்றி பெற வழி வகுக்கும். உலகத்தில் வாழ்வதற்கான உண்மையான நோக்கத்தை அறியவும், செய்யும் பணிகளில் மனநிறைவை அடையவும் இம்முறைகள் மக்களுக்கு உதவுகின்றன. நம் எண்ணங்களையும், மனதையும் அடக்கி ஆள பழகி விட்டால், நாம் நோக்கமின்றியும், வருத்தத்துடனும் வாழ்நாளைக் கழிக்க மாட்டோம். வாழ்க்கையின் கவனச்சிதறல்களில், நம் மனதில் வேண்டாத எண்ணங்களை வளர விடாமல் கவனத்துடன் செயல்படுவது வாழ்வில் இன்றியமையாதது. இவ்விரண்டிலும் தேர்ச்சி பெற்று விட்டால், உறுதியாக மனநிம்மதியுடன் வாழலாம். எவ்விதமான சவால்கள் மற்றும் துன்பங்களை மக்கள் சந்தித்துக் கொண்டிருந்தாலும், "வேண்டாத எண்ணங்களை வெறுமையாக்குதல்" போன்ற உத்திகளைப் பயன்படுத்தும் போது, சிந்தனையை நிறுத்தி, மன அமைதி அடைய இயலும்.

எதிர்பார்ப்புகள், ஆசைகள் மற்றும் உணர்ச்சிகள் ஆகியவையே மனித வாழ்வின் இயல்பு. ஒவ்வொரு மனித மனமும், ஆசைகள் மற்றும் எதிர்பார்ப்புகளின் அடிப்படையிலேயே செயல்படுகிறது. செல்வம், புகழ் மற்றும் சக்தி ஆகியவற்றையே வாழ்வின் வெற்றியைத் தீர்மானிக்கும் அளவுகோலாகக் கொண்டுள்ளோம். வசதி வாய்ப்புகள் நிறைந்த வாழ்வை நாடுவதால், நமது ஆசைகள் வளர்ந்து கொண்டே செல்கின்றன. அதனால் நமது வாழ்வில் பதற்றம், எதிர்பார்ப்புகள் மற்றும் எரிச்சல்களையும் அதிகரித்துக் கொள்கிறோம். இந்த நோக்கங்கள், ஆசைகள் மற்றும் விருப்பங்களை அடைந்து மகிழ்ச்சி அடையும் முயற்சியில், நாம் வெற்றியின் மீது அதீத கவனம் செலுத்தி, நமது உள்ளார்ந்த அமைதி, மகிழ்ச்சி மற்றும் நிம்மதியை இழந்து விட்டோமோ என தோன்றுகிறது.

இந்நூல், மனம், எண்ணங்கள் மற்றும் உணர்வுகள் பற்றிய புரிதலை உள்ளடக்கியதாகும். எனவே, மன அழுத்தத்துக்கு ஆட்படாமல், உணர்வுகளை அமைதியாக வைத்துக் கொண்டு, வெற்றிகரமான, பயனுள்ள வாழ்வை வாழ சில நடைமுறை குறிப்புகளை இந்நூல் அளிக்கிறது. ஆசைகள் எதிர்பார்ப்புகள் என வரும் போது, அதற்கான தகுந்த மனநிலையை எவ்வாறு உருவாக்குவது, எத்தகைய புரிதலையும், உணர்தலையும் நாம் அடைய வேண்டும், நம் மனம், எண்ணங்கள், நம்பிக்கை மற்றும் உணர்வுகளில் என்னென்ன மாற்றங்களைச் செய்து கொள்ள வேண்டும், ஆழ்ந்த அமைதியை அனுபவிப்பதன் மூலம் நம் நோக்கங்களை எவ்வாறு அடைய வேண்டும் என்பதையெல்லாம் இந்நூல் எடுத்துரைக்கும். அமைதியான, சிக்கல் இல்லாத மனதை அடைய எளிய நடைமுறை உண்மைகள் மற்றும் பயிற்சிகளை இந்நூல் அளிக்கிறது. அத்தகைய நிச்சலனமான மனதிலிருந்து, ஆழ்ந்த, தெளிவான, உறுதியான செயற்பாடுகள் மலரும்.

இந்நூலைப் படிப்பது உங்களுக்கு மகிழ்வளிக்கும் என நினைக்கிறேன்.

வாழ்த்துக்கள்:
A.T. ராஜ் குமார்

ஆசிரியரைப் பற்றி

எது இருந்தாலும், இல்லாவிட்டாலும் மக்கள் இறுதியாக விரும்புவது மன நிம்மதி தான் என்பதை, நூலாசிரியர் திரு ஏ. டி. ராஜ்குமார், தனது சிறு வயதிலேயே உணர்ந்து கொண்டார். அவரது 18 வது வயதில், சிறிது காலத்திற்கு அவர் மனச்சோர்வுக்கு ஆட்பட்டு இருந்தார். இதனால் அவர் தன் பதின் வயதில் சில மதிப்பு மிக்க வருடங்களை அவர் இழக்க வேண்டி இருந்தது. எனினும் அவரது வாழ்க்கையின் இந்தக் கட்டம், தீர்வுகளுக்காக, அவரை ஆன்மீகம் நோக்கித் திருப்பியது.

மனச்சோர்வுக்கு எதிரான போராட்டத்தில் அவர் வெற்றி பெற, ஆன்மீகம் உதவியது. அவர் மனச்சோர்விலிருந்து வெளிவந்து, திருப்தி அடைந்து, நிம்மதியான மனநிலையைப் பெற, மகரிஷி மகேஷ் யோகியின் தியான நுட்பங்களைப் பயிற்சி செய்தார்; பல்வேறு ஆசிரியர்களின் வகுப்புகளுக்கும் சென்றார்.

அவர், உலக ரீதியான ஆசைகள், பொறுப்புகள் மற்றும் வேட்கைகளை நிறைவேற்றிக் கொண்டே, தனது பயிற்சிகளுக்கும் படிப்பினைகளுக்கும் உண்மையாக வாழ முயற்சி செய்து வருகிறார்.

யார் பெற்றுக்கொள்ள தயாராக இருக்கிறார்களோ, அவர்களுடன் தான் கற்றுக் கொண்டதைப் பகிர்ந்து கொள்வதை, அவர் தனது வாழ்வின் லட்சியமாக மேற்கொண்டுள்ளார். அவர் தனது தினசரி பிசினஸைக் கூட இதற்காக சமரசம் செய்து கொண்டு, அமைதியான மனதை அடைவது எப்படி என்பதைக் கற்றுத் தருவதில் கவனம் செலுத்த தொடங்கியுள்ளார்.

அவர் கற்றுக்கொண்டதிலேயே முக்கியமான பாடம், வாழ்க்கை எண்ணங்களால் ஆனது என்பதுதான். சலனமில்லா மனதைப் பெற, முக்கியமான விஷயம் ஒருவரது எண்ணங்களைக் கட்டுப்படுத்தக் கற்றுக் கொள்வது தான். ஆன்மீகம் என்பது, தியானத்தை ஒரு மனப்பயிற்சியாக பயில்வது தான் என்றும், ஆன்மீக வாழ்வு என்பது மதம் சம்பந்தப்பட்டது அல்ல என்றும் அவர் நம்புகிறார். கிரியாக்களைப் பயிற்சி செய்வதும், முறையான தியான பயிற்சியும், அமைதியான, கட்டுப்படுத்தப்பட்ட மனதை அடைய, யாருக்கு வேண்டுமானாலும் உதவி செய்யும் என்று அவர் வலியுறுத்துகிறார். அமைதியான மனம், நெறிமுறையான, மகிழ்ச்சியான, வெற்றிகரமான வாழ்வைத் தரும்.

படிப்பு, பணி, உறவுகள் மற்றும் வாழ்க்கையின் அனைத்து அம்சங்களிலும் கவனம் செலுத்தி வெற்றி பெற இந்த பயிற்சிகளைச் சிறுவயதிலிருந்தே இடைவிடாது செய்து வர வேண்டும் என்று அவர் மக்களை வலியுறுத்துகிறார். வேண்டாத எண்ணங்களை விட்டு, செய்து கொண்டிருக்கும் வேலையில் கவனம் செலுத்துவது ஒருவருக்கு இருக்க வேண்டிய முக்கியமான உணர்தல் என்று அவர் திடமாக நம்புகிறார். இந்த இரு விஷயங்களிலும் நிபுணரானால், கண்டிப்பாக மன நிம்மதி கிடைக்கும். ஒருவர் வாழ்க்கையில் எது நடந்தாலும், சிந்தனைகளை விடுத்து, அமைதியான மனதை பெற, அவர், "வேண்டாத எண்ணங்களை வெறுமையாக்குதல்" என்னும் புதுமையான நுட்பத்தை உருவாக்கியுள்ளார்.

இன்று சந்தையில் கிடைக்கும் அவரது "Mind It" தொடரின் முதல் மூன்று புத்தகங்களில், திரு ஏ.டி. ராஜ்குமார் தனது போதனைகளைப் பகிர்ந்து கொண்டுள்ளார். இந்த புத்தகங்கள் மிகவும் பிரபலமாக இருக்கின்றன. பரந்த பார்வையாளர்களிடம் நல்ல வரவேற்பைப் பெற்றுள்ளன. இந்த புத்தகங்களின் வழியாக அவர் தனது புரிதல்களையும் உணர்தல்களையும் நுட்பங்களையும் பகிர்ந்து கொள்ள முயன்றுள்ளார். இந்த புத்தகங்களில் பதில்கள் அனைத்தும், வாழ்க்கையில் சவால்களையும், பிரச்சனைகளையும் எதிர்கொண்டு, அவற்றைத் தீர்க்கவும், தங்களுடைய சிந்தனைகள் மற்றும் மனம் பற்றி உணரவும், முழு வீச்சில் தங்களது வாழ்வை வாழ தொடங்கவும் விரும்பும் மக்கள் எழுப்பிய கேள்விகளின் அடிப்படையில் தரப்பட்டுள்ளன.

அருமையான மனைவி, அழகான குழந்தைகள், அற்புதமான பெற்றோர், அன்பு செலுத்தும் சகோதர சகோதரிகள் மற்றும் அதியற்புதமான நண்பர்கள் ஆகியோரால் ஆசீர்வதிக்கப்பட்டுள்ளதற்காக, ராஜ்குமார் எப்போதும் நன்றியோடு இருக்கிறார். அவருக்கு பாடல்கள் கேட்கப் பிடிக்கும்; பாடுவதில் திறமை மிக்கவர். செஸ், டென்னிஸ் போன்ற விளையாட்டுகளும் அவருக்குப் பிடிக்கும்.

பொருளடக்கம்

மனதையும், எண்ணங்களையும் அறிதல் — 1

1. நம் மன எண்ணங்களின் இயல்பு — 2
2. ஆசைகள் எதிர்பார்ப்புகள் மற்றும் ஏக்கங்கள் — 17
3. கடவுள், கர்மா மற்றும் ஈர்ப்பு விதி — 26
4. இதயத்தின் / மனதின் குரல் — 32

உணர்ச்சிகளைக் கையாளுதல் — 35

5. கோபத்தை அடக்கியாளுதல் — 36
6. கவலை, பயம் மற்றும் அழுத்தம் - கையாளுதல். — 41
7. அதீத சிந்தனை எனும் பிரச்சனை — 47
8. தனிமை, வெறுமை, சோகம் – குணப்படுத்துதல் — 53
9. போதைகளுக்கு எதிரான போராட்டம் — 55
10. மனச்சோர்வைச் சமாளித்தல் — 61
11. குற்றவுணர்வையும் தவறுகளையும் நீக்குதல் — 67
12. பொறாமையை வேரறுத்தல் — 71
13. மனக்காயமும், பழிவாங்குதலும் — 76
14. செல்வம் – பெருமையும் பேராசையும் — 80

வெற்றியை உருவாக்குதல் — 84

15. மாற்றத்தை எதிர்கொள்ளுதல் — 85
16. தன்னம்பிக்கையை வளர்த்துக் கொள்ளுதல் — 96
17. கவனத்தை வளர்த்துக் கொள்ளுதல் — 101
18. வெற்றியை உருவாக்கி அடைதல் — 110

மக்களும் உறவுமுறைகளும் — 120

19. மனோபாவங்கள், மனப்பான்மைகள் மற்றும் நடத்தை — 121
20. மதிப்பீடுகளும் உணர்தல்களும் — 130
21. எதிர்மறை மக்களும், எதிர்மறை சிந்தனைகளும்; — 134
22. மனிதர்கள், கருத்து வெளிப்பாடு மற்றும் கட்டுப்படுத்தப்படுதல் குறித்த பயம் — 141
23. மற்றவர்களுடன் நம்மை ஒப்பிட்டுக் கொள்ளுதல் — 145
24. காதலும் திருமணமும் — 152
25. வெற்றிகரமான பெற்றோராதல் — 155
26. உறவு முறிவையும், மணமுறிவையும் கையாளுதல் — 157

வாழ்க்கைக்கான முக்கியமான மந்திரங்கள் — 164

27. தியானப் பயிற்சியின் முக்கியத்துவம் — 165
28. மகிழ்ச்சியை வளர்த்துக் கொள்ளுதல் — 168
29. தியான பயிற்சி — 178

மனதையும், எண்ணங்களையும் அறிதல்

1. நம் மன எண்ணங்களின் இயல்பு

- மன அழுத்தம் - உடலில் எவ்வாறு உண்டாகிறது, நம்மை அது எப்படி பாதிக்கிறது
- சிந்தனைகள் - மிகப்பெரிய கவனச் சிதறல்
- உணர்வுபூர்வமான மனமும் பகுத்தறிவும்
- உணர்வுகள் (ம) எண்ணங்களின் இயல்பு.
- செயல்படுவதா, வேண்டாமா?
- உணரும் மனமும், ஆழ்மனமும்
- நேர்மறை மற்றும் எதிர்மறை எண்ணங்கள்
- கடந்த காலத்தைப் பற்றி நினைத்து, அதை விலக்குதல்.
- அமைதியான, பயனுள்ள மனதை உருவாக்குதல்.

மனம் அமைதியாக இருந்தால், உடலின் ஒவ்வொரு பாகமும் சிறப்பாக செயல்படும். மனம், அழுத்தத்துக்கு உள்ளாகி இருக்கையில், பிரச்சனைக்குரிய பொருளைப் பற்றியே சிந்தித்து, மற்ற விஷயங்களுக்கு குறைந்த பட்ச கவனமே அளிக்கிறது. இது மன அழுத்தத்துக்கு வழி வகுக்கும்.

இந்த அதீத யோசனையின் மூலம், இம்மன அழுத்தம் நோய் எதிர்ப்பு அமைப்பின் செல் ஒவ்வொன்றிலும் நுழைக்கப்பட்டு, அதனை முழுவதுமாக செயல்பட விடாமல் தடுக்கிறது. மன அழுத்தத்திற்கு உள்ளாகி இருக்கையில், சில நேரங்களில் உண்பதற்கோ, உடற்பயிற்சி செய்வதற்கோ கூட தோன்றாது. ஆனால், சில நேரங்களில், புலன்களைத் திருப்திப்படுத்தி, மன அழுத்தத்தை மறப்பதற்காக அதிகம் உண்பதும் நடக்கும். இது ஆரோக்கியமற்ற நிலையை ஏற்படுத்தும். அதனால் நோய் எதிர்ப்பு அமைப்பும் பாதிப்படையும். உடல் மற்றும் மனதின் ஒவ்வொரு பகுதியும் முழுமையாக செயல் புரிந்தால் தான் நோய் எதிர்ப்பு அமைப்பு திறமையாகப் பணிபுரியும். நாம் பணிகளால் முழுமையாக ஆக்கிரமிக்கப்பட்டு, சோர்வு அடைந்தால் தான் நிம்மதியான தூக்கம் கூட சாத்தியமாகும்.

நாம் ஆரோக்கியமாக மகிழ்ச்சியாக வாழ வேண்டுமெனில், நமது மனம் அமைதியாகவும், பயனுள்ள வகையிலும் செயல்படுவது

இன்றியமையாதது என இதன் மூலம் அறிய முடிகிறது. நம்மை குணமாக்கும் மருந்து நம் உடல் மனம் சார்ந்த அமைப்பிலேயே இருக்கிறது. ஆனால் ஏதேனும் பிரச்சனை நம்மை தாக்கும் போது, பயம் அடைதல் தான் மனித இயல்பாகும். பயம் அதீத சிந்தனையை உருவாக்கக் கூடிய ஓர் எண்ணம். தீமை நடக்கக்கூடும் என எண்ணி, நீங்கள் பயப்பட பயப்பட, அது நடப்பதற்கான சாத்தியக்கூறு அதிகரிக்கும். இங்கே ஈர்ப்பு விதி செயல்படுகிறது. அது உங்கள் நோய் எதிர்ப்பு அமைப்பைப் பலவீனப்படுத்துவதால், உங்கள் மனமும் பாதிக்கப்பட்டு, உடலும் பாதிக்கப்படுகிறது. நீங்கள் மன நோயாளியாகி, பிறகு உடல் அளவிலும் பாதிக்கப்படுகிறீர்கள்.

கவலையின் அடிப்படையில் தோன்றும் எண்ணங்களும், பயமுமே இத்தகைய மன அழுத்தத்தையும், சீரின்மையையும் உருவாக்குகின்றன. இத்தகைய சூழலில் செய்யக் கூடிய மிகச் சிறந்த, உள்ளுணர்வு மிக்கச் செயல், அதீத சிந்தனையை நிறுத்தி, மனதைத் தளர்த்துவதே. இந்த சிந்தனைகளை வளர்ப்பதைக் காட்டிலும், அதனை வெறுமையாக்குவதே ஆகச் சிறந்த செயலாகும். தேவையற்ற எதிர்மறை எண்ணங்களை, வெறுமையாக்கிக் கையில் உள்ள வேலையில் கவனம் செலுத்தும் கலையை வளர்த்துக் கொள்ள வேண்டும். உங்கள் நிற்காத, வேண்டாத சிந்தனையை நிறுத்தி, இது உங்கள் பிரச்சனைகளைச் சரி செய்யும். வேண்டாத சிந்தனைகள் தோன்றும் போதெல்லாம், அதனை வெறுமையாக்கிக் கொண்டே இருந்தால், அது உங்கள் மனதை விட்டு போய் விடும்.

இதை அறிந்து கொண்டு, நமது எண்ணங்களே நமது வாழ்வில் மிகப் பெரிய கவனச்சிதறல் என்றும் புரிந்து கொள்ளலாம். நமது ஆசைகள், புலன் இன்பங்கள் ஆகியவற்றின் அடிப்படையில், நமது எண்ணங்கள் பல்வேறு விஷயங்களிடம் ஓடும். இதனால் கையில் இருப்பதன் மீது கவனம் செலுத்த முடியாமல் போவதுடன், சில முக்கியமான விஷயங்களைத் தவிர்ப்பதும் நடக்கும். எதையும் பயனுள்ள வகையில், வெற்றிகரமாக செய்து முடிக்கக் கவனமுடன் செயல்படுவது மிகவும் இன்றியமையாதது. குழப்பமான சிந்தனைகளும், கவனச்சிதறல்களும் நமது மனதை பயனற்றதாக்கி, வாழ்வில் தோல்வியுற செய்கின்றன.

மனிதர்கள் உணர்ச்சிமயமான மனதை உடையவர்கள். எவ்வித முயற்சியும் இன்றியே, அவ்வாறு இயற்கையாக அமைந்துள்ளது. நாம் உணர்ச்சி உந்துதலில் செயல்படக் கூடியவர்கள். இயற்கையிலேயே, மனிதர்கள் அனைத்தையும் எளிதாக அடையும் விரும்புவார்கள். ஒரு கடுமையான எதிர்மறை நிகழ்வு அவர்களைப் பாதித்தாலொழிய, மனிதர்கள் மாறுவதில்லை. ஏன்..... மாற்றத்தைப் பற்றி நினைப்பது

கூட இல்லை. அப்படி ஒரு நிகழ்வுக்கு பிறகு தான், மனம், அவ்வாறான ஒரு நிகழ்வு ஏன் நடந்தது என்பது குறித்தும், அது மீண்டும் நிகழாவண்ணம் தடுப்பது எப்படி என்பது குறித்தும் சிந்திக்க துவங்குகிறது. அத்தருணத்தில், பகுத்தறிவோடு சிந்திப்பது தேவையாகிறது. அப்போது நாம் முயற்சி செய்து, அது பற்றி ஆழமாக சிந்திக்க வேண்டும். உணர்ச்சிப்பூர்வமான சிந்தனை தானாக செயல்படும். ஆனால் அறிவுபூர்வமான சிந்தனை பெரும் முயற்சிக்குப் பிறகே கைவரும். உணர்வுபூர்வமான சிந்தனை எளிதாக இருப்பதால், பெரும்பாலானோர் அதையே கைக்கொள்ள விரும்புகின்றனர்.

ஒரு உணர்ச்சிமயமான சூழ்நிலையில், ஒருவர் எதையேனும் கூறவோ, ஒரு செயலைச் செய்யவோ அல்லது உறுதி அளிக்கவோ உந்தப்படுகின்றனர். சொற்கள் மூலம் எதிர்வினை புரியாமல் பேசாமல் இருப்பது, பெருபான்மையோருக்கு மிகவும் கடினம். எடுத்துக்காட்டாக, உதவி தேவைப்படும் ஒரு உணர்ச்சிபூர்வமான சூழ்நிலை உருவாகி விட்டது. நாம் பொதுவாக அதிகம் சிந்திக்காமல் உதவ ஓடுவோம். ஒரு நிமிடம் நிதானித்தோமானால், சூழ்நிலை உணர்ச்சிமயமானதாக இருந்தாலும், உதவி செய்வது சரியாக இருக்காது என நாம் அறியலாம்.

நீங்கள் உதவிசெய்யவில்லை என்று குற்றம் கூட கூறப்படலாம். உணர்ச்சிகள் அடிப்படையில் தானாகச் செயல்பட்டு, பிரச்சனைகளை வருவித்து கொள்வதை விட துன்பங்களை ஏற்படுத்தாமல், பேசாமல் இருப்பதே சில சூழ்நிலைகளில் நல்லது. நாம் பெரும்பாலும், நேரடியாக, முகத்தில் அடித்தாற் போல் “முடியாது” என்று சொல்ல முடியாது. ஆனால், உணர்ச்சிகரமான நேரத்தில், எதிர்வினையாற்ற வேண்டிய முக்கியமான அழுத்தத்தைத் தவிர்ப்பதற்காக, சற்றே நிதானித்து, “எனக்கு கொஞ்சம் நேரம் கொடுங்கள்” என்ற சொற்களைப் பயன்படுத்த கற்கலாம். இந்த நிதானத்தை வளர்த்துக் கொண்டு, சூழல் சற்று அமைதி அடைவதற்காக காத்திருப்பது நல்லது. இது “முடியாது” என்று சொல்லும் திறனை மெதுவாக, உங்களுக்கு அளிக்கும். இருவரும் சேர்ந்து பின்னர் ஒரு மோசமான அனுபவத்தைப் பெறுவதை விட, ஒருவருக்குச் சற்று ஏமாற்றம் ஏற்பட அனுமதிப்பது நல்லது. அவர்கள் சிறிது காலத்துக்கு வருத்தமாக இருந்தாலும், பின்னர் அதற்குப் பழகி, உங்களுடன் சகஜமாகி விடுவார்கள்.

மனிதர்கள், சூழ்நிலைகள், உணர்ச்சிகள் ஆகியவற்றைப் பொறுத்து, உண்மைகளை அறிந்து, சூழ்நிலைகளைச் சமாளிக்கும், பகுத்துணர கூடிய, சிந்தையை உருவாக்கி கொள்ளுதல் நமது தலையாய கடமையாகும். ஆனால், பகுத்துணரக் கூடிய அறிவே, சில நேரங்களில் அதீத சிந்தனைக்கு வழி வகுத்து விடும், என்பதை நினைவில் கொள்வதும் நல்லது. தெளிவு பெற்ற மனம், அதீத சிந்தனையை

ஒரு கட்டத்தில் நிறுத்தி, முடிவெடுத்து, அதனை உடனடியாக அமல்படுத்துகிறது.

இந்த வேறுபாட்டை அறிந்துக் கொள்ள ஓர் எடுத்துக்காட்டைக் காண்போம். நீங்கள் ஒரு நிறுவனத்திடம் ஒரு ஒப்பந்தம் போட்டு, ஒரு பெரிய பிஸினஸை முடிக்க சென்று கொண்டிருக்கிறீர்கள் என வைத்துக் கொள்வோம். வழியில், விபத்தில் சிக்கிய ஒருவர் உயிருக்காகப் போராடிக் கொண்டிருப்பதைக் காண்கிறீர்கள். சுற்றிலும், அவரை மருத்துவமனைக்குக் கொண்டு செல்ல வண்டி எதுவும் இல்லை. நீங்கள் அறிவார்ந்த சிந்தனையை இத்தருணத்தில் பயன்படுத்தினால், நீங்கள் நில்லாமல் சென்று, ஒரு கோடி ரூபாய் மதிப்புள்ள ஒப்பந்தத்தைப் பெற்று இன்னும் பணக்காரராய் ஆகலாம். ஆனால், ஓர் உயிரைக் காப்பாற்றாமல் விட்ட குற்றவுணர்வை, நீங்கள் அனுபவிக்க வேண்டி வரும். சில நேரங்களில், இக்குற்றவுணர்வு மிதமிஞ்சி, அதனால் நீங்கள் சித்திரவதைப்படவும் நேரலாம். இது போன்ற தருணங்களில், தெளிவான மனம் மனிதத்தையே நாடும். நீங்கள் நல்ல கர்மாவை தேர்ந்தெடுப்பீர்கள், அச்செயலுக்குப் பரிசாக உங்களுக்கு இதைக் காட்டிலும் நீங்கள் நினைத்துப் பார்க்க முடியாத பெரிய அளவிலான ஒப்பந்தம் கிடைக்கலாம். பகுத்துணரும் சிந்தையையும், தெளிவான மனதையும், சூழ்நிலை மற்றும் நெறிமுறைகளையும் கருத்திற் கொண்டு, அதற்கேற்றாற் போல் பயன்படுத்தலாம்.

வழக்கமாக மனித மனம், பாராட்டப்படுவதை விரும்புகிறது. அத்தகைய மனம், இயற்கையாகவே ஈகோ நிறைந்தது; இறுதி வரையில் தன்னைத் தானே நியாயப்படுத்தி கொண்டிருக்கும். அது, பாராட்டை விரும்பி, பாராட்டப்படுவதை நினைத்துப் பார்த்துக் காட்சிப்படுத்தி, அந்த எண்ணத்தை வளர்த்துக் கொள்கிறது. யாரேனும் நம்மை பாராட்டி விட்டால், மனம் இறக்கை கட்டிக் கொண்டு பறக்கிறது. மனம் இந்த எண்ணங்களை, மேலும், மேலும் வளர்த்து பெருமகிழ்ச்சி அடைகிறது. இந்த மகிழ்ச்சியான மனநிலையை மாற்ற ஏதோ ஒரு எதிர்மறையான எண்ணம் வந்தால், அந்த எண்ணத்தையே வளர்த்துக் கொண்டு, எதிர்மறை மனநிலைக்கு மாறிவிடும். ஒருவர் செய்ததை அவர் மனம் நியாயப்படுத்தவே முயலும். எதிர்மறை எண்ணங்களுடன் வாதிடும். மனம் ஈகோ நிறைந்தது என்பதால் அது நமது செயல்களை இறுதிவரை நியாயப்படுத்த முயலும். மனம் நேர்மறையான எண்ணங்களுக்கும் அது தொடர்பான எதிர்மறையான எண்ணங்களுக்கும் நடுவே ஊஞ்சலாடிக் கொண்டிருக்கும். இது முடிவில்லாத சுழற்சி ஆகி விடுவதால், அதன் விளைவாக நீங்கள் ஒன்றும் புரியாமல், எரிச்சல் அடைந்து, குழப்பத்தில் ஆழ நேரும்.

ஒருவர் உங்கள் எண்ணங்கள், பார்வைகள், வெற்றிகள், விருப்பங்கள் ஆகியவற்றை ஏற்றுக்கொள்ளாவிட்டால் மனம் அவரை வெறுக்கத் தக்க எதிரியாக்கி விடுகிறது. நீங்கள் நிரந்தரமாக ஒருவரையே எதிரி என்றோ, வெறுக்கத்தக்கவர் என்றோ நினைப்பதில்லை. கணேஷ் உங்களுக்கு சவால் விடுத்தால் அல்லது உங்களை எதிர்த்தால் அவர் உங்கள் எதிரியாகி விடுகிறார். கணேஷ் திடீரென்று உங்கள் கருத்துக்களை ஏற்றுக் கொண்டு விடுகிறார்; சுரேஷ் இப்போது உங்கள் கருத்துக்களை எதிர்க்கிறார்; அவர் இப்போது உங்கள் எதிரி ஆகி விடுகிறார். கூர்ந்து கவனித்தால், கணேஷோ, சுரேஷோ உங்கள் எதிரி இல்லை. உங்கள் எதிரி உங்கள் ஈகோவை எதிர்ப்பவர். உங்கள் ஈகோவே உங்கள் எதிரி; நாம் பார்த்தவுடன் யாரையும் வெறுப்பதில்லை; அவர்களின் செயல்கள் நமக்கு ஒத்து வராது என்ற எண்ணங்களே அவர்களை வெறுக்கச் செய்கின்றன.

நமது மனதை அதன் வழியில் செல்ல அனுமதிப்பதால், இத்தகைய கற்பனைகள் நிகழ்கின்றன. நாம், மனதை, அதன் வழியில் மகிழ்ச்சி அடைய அனுமதிக்கிறோம். மற்ற விஷயங்களில் நமது கவனத்தைத் திருப்பி நம்மை பாதுகாக்கும் அளவுக்கு மனமும் புத்திசாலித்தனமானது. மனதின் இயல்பே அலைபாய்வது தான்; அது எளிதாகக் கவனத்தை இழந்து விடும். நமது எண்ணங்களையும், சக்தியையும், நெறி முறையான, நேர்மறையான விஷயங்களை நோக்கி உணர்வுடன் மாற்ற வேண்டும். நாம், தானாக இயங்கும் மனநிலையை விட்டு வெளியே வந்து, வேறுவிதமான மனதை உருவாக்கிக் கொள்ள வேண்டும். அதாவது பிரச்சனைகளை ஏற்றுக் கொண்டு, தீர்வு காணும் மனம்! வித்தியாசமான சிந்தனையைப் பயன்படுத்தினால் பல பிரச்சினைகள் தீரும். தெளிவு இல்லையென்றால், நமது வாழ்க்கையின் தினசரி பிரச்சனைகளைக் கூட தீர்க்க அல்லது சமாளிக்க முடியாத, பயனில்லாத, திறமையற்றவர்கள் ஆகிவிடுவோம்.

பயனற்ற சிந்தனைக்கு ஒரு எடுத்துக்காட்டை என்னுடைய வாழ்க்கையிலிருந்தே உங்களுடன் பகிர்ந்து கொள்கிறேன். என்னுடைய தந்தை, இரவு உணவாகப் பழரசங்களை மட்டுமே அருந்தி வந்தார்.

அவருக்குத் தொண்டை வலி இருந்ததால் குளிர்ந்தப் பழ ரசத்தை அவரால் அருந்த முடியவில்லை. அவர் வெந்நீரை மட்டுமே அருந்துவது என்று முடிவு செய்தார். நான் அவருக்கு சிறிது வெந்நீர் கொடுத்தேன். ஆனால் அவர் எதுவும் அருந்தவோ, உண்ணவோ முடியவில்லை என எனக்கு வருத்தமாக இருந்தது. அவரது வயிறை நிறைக்க, சக்தி அளிக்கக்கூடிய உணவு ஏதேனும் தேவை என்று நான் நினைத்தேன். அவர் ஹார்லிக்ஸ், பூஸ்ட் எதுவும் குடிப்பதில்லை. பழச்சாறு

ஒன்றே அவரது விருப்பம். அவர் பழரசம் மட்டும் அருந்தி, தனது எடையைக் குறைக்க விரும்பினார். அவருக்கு என்ன தருவது என்று எனக்கு தெரியவில்லை. அவர் எதுவும் உண்ணவில்லை என்ற குற்ற உணர்வுடன் நான் படுக்க சென்றேன். என் எண்ணங்கள் என்னைப் பாதித்தன. என்னால் இது பற்றி வேறு விதமாகவோ, புதுமையாகவோ, சிந்திக்க முடியவில்லை. என்னுடைய திறனற்ற சிந்தனையால் நான் துன்பமடைந்தேன்.

உங்கள் மனம் அமைதியாக இல்லையெனில், ஒரே விதமான சிந்தனையோட்டத்தில் சிக்கி விடுவீர்கள். வெந்நீரைக் கலந்து மிதமான சூட்டில் பழச்சாறு தயாரித்திருந்தால், இரு நோக்கங்களுமே நிறைவேறி இருக்கும் என காலையில் எனக்கு தோன்றியது. மிதமான சூட்டில், சக்தி மிகுந்த பழச்சாறு அவரது தொண்டையைப் பாதித்திருக்காது. ஆனால் சூழ்நிலையைக் குறித்த கவலையோடும், பதற்றத்தோடும் நான் இருந்தபோது இந்த தீர்வு என் சிந்தனைக்குப் புலப்படவில்லை. காலையில், நன்றாகத் தூங்கி எழுந்த பிறகு உருவான தெளிந்த மனநிலையில், என்னால் புதுமையாகவும், வேறு விதமாகவும் யோசிக்க முடிந்தது.

அமைதியான, பயனுள்ள மனதால், புதுமையான தீர்வுகளை உருவாக்க முடியும். அதே வேளையில், பிரச்சனைகளும் நம் எண்ணங்களால் தான் உருவாகின்றன. வேண்டாத எண்ணங்களுக்கு முக்கியத்துவம் அளித்தால், அவையே பிரச்சனைகள் ஆகின்றன. ஒரு சில சூழ்நிலைகளில் ஒன்றும் செய்யாமல் இருக்க வேண்டும். சில இடங்களில் நாம் செயல்பட வேண்டும். அமைதியான மனம் அவற்றை ஆராய்ந்து செயல்திட்டத்தை வகுக்கும். சில சமயங்களில் செயல்படாமல் இருந்து விடுவது உங்கள் வாழ்நாள் முழுவதும் உங்களைக் குற்றவுணர்ச்சியில் ஆழ்த்தி விடும். எனவே அமைதியான மனதுடன், செயல்படுவதா, வேண்டாமா என்ற முடிவுக்கு ஒருவர் வர வேண்டும். எதுவும் செய்யாமல் இருந்தாலே நல்லது என்று நீங்கள் நினைத்தால் அவ்வாறே இருத்தல் நலம். இன்னதென்று இல்லாமல், எல்லாவற்றிலும் செயல் இன்மையை, மனிதர்கள் ஏற்றுக் கொள்கிறார்கள் என்பதே அதன் அழகாகும். நேர்மறையான மக்கள் எந்த சூழலையும் அல்லது விளைவையும் நன்மைக்காகவே நடந்தது என்று எடுத்து கொள்கின்றனர்.

நமது மனதில் அறிமனம், ஆழ்மனம் என இரு பகுதிகள் உள்ளன என்று அறிந்து கொள்வது இன்னொரு சுவாரஸ்யமான விஷயம். ஆழ்மனம் ஒரு சேமிப்பு கருவி. அது தன்னுள் பல ரகசியங்கள், கேட்டிராத உணர்வுகள், நிறைவேறாத ஆசைகள், சொல்லப்படாத உண்மைகள், முடிவுக்கு வராத வெறுப்பு ஆகியவற்றைச் சேர்த்து வைத்திருக்கும்.

இதனால் தான் மனநல ஆலோசகர்களும், மனோவசிய நிபுணர்களும், பிரச்சினைகளைத் தீர்ப்பதற்கு ஆழ்மனதைத் தூய்மைப்படுத்தும் முயற்சியில் ஈடுபடுகின்றனர். மனதின் இந்த பகுதி தானாக செயல்பட முடியாது. அறிமனதின் வழியாகவே அதை அடைய முடியும். மறுபுறம், அறிமனம், நமது எண்ணங்களையும், ஆசைகளையும் நமது செயற்பாட்டின் மூலம் வெளிப்படுத்துகிறது. மனதின் இந்த பகுதி தான் எரிச்சலும், குழப்பமும் அடைந்து கவனச்சிதறலுக்கு உள்ளாகிறது.

அறிமனம் எதிலாவது முழு கவனத்துடன் ஈடுபட்டால், ஆழ்மனதில் சேர்த்து வைக்கப்பட்டிருக்கும் அறிவு, அறிமனம் மூலம் வெளிப்படுகிறது. அறிமனம் குழப்பமோ, எரிச்சலோ, கவனச்சிதறலோ இல்லாமல் நிம்மதியாகவும், அமைதியாகவும் இருந்தால், ஆழ்மனதில் சேர்த்து வைக்கப்பட்டிருக்கும் அறிவு முழுமையாக வெளிப்பட வழி ஏற்படும். ஆழ்மனதில் பல திறமைகளும், அறிவும், அனுபவங்களும் இருக்கின்றன. எப்போது தேவையோ, அப்போது ஆழ்மனம் தன்னை வெளிப்படுத்திக் கொள்ளும் வண்ணம் அறிமனதோடு இணைந்து செயலாற்றும்.

நமது எண்ணங்கள் தான் நமது வாழ்க்கையில் மிக பெரிய கவனச்சிதறல் என ஏற்கனவே கூறினோம். நமது புலன் இன்பங்களின் அடிப்படையில் நமது எண்ணங்கள் பல்வேறு திசைகளில் ஓடுகின்றன. இது பல கவனச்சிதறல்களை ஏற்படுத்தி, நாம் பல முக்கியமான செயல்களைச் செய்யாமல் இருப்பதற்கும், செய்யும் செயல்களில் கவனமில்லாமல் இருப்பதற்கும் வழி கோலுகிறது. எதையும் பயனுள்ள வகையிலும், வெற்றிகரமாகவும் செய்ய நாம் கவனத்துடன் இருக்க வேண்டும். நமது தெளிவற்ற, குழப்பமான எண்ணங்கள், நமது மனதின் ஆற்றலைப் பல்வேறு விஷயங்களில் சிதறடித்து நம்மை பயனற்றவர்களாகவும், தோல்வி அடைபவர்களாகவும் செய்து விடும்.

நேர்மறையான எண்ணங்களை விட எதிர்மறையான எண்ணங்கள் எவ்வளவு விரைவாக நமது மனதிற்குள் வருகிறது என்பதை நீங்கள் கவனித்திருக்கிறீர்களா? இது அனைவருக்கும் பொருந்தும். எடுத்தவுடன் நமது மனம் எதிர்மறையான எண்ணங்களையே நாடும். நாம் வலிந்து எதிர்மறையான எண்ணங்களை உருவாக்கிக் கொள்ள வேண்டியது இல்லை. பல நேரங்களில் நமது உணர்வு இல்லாமல், அவை தானே உருவாகின்றன. நேர்மறையான எண்ணங்களை நாம் அறிந்து உருவாக்க வேண்டும். எதிர்மறையான எண்ணங்களில் அதிக நேரம் ஆழ்ந்திருந்தால் மன அழுத்தம் உருவாகும். நேர்மறையான எண்ணங்களில், செயல்பாடு இல்லாமல் அதிக நேரம் ஆழ்ந்திருந்தால், அவை, தொடர்புடைய எதிர்மறையான எண்ணங்களை உருவாக்கும்.

நமது மனதில் நமது வாழ்க்கை சுவையானதாக தோன்ற நேர்மறை எண்ணங்கள் மற்றும் எதிர்மறை எண்ணங்களின் ஆரோக்கியமான கலவை இருக்க வேண்டும். புதிதான எந்த பொருளும், புது வீடோ, புதுவாகனமோ, புதிய தோழியோ, முதலில் மிகவும் சுவாரஸ்யமானதாக தோன்றும். காலம் செல்ல செல்ல, அதுவே சலிப்பூட்டுவதாக மாறி, உற்சாகம் இழக்கச் செய்து விடும். மக்கள் அனுபவிப்பதற்கு, எப்போதும், புதிதாக எதையோ தேடிக் கொண்டே இருக்கிறார்கள். சலிப்பூட்டும் பள்ளி வாழ்க்கை, கல்லூரி வாழ்க்கை, அலுவலக வாழ்க்கை அல்லது குடும்ப வாழ்க்கைக்குப் பிறகு மக்கள் சுற்றுலா தலங்களைத் தேடி போவதற்கான காரணமும் இது தான். அதே சுற்றுலாத்தலத்தில், மாதக் கணக்கில் தங்க நேர்ந்தால், அதுவும் சலித்து, வீடு அலுவலகம் அல்லது கல்லூரிக்கு திரும்பி வரவேண்டும் போல் தோன்றும். நமக்கு முறையான இடைவெளிகளில் மாற்றம் தேவை. வாழ்க்கை எல்லாவற்றின் கலவையாகவும் இருக்க வேண்டியது அவசியம். குடும்பம், நண்பர்கள், ஆர்வம், விளையாட்டு, சமூகத்திற்கு உதவி செய்தல், பயணம், உடற்பயிற்சி, தியானம் யோகா ஆகிய எல்லாவற்றுக்கும் நமக்கு நேரம் வேண்டும். இவை யாவும் வாழ்க்கையில் கலந்திருந்தால், முறையான இடைவெளிகளில் மாற்றங்கள் வரும்; நமது வாழ்க்கை சுவையாகத் தோன்றும்.

மனம் மாற்றத்தை எதிர்நோக்கும் என்பதற்கான இன்னொரு எடுத்துக்காட்டு இதோ! Spotify ஆப்பில் எனக்குப் பிடித்த சில பாடல்களின் தொகுப்பை வைத்துக்கொண்டு அவற்றை அடிக்கடி கேட்டுக் கொண்டிருப்பேன். அவற்றைத் தொடர்ச்சியாக கேட்டுக் கொண்டிருந்த சில நாட்களுக்குப் பிறகு அவை சுவையாகத் தோன்றவில்லை. சில நாட்களுக்குப் பாடல்களைக் கேட்பதை நிறுத்திவிட்டேன். அடிக்கடி கேட்காத வேறு சில பாடல்களைக் கேட்க தொடங்கினேன். “பிடிக்காத பாடல்களான” அவை இப்போது பிடித்தவையாகத் தோன்றின. சில நாட்களுக்குப் பிறகு மீண்டும் எனக்கு பிடித்த பாடல்களைக் கேட்க தொடங்கினேன். தற்போது அவை சுவாரஸ்யமானதாக தோன்றின. இதற்குப் பிறகு எனக்கு மிகவும் பிடித்த பாடல்கள், “அவ்வளவாக பிடிக்காத பாடல்கள்” ஆகியவற்றை கலந்து ஒலிபரப்பும் அனைத்திந்திய வானொலியைக் கேட்க தொடங்கினேன். தொடர்ச்சியாக பல “அவ்வளவாக பிடிக்காத” பாடல்களுக்குப் பிறகு, ஒரு பிடித்த பாடல் இசைக்கப்படும் போது, அது மிகவும் சுவாரஸ்யமானதாக தோன்றிற்று. நமக்கு பிடித்த பாடல்கள் எப்போது ஒளிபரப்பப்படும் என்ற உற்சாகமான எதிர்பார்ப்பில் மனம் இருந்தது.

வாழ்க்கை எப்போதும் வெற்றிகரமான சூழல்நிலைகளையே கொண்டிருந்தால், சுவாரஸ்யமற்றதாகி விடும் என்பதை இதன் மூலம் அறியலாம். நம் வாழ்க்கையில், சலிப்பு, எதிர்மறையான நிகழ்வுகள், தோல்விகள், வேண்டாத மனிதர்கள் என அனைத்தையும் நாம் அனுபவிக்க வேண்டும். அப்போது வேண்டாத நிகழ்வுகளுக்கு இடையே, நல்ல விஷயங்களும் நடந்தால் வாழ்க்கையில் சுவை தோன்றும். வாழ்க்கையில் திடீரென நன்மை நடக்கும் போது அது உற்சாகமளிக்கும். நம்மை சுற்றி எல்லோரும் நல்லவர்களாக இருந்தால் வாழ்க்கையில் சுவை இருக்காது. மாறுதலாக, உங்களைச் சுற்றித் வேண்டாதவர்கள் சிலர் இருந்தால், நீங்கள் சவால்களைச் சந்திந்து, வெற்றி பெற்று, மகிழ்ச்சியாக வாழ்வீர்கள். நல்லவையும் கெட்டவையும் கலந்து, நல்லவர், தீயவர் என இருபாலரும் உங்களைச் சுற்றி இருந்தால், வாழ்க்கை சுவாரசியமானதாக இருக்கும். எதிர்மறைகளைப் பற்றி அதிகமாக சிந்திப்பதை விட, அவற்றை ஏற்றுக் கொள்ள பழகுங்கள். இந்த மனநிலை, வாழ்க்கையை உற்சாகமானதாகவும் சுவாரஸ்யமானதாகவும் மாற்றும்.

“நதிநீர் ஓடுவது நில்லாதது போல், நல்லவையோ, தீயவையோ உங்கள் எண்ணங்கள் கட்டற்று ஓடட்டும். அவைகளை எப்போதும் உங்கள் மனதில் இருத்த வேண்டாம்.” எனக் கூறப்படுகிறது.

நேர்மறை எண்ணமோ எதிர்மறை எண்ணமோ எதையும் பல நாட்கள் மனதில் வைத்துக் கொள்ளக் கூடாது. நேர்மறையான எண்ணங்கள் இருந்தால், சிறிது காலம் அது குறித்து மகிழ்ச்சியாக இருப்பீர்கள். திடீரென்று, அந்த மகிழ்ச்சியான இடத்தை இழப்பது பற்றிய சிந்தனை எழுந்து, அதனைத் தொடர்ந்த எதிர்மறை எண்ணங்களுக்கு வித்திடும். எதிர்மறை எண்ணங்கள் எல்லோருக்கும் இயற்கையாக ஏற்படக்கூடியது. ஆனால் தேவையான நேரத்தைத் தாண்டி, அவற்றிலேயே ஆழ்ந்து, அவற்றை நியாயப்படுத்தி, அவற்றை தீர்க்க முயற்சி செய்தால், அது மன அழுத்தத்திற்கும், பதற்றத்திற்கும், பயத்திற்கும், வழி வகுக்கும். எனவே எவ்விதமான சிந்தனையிலும் பல காலம் அமிழ்ந்திருப்பது நமக்கு நன்மை தராது.

விளைவுகள் முடிந்து, அவை பழகிப்போனதால், கடந்த கால நினைவுகள் நமக்கு மகிழ்ச்சி தருவதாகவே இருக்கும். நாம் சிலவற்றைச் செய்யவில்லை என்ற வருத்தம் ஏற்படுவதாலும், “வித்தியாசமாக செய்திருக்க வேண்டும்” என்று தோன்றுவதாலும், “நாம் எதையோ மயிரிழையில் இழந்து விட்டோம்” என்ற உணர்வு தோன்றுவதாலும், மன அழுத்தம் ஏற்பட்டு சில நினைவுகள் எதிர்மறையானதாகவும், வலி தரக்கூடியதுமாக இருக்கின்றன. கடந்த கால நல்ல நினைவுகளுக்குச் செல்வது மகிழ்ச்சி தருகிறது என்றும், வேண்டாத நினைவுகள் நாம்

கற்றுக் கொள்ள உதவுகிறது என்றும் நாம் நினைக்கிறோம். ஆனால் உண்மை என்னவென்றால், கடந்த காலத்தைப் பற்றி நினைப்பதில் அதிக நேரம் செலவழிப்பது நம் மனநிலையைப் பிறழச் செய்து, சோம்பேறி ஆக்கி மன அழுத்தத்திற்கு ஆட்படுத்துகிறது.

உங்கள் பள்ளி கல்லூரி நாட்கள், திருமண நாட்கள், முந்தைய நிறுவனங்களில் வேலை செய்த நாட்கள் ஆகியவற்றை நினைக்கும் போது நீங்கள் உற்சாகமடைவதை எப்போதேனும் கவனித்ததுண்டா? கடந்த காலத்திற்கு திரும்பி செல்ல வேண்டும் போல் உணர்வீர்கள்... ஏன் அது அவ்வளவு சுவாரசியமாக இருக்கிறது? நீங்கள் இப்போது நினைப்பது போல், அந்த கணங்களையோ, அந்த நாட்களையோ, அப்போது முழுதாக அனுபவித்து இருக்க மாட்டீர்கள் என்பதே உண்மை. ஆனால் இப்போது நினைத்துப் பார்க்கும்போது, அவை உற்சாகம் அளிப்பதாக இருக்கின்றன.

சில பேர் கடந்த காலத்தில் மூழ்கி திரும்பி போக நினைக்கிறார்கள். அந்த நாட்களைத் திரும்ப அடைய முடியாது என்பதே நிதர்சனமான உண்மையாகும். அதைப் பற்றி நினைத்து நீங்கள் நேரத்தை வீணாக்குகிறீர்கள்., கடந்த காலத்தில் நடந்ததைப் போன்று எல்லாம் நடக்க வேண்டும் என்ற எதிர்பார்ப்பை அவ்வெண்ணம் உருவாக்குவதால், அது, நிகழ்காலத்தில் உங்களை மேலும் சோம்பேறியாக்கி, எதிர்காலத்தைப் பற்றிய பதற்றத்தை உண்டாக்குகிறது. கடந்த கால நல்ல விஷயங்களைப் பற்றி வெகு நேரம் நினைத்துக் கொண்டிருப்பது கூட தொடர்புடைய எதிர்மறை விஷயங்களுக்கு உங்களை இட்டு செல்லும். அதிலிருந்து நல்லதை மட்டும் எடுத்துக் கொண்டு விரைவாக அதை விட்டு வெளியே வர வேண்டும். கடந்த காலத்தில் நிகழ்ந்த நல்லவைகளைப் பற்றி அதிக நேரம் சிந்தித்துக் கொண்டிருப்பது அது திரும்ப கிடைக்குமா என்ற பதற்ற உணர்வை ஏற்படுத்தி விடும். நீங்கள் நிகழ்காலத்தில், நிறைய நேரத்தை வீணடித்துக் கொண்டிருப்பீர்கள். அதைப்பற்றி வெகு நேரம் சிந்தித்துக் கொண்டே இருப்பதால் உங்களுக்குக் கிடைக்கப் போவது ஏதுமில்லை. எனவே கடந்த கால மகிழ்ச்சியான நினைவுகளிலும், கடந்த காலத்தைப் பற்றிய எண்ணங்களிலும், அதிக நேரம் செலவிடாமல் இருப்பது மிகவும் முக்கியமானதாகும்.

நாம் ஒரு சில விஷயங்களை எதிர்கொள்ளும் வரையில், அதன் முடிவு அல்லது வெளிப்பாடு என்னவாக இருக்குமோ என்ற பதட்டத்திலேயே இருக்கிறோம். ஆனால் அது நடந்து விட்டால் அதை நாம் எப்படியாவது ஏற்றுக்கொள்கிறோம். உங்களைக் கடந்த காலம் வெகுவாகப் பாதிக்காததற்கு முக்கியமான காரணம், அது முடிந்து போய், அதன்

விளைவுகள் தெரிந்து விட்டது. உங்களுக்கு முடிவு தெரிந்து விட்டதால், கடந்த காலம் நன்றாக இருந்ததாக தோன்றும்.

கடந்த காலத்தில் நிகழ்ந்த வேண்டாத நிகழ்வுகளுக்கு காலமே சிறந்த மருந்து. மனம் வேண்டாத விஷயங்களை மறந்து, உறுதியானதாக மாறுகிறது. காலம் செல்லச் செல்ல, நாம் கடந்த காலத்தில் வேண்டாத விஷயங்களை மறந்து புதியவைகளுக்குப் பழகி விடுகிறோம். அன்புக்குரியவர்கள் இறந்தாலும், நாம் சிறிது காலத்திற்கு மிகவும் மன அழுத்தத்துடனும், சோர்வாகவும் இருப்போம். ஆனால் சிறிது காலத்திற்குப் பிறகு நாம் பல விஷயங்களில் கவனம் செலுத்தி மெதுவாக கடந்த காலத்தை மறந்து, அந்த இழப்பைத் தாண்டி வருகிறோம்.

நாம் சில நேரங்களில் கடந்த காலத்தில் நடந்த நன்மைகளைக் கூட மறந்து போகிறோம். நாம் அந்த நல்லவைகளுக்கு நன்றி உடையவர்களாக இருக்க வேண்டும். ஆனால் அதிலேயே மூழ்கிக் கிடக்க கூடாது. பயனளிக்கக்கூடிய, புதுமையான, நெறி முறையுடன் கூடிய நேர்மறையான விஷயங்களுக்கு எண்ணங்களைப் பயன்படுத்த வேண்டும். அதனைப் பிரச்சனைகளைச் சரி செய்ய பயன்படுத்தலாம். நமது மனதுக்கு புதுமையாகவும், பயனுள்ள வகையிலும் சிந்திக்கப் பயிற்சி அளிக்க வேண்டும். தானாகச் செயல்படும் பயிற்சி அளிக்கப்படாத மனம், எதையும் பயனுள்ள வகையில் செய்ய முடியாததாகி விடும்.

ஊடகங்கள், பலவகையிலும் எதிர்மறையான சிந்தனைகளுக்கு வழிவகுக்கிறது. இந்த ஊடகங்களினால் சினிமா நட்சத்திரங்களுக்கு பெரும் வெளிச்சம் கிடைக்கிறது. இது நட்சத்திரங்களின் புகழை அதிகரிக்கிறது. மக்கள் மிகுந்த உற்சாகத்துடன், அடுத்தவர் வாழ்க்கையில் நடப்பதை அறிய ஆவலுடன் இருக்கிறார்கள். அதனால் தான் “பிக் பாஸ்” மிகவும் பார்க்கப்படும் ஒரு நிகழ்ச்சியாக உள்ளது. இந்த நிகழ்ச்சிகள் நட்சத்திரங்களை உருவாக்குகின்றன. மனித மனம் இயல்பாக சோம்பேறித்தனத்தையும் எதிர்மறையான விஷயங்களையும் விரும்புவதை அவர்கள் பயன்படுத்திக் கொள்கிறார்கள். நாம் கவனித்து பார்த்தோமானால், குற்ற அடிப்படையிலான செய்திகள், எதிர்மறை கருத்தாக்கம் கொண்ட தொடர்கள், கிசுகிசு அடிப்படையிலான நிகழ்ச்சிகள் ஆகியவையே பெரும்பான்மையான மக்களால் பார்க்கப்படும் நிகழ்ச்சிகளாக உள்ளன.

சமீப காலத்தில் சினிமா நட்சத்திரமான நயன்தாராவின் திருமணம் பெரிய விளம்பரத்தைப் பெற்றது. அவர்களது உறவு காலம் கடந்து நீடிக்குமா என்பது குறித்து மக்கள் ஆர்வம் உடையவர்களாக

இருக்கிறார்கள். அந்த நடிகை சினிமா மூலம் பிரபலமானார்; சினிமாக்கள், ஊடகங்கள் மூலம் பிரபலமாயின. இந்த முழு திருமணப் பதிவும், ஒரு பிரபலமான சேனலுக்கு, ஒளிபரப்புக்காக பல கோடி ரூபாய்க்கு விற்கப்பட்டது. மக்கள் உற்சாகமாக அதைப் பார்ப்பதற்காக காத்துக் கொண்டு இருக்கிறார்கள். ஒரு விஷயத்தை நேரடியாக சொல்லாமல், யாரிடமாவது போய் உங்களிடம் ஒரு ரகசியம் இருக்கிறது என்றும், அதைப் பிறகு சொல்வதாகவும் சொன்னால், நீங்கள் அதைக் கூறுமாறு நிர்பாந்திக்கப்படுவீர்கள். ஊடகங்கள், மனிதர்களின் இந்த உணர்வுகளை எதிர்மறையான வழிகளில் பயன்படுத்தி, பெரும் பணம் சம்பாதிக்கின்றன.

பல மனிதர்கள் எதிர்மறை எண்ணங்களைக் கொண்டிருப்பதோடு மற்றவர்களும் அவர்களைப் போலவே இருக்க வேண்டும் என்று எதிர்பார்க்கின்றனர். அடுத்தவர்களும் எதிர்மறையாக இருப்பதால் அவர்களுக்கு ஒரு திருப்தி கிடைக்கிறது. ஊடகங்களுக்கும், தொலைக்காட்சி சேனல்களுக்கும் வியாபாரம் வேண்டும் என்பதால், வேண்டாத விஷயங்களை நோக்கி இழுக்கப்படும். மனித மனத்தின் இந்த இயற்கையை இவர்கள் முதலாக்கிக் கொள்கின்றனர். தேவையானால் ஒழிய, அடுத்தவர்களின் கதையைப் பார்ப்பதும், அடுத்தவர்களின் வாழ்க்கையைப் பற்றி வம்பு பேசுவதும், தேவையில்லாதது என்றும் நேரத்தை வீணாக்குவது என்றும் மக்கள் உணர வேண்டும். நல்ல, தகவல் அளிக்கக்கூடிய விஷயங்களைத் தேர்ந்தெடுத்து பார்ப்பதோடு, மற்றவற்றைப் புறக்கணிக்க வேண்டும்.

இந்த அறிவீனம் குறைந்தால், பார்ப்பதும் குறைந்து, ஊடகங்களும் சினிமாதகவல்களுக்கும், சினிமாநட்சத்திரங்களின்திருமணங்களுக்கும் மிகுந்த கவனம் அளிக்காது. மக்களுடைய எதிர்மறையான, சோம்பேறித்தனமான மனநிலையால் தான் சினிமா இவ்வளவு பிரபலமடைந்துள்ளது.

எதிர்மறையான புகழால், பொருளீட்டும் ஊடகங்களைக் கட்டுப்படுத்த, அரசாங்கமும் சில நடவடிக்கைகளை எடுக்க வேண்டும். நேர்மறையான செய்திகளை முன் பக்கங்களிலும், எதிர்மறையான செய்திகளைப் பின்பக்கங்களிலும் வெளியிடும் ஊடகங்கள் நம்மிடம் இருக்க வேண்டும் என்று டாக்டர் அப்துல் கலாம் ஒருமுறை கூறினார். நேர்மறையான செய்திகளை அளித்து, நேர்மறையான எண்ணங்களை ஏற்படுத்தி, நேர்மறையான மக்களைச் சுற்றிலும் உருவாக்க இதுவே ஒரே வழி.

இந்த குழப்பமான உணர்வுகளில் வாழ்ந்து, சாதாரணமான மனங்கள், பயனற்றதாகவும், புதுமையான எண்ணங்கள் இல்லாமலும்

இருக்கின்றன. வித்தியாசமான சிந்தனைகளை உருவாக்கவும், பிரச்சனைகளை ஒப்புக்கொண்டு, அவற்றைத் தெளிவுடன் சரி செய்யவும், ஒருவர் அமைதியான மனதை ஏற்படுத்திக் கொள்ள வேண்டும். இத்தகைய அமைதியான மனதைத் தினசரி தியானப்பயிற்சி செய்வதன் மூலம் ஏற்படுத்திகொள்ள முடியும்.

உங்கள் மனம் அமைதியாக இருக்கும் போது, சூழ்நிலைகளைக் கையாள பல்வேறு வழிகளையும், யோசனைகளையும் எழுதுங்கள். பிரச்சனையைத் தீர்க்க வேண்டுமா அல்லது கையாள வேண்டுமா என தீர்மானித்துக் கொள்ளுங்கள். அதன் மீது மட்டுமே கவனம் செலுத்தி, அதனை இயந்திரத்தனமாக அமல்படுத்த தொடங்குங்கள். ஏதாவது செய்ய வேண்டுமென்றால், அதைப் பற்றி சிந்தித்து, திட்டமிட்டு, செயற்படுத்திவிட வேண்டும். எதிர்மறை எண்ணங்கள் எழுந்தால், அவற்றை வளர்ப்பதற்கு பதில், விரட்டி அடித்துக் கொண்டே இருக்க வேண்டும். அவற்றைத் தீர்ப்பதற்குரிய வழிகளை எழுதி வைத்து அவற்றைச் செயல்படுத்த தொடங்குங்கள். பெரும்பாலும் அது சரியாகி விடும். சரியாகா விட்டால், அவற்றை ஏற்றுக் கொள்ளுங்கள். உங்களுடைய அனைத்து பிரச்சினைகளுக்கும், ஏற்றுக் கொள்ளுதலே மிகப்பெரிய தீர்வாகும்.

மனதின் செயல் திறனை அதிகரித்து, செயல்களில் வெற்றி உண்டாக்க, ஒருவர் செய்யக்கூடிய முக்கியமான ஏழு செயல்கள் இதோ!

1. **கிரியாக்கள்:** சலனமில்லாத, அமைதியான மனம், புதுமையான, தெளிவான சிந்தனைகளைக் கொண்டிருக்கும். மூச்சுப்பயிற்சி அடிப்படையிலான கிரியாக்களைக் கற்று பயிற்சி செய்யுங்கள். அவை உடலையும், மனதையும் அமைதியாக்கும் நல்ல மூச்சுப் பயிற்சிகளாகும்.

2. **தியானம்:** மனம், அமைதி அடைய தினசரி தியானம் செய்யவும். இன்று செய்யும் தியானம், நாளைக்கே அமைதியான, குளிர்ந்த மனநிலையைத் தரப்போவதில்லை. உண்பது, குளிப்பது போல் அதையும் தினசரி வழக்கமாக்கிக் கொள்ள வேண்டும். சிறிது காலத்திற்குப் பிறகு அது பலன் அளிக்கத் தொடங்கும். ஒரு மந்திரத்தின் மீது கவனம் வைத்து, வேண்டாத நினைவுகளில் இருந்து விடுபடுவதே தியானப் பயிற்சி ஆகும். நீங்கள் அமர்ந்து கண்ணை மூடிக்கொண்டு, மந்திரத்தின் மீது கவனம் செலுத்த ஆரம்பிக்க வேண்டும். மனம் எண்ணங்களுக்குள் போனால், நீங்கள் உணர்வுடன் மீண்டு வந்து மீண்டும் மந்திரத்தின் மீது கவனம் செலுத்த வேண்டும். இது, ஆன்மீகப் பயிற்சி என்பதை விட மனதிற்கான பயிற்சி ஆகும். இந்த தியானம் என்னும்

மனப்பயிற்சியை தொடர்ந்து செய்து வந்தால், வேண்டாத நினைவுகளில் இருந்து விடுபட்டு, எதன் மீதும் கவனம் செலுத்துவது எளிதாகும்.

3. **திட்டம்:** அமைதியான மனதுடன் உங்கள் வாழ்க்கையைத் திட்டமிட்டு நடத்தவும். உங்கள் மனதில் தோன்றும் செயல்களை, அவை தனிப்பட்ட வாழ்க்கை சம்பந்தப்பட்டதோ அல்லது அலுவலக ரீதியில் ஆனதோ, ஒரு வெற்றுத்தாளில் எழுதி, முன்னுரிமையின் அடிப்படையில் வரிசைப்படுத்தி, அதைப்பற்றி யோசித்துக் கொண்டே இருக்காமல், செயல்படுத்த ஆரம்பிக்க வேண்டும். நீங்கள் அமைதியான மனதுடன் இருக்கும்போது, ஒரு சூழ்நிலையைச் சமாளிப்பதற்குரிய பல்வேறு வழிகளையும், திட்டங்களையும் எழுதி வைக்கவும். அதைப் பற்றி என்ன செய்வது, எவ்வாறு தீர்வு காண்பது அல்லது எப்படி கையாள்வது என்பது பற்றி ஒரு முடிவுக்கு வந்து விடவும். பிறகு, அதைச் செயல்படுத்தும் வேளையில் அதில் மட்டுமே கவனம் செலுத்தி, அதனை இயந்திரத்தனமாக செயல்படுத்தவும். மற்ற நேரங்களில் அதைப் பற்றி சிந்திக்கவே வேண்டாம்.

4. **கவனம்:** உங்கள் திட்டத்தில் கவனம் செலுத்துங்கள். உங்கள் திட்டத்தைச் செயல்படுத்தும் போது பல்வேறு கவனச் சிதறல்கள் ஏற்படும். நீங்கள் கவனமுடன் இருக்க வேண்டும். தியானம், கவனமுடன் இருக்க உதவும். தினசரி தியான பயிற்சி, கவனச் சிதறல்களை தவிர்த்து, நீங்கள் கவனமுடன் செயல்பட வழிகோலும். இது நீங்கள் உங்களது திட்டங்களைச் செயல்படுத்தி, இலக்குகளை அடைந்து வெற்றிகரமாக வாழ வழி வகுக்கும்.

5. **எண்ணங்களை வெறுமையாக்குதல்:** வேண்டாத எதிர்மறையான எண்ணங்களை அவை ஏற்படும் போதெல்லாம் வெறுமையாக்க வேண்டும். பெரும்பாலும், நமது பிரச்சனைகள் எல்லாமே தேவையற்ற எண்ணங்களால் உருவாகும் தேவையற்ற பிரச்சனைகள் தான். ஒரு பிரச்சனை குறித்த எண்ணங்கள் ஏற்பட்டால், அவற்றை வளர்க்காமல், வெறுமையாக்கிக் கொண்டே இருக்க வேண்டும். கவனமுடன் செய்ய வேண்டிய ஏதோ ஒன்றை அதற்குப் பதிலாக செய்யவும். வேண்டாத, எதிர்மறையான எண்ணங்களை நீக்க, இந்த "வேண்டாத நினைவுகளை வெறுமையாக்குதல்" என்ற தொழில்நுட்பத்தைப் பயன்படுத்தலாம். அவற்றை மேன்மேலும் வளர்க்கத் தோன்றினாலோ அல்லது தீர்க்கத் தோன்றினாலோ, அதைச் செய்யாதீர்கள். மீண்டும் மீண்டும் அவற்றை வெறுமையாக்கிக்

கொண்டே வந்தால், ஒரு கட்டத்தில், அவை உங்கள் மனதில் இருந்து மறைந்து போய்விடும்.

6. **காட்சிப்படுத்தல்:** உங்களுக்கு சாதகமாக சில விஷயங்கள் நடப்பது போல காட்சிப்படுத்திக் கொண்டால், அது எந்தவிதமான முடிவுகளாக இருந்தாலும், அவற்றைக் குறித்த எதிர்மறை எண்ணங்களைக் குறைக்க உதவும். இந்த நுட்பத்தைப் பயன்படுத்தி, எதிர்பார்த்த முடிவு நிஜ வாழ்க்கையில் நடந்துவிட்டது போலவே காட்சிப்படுத்தி, அதை அனுபவித்து மகிழ ஒருவர் கற்றுக் கொள்கிறார். இதில் அதிக நேரத்தைச் செலவிடாமல், நேர்மறையான விளைவுகள் ஏற்பட வசதி வாய்ப்புகளை உருவாக்குவதற்காக, ஒரு நாளைக்கு ஒருமுறை அல்லது இருமுறை மட்டுமே செய்ய வேண்டும்.

7. **அன்பு மற்றும் கருணையை வளர்த்துக் கொள்ளுதல்:** ஒத்த மனம் உடைய, நேர்மறையான எண்ணங்கள் கொண்ட மக்கள் இருக்கும் சூழ்நிலையையும் ஒருவர் உருவாக்கிக் கொள்ள வேண்டும். ஒத்த ஆர்வமும் வேட்கையும் உடைய நேர்மறையான எண்ணங்கள் கொண்ட மக்களை நண்பர்களாக்கிக் கொள்ள வேண்டும். உங்கள் உலகம் இந்த அதிர்வுகளால் நிறைவதால், உங்கள் இலக்குகளை நீங்கள் வெற்றிகரமாக அடைவீர்கள். அடுத்தவர் மீது அன்பு செலுத்த தொடங்குங்கள். அடுத்தவரை ஏற்றுக்கொள்ள ஆரம்பியுங்கள். அனைவரும் சமம் என்று நினைக்க தொடங்குங்கள். அடுத்தவர் துன்பப்படும்போது அவரது இடத்தில் உங்களை இருத்திப் பாருங்கள். அப்படி செய்வதன் மூலம் அவர்களைப் புரிந்து கொண்டு, வெறுப்பதை நிறுத்த முடியும். நமக்கு, நம்மைத் தான் மிகவும் பிடிக்கும். நமது தவறான நடவடிக்கைகளை நியாயப்படுத்தி, அடுத்தவரது சரியான நடவடிக்கையை ஒப்புக்கொள்ள மறுக்கிறோம். சில பேர், அழகற்றவர்களையும், ஏழைகளையும், அழுக்காக இருப்பவர்களையும், தவறான நடத்தை உடையவர்களையும் வெறுப்பார்கள். அவ்வாறு வெறுக்காமல், அவர்களைப் புரிந்து கொள்ளுங்கள். அவ்வாறு இருப்பது, அவர்களின் தவறல்ல; சந்தர்ப்பச் சூழ்நிலை அல்லது அவர்களின் இயல்பு அவர்களை அவ்வாறு ஆக்குகிறது. இது ஒருவரின் அகங்காரத்தை குறைத்து முழுமையான வாழ்க்கை வாழ வாய்ப்பளிக்கிறது.

2. ஆசைகள் எதிர்பார்ப்புகள் மற்றும் ஏக்கங்கள்

- ஆசைகள், எதிர்பார்ப்புகள் மற்றும் ஏக்கங்கள்
- உணவு மற்றும் காமம் குறித்த மனித ஆசைகள்
- நமது ஆசைகள் மற்றும் ஏக்கங்களைப் புரிந்து கொள்ளுதல்
- ஆசைகள் மற்றும் ஏக்கங்களின் தீய விளைவுகளைப் புரிந்து கொள்ளுதல்
- அவற்றைக் கட்டுப்படுத்துவதற்கான சுய கட்டுப்பாட்டை வளர்த்துக் கொள்ளுதல்

மனித மனம், ஆசைகள் மற்றும் எதிர்பார்ப்புகளால் செயலில் இறங்க தூண்டப்படுகிறது. பார்ப்பதாலும், கேட்பதாலும், பேசுவதாலும் ஆசைகள் உருவாகின்றன; செயல்பாட்டிற்கான எண்ணங்களை, அவை, மனதில் உருவாக்குகின்றன. வசதி வாய்ப்புகள் குறித்த நமது தேவைகளாலும், அதிக ஆசைகளாலும், நாம் நமது வாழ்க்கையில் பெரும் கவலையையும், எதிர்பார்ப்புகளையும், எரிச்சலையும் உண்டாக்கி கொள்கிறோம். ஆம், நாம்,சன்னியாசிகளை போல், அதிக ஆசைகள் இல்லாமல், நிம்மதியாக வாழ முயற்சி செய்யலாம். ஆனால், மனித வாழ்வின் சாரமே, எதிர்பார்ப்புகள், ஆசைகள் மற்றும் உணர்வுகள் தான் என்று புரிந்து கொள்வது மிகவும் முக்கியமாகிறது.

நாம் சிறியவர்களாக இருக்கும்போது பெரியவர்கள் அனுபவிக்கும் சலுகைகளையும் அவர்கள் செலுத்தக்கூடிய அதிகாரம், கட்டுப்பாடு ஆகியவற்றைப் பார்த்து நாமும், விரைவாகப் பெரியவர்களாக வளர்ந்து அத்தகைய சலுகைகளை அனுபவிக்க வேண்டும் என்று விரும்பினோம். ஆனால் நமது முப்பதுகளில், நாம் விரும்பிய கட்டுப்பாடு, அதிகாரம், சலுகைகள் அனைத்தையும் அடைந்த பிறகு, வயதாகாமல், மீண்டும் சிறுவர்களாகி விட விரும்புகிறோம். மனம் எது இல்லையோ அதை நினைத்தே ஏங்குகிறது; அது கிடைத்து விட்டால் அதன் முக்கியத்துவம் குறைந்து விடுகிறது. மனம் எதை நினைத்து ஏங்கியதோ அது கிடைத்த பிறகு அதில் சலிப்படைந்து விடுகிறது. இதனால் நாம் வேண்டாத பல விஷயங்களைத் துரத்திக் கொண்டிருக்கிறோம். மனம் நல்ல விஷயங்களுக்காக ஏங்கினால் சரி, ஆனால் வேண்டாத விஷயங்களுக்காகவோ அல்லது நமது ஈகோவைத்

திருப்தி செய்து கொள்வதற்காகவோ ஒரு ஏக்கம் வரும்போது, அது தீய விளைவுகளை அளித்து வேண்டாத துன்பங்களுக்கு வழிவகுக்கிறது. இதை நாம் உணர்ந்து, நமக்கான சரியானவற்றைத் தேர்வு செய்ய வேண்டும்.

ஆசைகள், எதிர்பார்ப்புகளை உருவாக்குகின்றன. எதிர்பார்ப்புகள், ஆசை நிறைவேறுமா நிறைவேறாதா என்ற பதட்டத்தை ஏற்படுத்துகிறது. ஆசைகள் நிறைவேறாமலோ, அல்லது அவற்றிற்குத் தடை ஏற்பட்டு கொண்டே இருந்தாலோ நமக்கு எரிச்சல் ஏற்படுகிறது. சிறிய ஆசைகளே, எதிர்பார்ப்புகள், பதற்றம் மற்றும் எரிச்சலை ஏற்படுத்துமானால், பெரிய எதிர்பார்ப்புகளுடன் கூடிய பெரிய ஆசைகள், பெரிய எரிச்சலையும், மன அழுத்தத்தையும் நமது வாழ்வில் ஏற்படுத்தும் அல்லவா? நாம் இந்த உணர்வுடன் வாழ்ந்து, சில தோல்விகளை எதிர்பார்த்து, சில வசதிகளை விட்டுக் கொடுத்து, சில எதிர்பார்ப்புகளையும், கவலைகளையும் குறைத்துக் கொண்டு, அதன் மூலம் வாழ்க்கையில் சில எரிச்சல்களைக் குறைத்துக் கொள்ள வேண்டும்.

எப்படி ஆசைகளும், எதிர்பார்ப்புகளும் எனது வாழ்க்கையில் எரிச்சலை ஏற்படுத்தின என்பதற்கு ஒரு சின்ன எடுத்துக்காட்டு இதோ! ஒருநாள், நான் டென்னிஸ் விளையாடாததால், நடைப்பயிற்சிக்கு செல்ல விரும்பினேன். மழை வரும் என்று எதிர்பார்க்கப்பட்டதால், சிறிது நேரம், நான் வெளியில் செல்வதா, வேண்டாமா என்பது குறித்து முடிவெடுக்க முடியாமல் இருந்தேன். என் நல்ல நண்பனைப் பார்க்கலாம் என்ற எண்ணமும், நடைபயிற்சியால் வரும் நன்மைகளை அடையலாம் என்ற எண்ணமும் என்னைச் செல்லுமாறு தூண்டின. காரை வெளியே எடுக்க சோம்பேறித்தனம், டூ வீலரை ஓட்டிக்கொண்டு செல்வதில் இருக்கும் வசதி ...... மழை வரும் என்ற எச்சரிக்கையையும் மீறி டூவீலரில் போக முடிவு செய்தேன். வெளியே இறங்கியவுடன் தூறல் போட ஆரம்பித்தது. மழை எனது நடைபயிற்சியைக் கெடுத்து விடுமோ என்று நினைக்க, சின்ன எரிச்சல் வந்தது. நான் போக வேண்டிய இடத்துக்கு போய் சேர்ந்து விட்டேன். ஆனால், எனது நடைபயிற்சி நடக்குமா நடக்காதா என்ற கவலை, என்னை எரிச்சல் அடைய வைத்தது. நான் சரியான முடிவை எடுத்தேனா என வியந்தேன். மிகத் தவறாக நடப்பதென்றால், என்ன நடந்திருக்க முடியும்? ஏதாவது ஒரு காரணத்தினால் நான் வீட்டில் இருக்க நேர்ந்து, என் நண்பனை சந்திக்க முடியாமல் போயிருக்கலாம். பெரிதாகக் கவலை அடைய ஒன்றுமில்லை. அதை நான் ஏற்றுக்கொண்டு மறந்து போயிருப்பேன். பிறகு ஏன் இந்த எரிச்சல் வந்தது? நான் எனது எண்ணங்களை ஆராய ஆரம்பித்தேன்.

வெளியில் போக வேண்டும் என்று எண்ணத்தில் இருந்து ஏன் வீட்டில் இருந்து சலிப்படைய வேண்டும் என்ற ஆசை தோன்றியது. நண்பனைச் சந்திக்கப் போக வேண்டும் என்ற ஒரு ஆசை; மற்றொரு ஆசை அல்லது சோம்பேறித்தனம் என்னை டூவீலரை தேர்ந்தெடுக்க செய்தது. காரில் சென்றிருந்தால், மழையில் நனைந்து விடுவோமோ என்ற பதற்றத்தைத் தவிர்த்திருக்கலாம்; எரிச்சலைக் குறைத்திருக்கலாம். ஆனால் காரை வெளியில் எடுப்பதற்கான சோம்பேறித்தனமும், டூவீலரில் செல்வது குறித்த உற்சாகமும், பெரிய எரிச்சலுக்கான வாயிலைத் திறந்து விட்டது. ஆசைகள், எதிர்பார்ப்புகள், அதனால் ஏற்படும் எரிச்சல் ஆகியவற்றால் நிறைந்து, என் மனம் என் எதிரியைப் போல இருந்தது. ஆசைகளும், எதிர்பார்ப்புகளும் நமது மனதைப் பாதிக்கக்கூடிய எரிச்சல்களை எவ்வாறு ஏற்படுத்த முடியும் என்பதற்கான சிறிய எடுத்துக்காட்டு இது.

காமம், உணவு போன்ற பல உடல் ரீதியான ஆசைகள் மனிதர்களுக்கு உண்டு. உடற்பசியும் வயிற்றுப் பசி போன்றது தான். நாம் தினசரி வேலைகளைச் செய்வதற்கு உணவு மூலமாக பெறப்படும் ஆற்றல் வேண்டும். அதேபோல் உடலில் உள்ள உடலுறவுக்கான உறுப்பிற்கு பசி ஏற்பட்டால், அதற்கு நீங்கள் உணவிட வேண்டும். வயிற்றுப் பசி ஏற்பட்டால் அதற்கு உணவிட்டு சரி செய்து கொள்கிறோம். வயிற்றின் தேவையைத் தீர்க்கும் போது நாம் அதைப் பற்றி பெரிதாக யோசிப்பதில்லை. ஆனால் உடலின் தேவையைத் தீர்க்கும் போது மட்டும் ஏன் யோசிக்க வேண்டும்? உடலின் ஆசைகளைத் தீர்த்துக் கொள்வதில் எந்த தவறும் இல்லை. ஆனால் சில மக்கள் இது குறித்து வாதம் செய்கிறார்கள்.

காமம் உங்கள் எண்ணத்தில் இருந்து எழுகிறது. நீங்கள் தான் அதை உருவாக்குகிறீர்கள். எதையாவது பார்ப்பதால், எதைப் பற்றியாவது சிந்திப்பதால் உங்களது உடல், வேட்கை கொள்கிறது. இந்த வேட்கை தூண்டுதலால் உண்டாகிறது. சில நேரம் உணர்வு ரீதியான எண்ணங்கள் இல்லாமல், வெறும் கிளர்ச்சியால் உடலுறவு இச்சைகள் உண்டாகலாம். ஆனால் இது மிக அரிதான ஒரு நிகழ்வாகும். உடலுறவு இச்சை என்பது தற்காலிகமான ஒரு உணர்வே ஆகும். பசிக்கு உணவிடுவது போல் அதற்கும் உணவிட வேண்டும். காமம் முக்கியமாக இனப்பெருக்கத்திற்கு மட்டுமே தேவை. அது நடந்து விட்டால், அதன் பிறகு வேறெந்த எண்ணமோ, கிளர்ச்சியோ உருவாகவில்லை என்றால், அதற்கு கட்டாயமாக உணவிட வேண்டாம்.

அதைப் பற்றி எண்ணாமல், நீங்கள் அதைக் கட்டுப்படுத்தி வைக்க முடியும். அது தவிர, உடல் உறவு இச்சை என்பது சில உணர்வுகள், சொந்தம் கொண்டாடும் தன்மை, முறைப்படுத்தப்பட்ட பாசம், பண்பு

ஆகியவற்றோடு தொடர்புடையது. எனவே, அதனைக் கட்டுப்படுத்தி வைக்க வேண்டியது அவசியமாகிறது. காமத்தை அடக்குவதற்கு அதைப்பற்றியே விடாமல் சிந்தித்துக் கொண்டிருப்பதை நிறுத்த வேண்டும். சிலருக்கு நார்மலாக இருப்பதை விட, உடல் இச்சை அதிகமாக இருப்பதை காண்கிறோம். அதற்கு அவர்களின் உடலின் இயற்கையோ, அவர்கள் சாப்பிடும் உணவோ, அவர்கள் வளர்க்கப்பட்ட சில சூழ்நிலைகளோ காரணமாக இருக்கலாம். அவர்களை நாம் புரிந்து கொள்ள வேண்டும். காம இச்சை கொள்வதில் எந்த தவறும் இல்லை. ஆனால், அந்த இன்பத்தில் பேராசை கொண்டு, அதைப் பற்றியே எப்போதும் சிந்தித்து, மற்ற பொறுப்புகளை மறந்து, நெறிமுறைகளை விடுத்து செயல்படுவது இதன் இன்னொரு பக்கமாகும். ஒருவருடனேயே இருக்கும் சலிப்பு கூட இதற்கு காரணமாக இருக்கலாம்.

நமது சமூகத்தில், குறிப்பாக ஆண்கள் பலருடன் உடலுறவு கொள்ளலாம் என நினைக்கிறார்கள். கர்ம விதிப்படி, ஒருவர் தனது வாழ்க்கை துணைக்கு உண்மையாக இருக்க வேண்டும், கலாச்சாரத்தைப் பின்பற்ற வேண்டும். ஒரே ஒருவருடன் தான் உறவு கொள்ள வேண்டும் என்பது மட்டுமே ஒப்புக் கொள்ளக் கூடியதாக இருக்கும். பலருடன் இன்பம் காணும் ஒருவர் தனது வாழ்க்கை துணைக்கு உண்மையாக இருக்கிறோமா என்ற பதற்றம் கொண்டவராக இருப்பார். இது தன்னுடைய சகபாதியிடம் சந்தேகம் கொள்வதற்கு வழி வகுத்து உறவுகள் உடைய காரணமாகிறது. இன்பத்தை அனுபவிக்கும் போதும், ஒருவர் நெறிமுறையிலிருந்து பிழறாமல், பண்பாட்டுடன் இருக்க வேண்டும். சில விஷயங்களை நாம் உணர்ந்து கொண்டால், இந்த இயல்புக்கு மாறான காம இச்சையிலிருந்து விடுபட்டு, நமது மனதைக் கட்டுப்பாட்டுக்குள் வைக்க முடியும்.

- உடலுறவு சிந்தனைகளைப் பற்றி எண்ணாமல் இச்சையைக் கட்டுப்படுத்த வேண்டும். அது தொடர்பான சிந்தனைகள் வந்தால், அதை வளர்த்துக் கொள்வதற்கு பதில், வெறுமையாக்க வேண்டும். வேறு எதிலாவது கட்டாயமாகக் கவனம் செலுத்த வேண்டும்.

- அது தொடர்பான சினிமாக்களையும், வீடியோக்களையும் பார்க்காமல் இருக்க வேண்டும். இவை உங்களை எல்லை தாண்ட வைக்கும்.

- இனப்பெருக்கத்திற்காக மட்டுமே கடவுளால் இது ஏற்படுத்தப்பட்டது என்பதை நினைவில் கொள்ள வேண்டும்

- இந்த இச்சையைத் தூண்டும் வகையான உணவுகளைத் தவிர்க்க வேண்டும்.

- சிற்றின்பம் மிகவும் தற்காலிகமானது; சிறிது நேரமே நிலைக்கும் என உணர வேண்டும். காதல், பாசம் நெறிமுறைகளுடன் வாழ்தல், கடமைகளைச் சரிவர செய்தல் மற்றும் பிறருக்கு உதவி செய்தல் மூலமாக ஒருவருக்குக் கிடைக்கும் மகிழ்ச்சி, இதைக் காட்டிலும் பன்மடங்கு பெரியது; பல நாட்களுக்கு நீடிக்கும்.

- திருமணங்கள்உடல்திருப்திக்குமட்டும்செய்துகொள்ளப்படுவது அன்று; சகபாதியிடம் இருந்து உணர்வுபூர்வமான துணையைப் பெறவும் தான். உடல் ரீதியான தேவைகள் தீர்ந்த பின், ஒரு வயதுக்கு மேல், உணர்வு ரீதியான ஆதரவு மட்டுமே தேவைப்படுகிறது.

உணவு உண்பதை எடுத்துக் கொண்டால், நமக்கு பசிக்கும்போது, நாம் பிடித்தமான உணவுகளுக்காக ஏங்குகிறோம். மருத்துவர் நமது உடல் நலத்திற்குப் பிரச்சனை விளைவிக்கும் என்பதால், சில உணவுகளை நாம் சாப்பிடக்கூடாது எனக் கூறுகிறார். ஆனால், மிகுந்த பசியில் இருக்கும்போது, நாம் என்ன சாப்பிடுகிறோம் என்பது குறித்து நாம் கவலைப்படுவதில்லை; நம் முன்னால் வைக்கப்படும் உணவு எதுவாக இருந்தாலும், கட்டுப்பாடு இல்லாமல் அதை நொறுக்குவோம். ஒரு விஷயம்; நம் மனதில் நமக்குப் பிடித்தமான உணவு எப்போதுமே இருந்து கொண்டே இருக்கும். பசி உணர்வுடன் ஏக்கமும் சேர்ந்துக் கொண்டால், நாம் அனைத்தையும் மறந்து, நாம் எதைச் சாப்பிடக்கூடாதோ அதை நன்றாகச் சாப்பிடுவோம்.

இந்த ஏக்கம், வேண்டாத உணவுகளைச் சாப்பிடுவதில் முடியும். இந்த ஏக்கத்தை ஜெயிப்பதற்கு ஒரே வழி நமது வயிற்றை ஆரோக்கியமான உணவுகளால், சரியான நேரத்தில் நிரப்பி விடுவது தான். வயிற்றில் இந்த உணவு இருக்கும் போது பசியே தெரியாது. உங்களுக்கு பிடித்த உணவைப் பார்க்கக் கூட விரும்ப மாட்டீர்கள். வயிறு நிரம்பி இருந்தால், உங்கள் மனதை எதுவும் பாதிக்காது; எதையும் உண்ணத் தோன்றாது.

சில சலனங்களைத் தவிர்த்து சுயக்கட்டுப்பாடு அடைய, ஒரு செயலைச் செய்வதற்கான மதிப்பையும் அதற்கான முக்கியத்துவத்தையும் புரிந்துக் கொண்டு, அதனுடன் உணர்வு ரீதியான காரணத்தோடு சம்பந்தப்படுத்தி விட வேண்டும். உதாரணமாக, அசைவ குடும்பத்தில் பிறந்ததால், மீன், பிரியாணி ஆகியவை எனக்கு பிடித்தமான உணவுகள். நான் முழு சைவம் ஆகிவிட விரும்பினேன். அசைவத்தைச்

சிறிது காலத்திற்கு விட்டும், விடாமலும் இருந்தேன். அசைவ உணவுகளைத் தவிர்க்க மிகவும் சிரமப்பட்டேன்.

ஏதாவது ஒன்றை நிறுத்த வேண்டும் என்று நினைத்தால், அம்முடிவை ஏதேனும் ஒரு தருணத்தில் செயற்படுத்த ஆரம்பித்தே தீர வேண்டும். என்னுடைய விஷயத்தில், என் அம்மா இறந்தபோது, நான் ஒரு அதிர்ச்சியான மனநிலையில் இருந்தேன். எங்களுடைய வழக்கப்படி, துக்கத்தில் இருக்கும் 60 நாட்களுக்கு, அசைவ உணவு சாப்பிடக்கூடாது. வேறு வழி இல்லாததால், இந்த நேரத்தில், நான் அசைவ உணவுகள் சாப்பிடுவதை நிறுத்தினேன். ஆனாலும் சில நேரங்களில் சாப்பிட வேண்டும் போல் தோன்றியது. இதற்கு நடுவில், எனது அலுவலகத்தில், சிசிடிவி கேமராக்கள் பொருத்துவதற்காக ஒரு ஆள் வந்தார். அவர் மிகப்பெரிய முருகப் பக்தர். அவர் என்னிடம், நாம் உண்ணும் உணவு வலியில் இருந்து வந்தால் (கொல்வதால் ஏற்படும் வலி) அது தீய கர்மாவை உருவாக்கலாம் என்று கூறினார். அந்த உணவை சாப்பிடுவதால், அந்த வலியை நாமும் ஒரு காலகட்டத்தில் அனுபவிப்போம் என்று கூறினார். ரத்தத்தை பார்ப்பதையோ, மற்றொருவர் வலியினால் துன்பப்படுவதையோ என்னால் தாங்கிக் கொள்ள முடியாது. என்னுடைய இயல்பு அப்படி. அவரது விளக்கம், எனக்குள் எங்கேயோ ஒரு மாறுதலை ஏற்படுத்தியது. நான் அசைவம் சாப்பிடுவதை முழுமையாக விட்டுவிட்டேன். சந்தர்ப்பச் சூழ்நிலைகளும், அது தொடர்பான உணர்வும், அசைவ உணவுகள் குறித்த எனது ஏக்கத்தை நீக்கி விட்டன.

ஒவ்வொரு ஆசையும் பயத்துடன் தான் வருகிறது என்பதை நினைவில் கொள்ள வேண்டும். ஆசைகள் நிறைவேறி விட்டால், அது நமக்கு மகிழ்ச்சி தருகிறது; அதன் மூலம் நாம் இன்பம் அடைகிறோம். பிறகு அந்த மகிழ்ச்சி நெடுநாள் நீடிக்காது என அச்சம் அடைகிறோம். தமது மகிழ்ச்சியை எண்ணி மிகவும் இன்பமடையும் பலருக்கு இது நடக்கிறது. எடுத்துக்காட்டாக, ஒரு அழகான போனை முதல் தடவையாக வாங்கினால் அதன் பல்வேறு அம்சங்களைப் பார்த்துப் பார்த்து மகிழ்கிறோம். சிறிது நாட்கள் கழித்து, அந்தப் போனைத் தொலைத்து விடுவோமோ அல்லது யாராவது திருடி விடுவார்களோ என்ற பயம் வருகிறது. உங்களிடம் போன் இல்லாமல் இருந்தபோது இந்த பயமே இல்லை. இப்போது அதை அனுபவித்தப் பிறகு, அந்த மகிழ்ச்சியைத் தொலைத்து விடுவோமோ என்ற பயம் வருகிறது. புதிய போனைச் சில தேவைகளுக்காக மட்டும் பயன்படுத்திக் கொண்டு, அதனால் மிகவும் உற்சாகம் அடையாமல் இருந்தால், மனம் பயமின்றி இருக்கும். ஒரு நாளைக்கு சில மணி நேரம் பயன்படுத்திய பிறகு, அதைப் பற்றி நீங்கள் கவலைப்படுவதே இல்லை என்று வைத்துக்

கொள்வோம். நீங்கள் நிகழ்காலத்தை மட்டுமே நினைவில் கொண்டு, அந்த போனை ஒரு பாதுகாப்பான இடத்தில் வவைத்திருக்கிறீர்கள். நீங்கள் உங்கள் போனை வைக்கும் இடம் பாதுகாப்பான இடம் என்ற நம்பிக்கை வந்து, அதை அந்த இடத்தில் வைத்து, அதன் பின்னரும் அது தொலைந்து போனால், நீங்கள் அதை ஏற்றுக்கொள்கிறீர்கள்.

ஆசைகளே மனதில் பிரச்சனைகளை ஏற்படுத்துகின்றன என்பதற்கு இதோஇன்னொருஎடுத்துக்காட்டு...நீங்கள்ஒருவீடோஅல்லதுகாரோ வாங்க வேண்டும் என்று ஆசைப்பட்டு அதற்காக திட்டமிடுகிறீர்கள். ஏதோ ஒரு காரணத்தினால் உங்கள் ஆசை நிறைவேறவில்லை என்றால் நீங்கள் கோபமும் நிராசையும் அடைகிறீர்கள். நீங்கள் கடவுளிடம், "எனக்கு மட்டும் அது கிடைக்கவில்லையே எப்படி மற்றவர்களுக்கு மட்டும் கிடைக்கிறது?" என்று கேட்கிறீர்கள். ஆனால் இங்கு கவனிக்கப்பட வேண்டிய விஷயம், கடவுள் நீங்கள் வீடோ, வண்டியோ வாங்க வேண்டும் என்று ஆசைப்படவில்லை. உங்கள் எண்ணம் மட்டுமே ஆசையாக மாறியது. அந்த ஆசையின் இன்பங்களை நாம் அனுபவிக்கிறோம்; அது வெற்றியடைந்தால் மார்தட்டிக் கொள்கிறோம் ஆனால் நமது முயற்சிகள் தோல்வி அடைந்தால், நிராசை அடைந்து, கடவுளைப் பழிக்க ஆரம்பிக்கிறோம்.

இந்த நிராசையின் ஆரம்பம், "பிரச்சனை" எனக் "கூறப்படுவது" உங்களால் உருவாக்கப்பட்டது; எனவே அதற்கான தீர்வும் உங்களால் தான் உருவாக்கப்பட வேண்டும். இதற்கான தீர்வு என்ன? நீங்கள் கேட்பது உண்மையிலேயே உங்களுக்கு வேண்டுமா என்று ஒரு முறை சிந்திக்க வேண்டும். அது உங்களுக்கு கட்டாயமாகத் தேவை என்று தோன்றினால் அதற்காகத் திட்டமிட்டு முயற்சிகளை மேற்கொள்ள வேண்டும். பெரும்பாலும் அது நடந்து விட வேண்டும். உங்களது பெரு முயற்சிக்குப் பிறகும் அது நடக்கவில்லையென்றால், அதற்கான பொறுப்பை ஏற்றுக் கொண்டு, யாரையும், எதையும் பழிக்காமல் இருக்க வேண்டும். எதுவானாலும் அதை அப்படியே ஏற்றுக் கொள்ள பழக வேண்டும். இதை ஆழமாக யோசித்துப் பார்த்தால், எல்லா தீர்வுகளும் உங்கள் மனதிலேயே உள்ளது என்பதை நீங்கள் உணர முடியும். நீங்கள் யாரையும் கேட்க வேண்டாம்; எங்கேயும் தேட வேண்டாம்.

இப்படிப்பட்ட மனநிலை ஏற்பட்டு விட்டால், உங்கள் ஆசைகள் அனைத்தும் நிறைவேறிய மகிழ்ச்சியான சூழ்நிலையிலும் நீங்கள் துள்ளிக்குதிக்காமல் அமைதியாகவும் மன நிம்மதியோடும் இருப்பீர்கள். உங்கள் ஆசைகள் நிறைவேறாத எதிர்மறையான சூழ்நிலை நிலவினாலும், நீங்கள் அமைதியாக இருக்க முடியும். உங்களுக்கு எந்தவிதமான பயமும் ஏற்படாது. எந்தவிதமான வேண்டாத விஷயம் நடந்தாலும் (இந்த மனநிலையில் இருக்கும்போது நடக்காது) நீங்கள்

அமைதியாக அதை ஏற்றுக் கொள்வீர்கள். இந்த மனநிலையில், எது நடந்தாலும், நீங்கள் மகிழ்ச்சியாகவும் அமைதியாகவும் இருப்பீர்கள்.

எது கிடைக்கவில்லையோ அதையே மனம் விரும்பும் என்பதை உணர்ந்து கொள்ளுங்கள். உங்களுக்கு என்ன வேண்டும் என்பதை அறிதல் மிகவும் முக்கியமாகும். சந்தர்ப்பச் சூழ்நிலைகளாலும், பொறுப்புகளாலும், மனசாட்சியாலும் பலர் தங்கள் விருப்பங்களையும், வேட்கைகளையும் அடக்கிக் கொள்கிறார்கள். ஏதோ ஒன்றை விலையாக கொடுத்து இன்னொன்றை அடைவதும் நல்லதல்ல; ஆனால் முறையாக திட்டமிட்டால், யார் வேண்டுமானாலும், தங்களுடைய வேட்கைகளையும், விருப்பங்களையும் அடைய முடியும். நீங்கள் திட்டமிட்டு, எழுதி, முன்னிலைப்படுத்தி, அதில் மட்டுமே கவனம் செலுத்த வேண்டும். இதை நீங்கள் செய்தால் 99 சதவீதம் வெற்றி அடைந்து விடலாம். பற்பலபணிகளை ஒரே நேரத்தில், செய்வதில் மனிதர்கள் பெயர் பெற்றவர்கள். சில பேர் பலவற்றில் கவனம் செலுத்தினாலும் வெற்றி பெறுகின்றனர். அப்படிப்பட்டவர்கள் ஒரே ஒரு விஷயத்தில் கவனம் செலுத்தினால் என்னவாகும் என்று நினைத்துப் பாருங்கள்; 99 சதவீதம் அவர்கள் வெற்றி அடைவர்.

சில உணவுகள், உடல் சம்பந்தப்பட்ட இன்பங்கள், நெறிமுறை இல்லாத வாழ்க்கை, சில பாராட்டுக்கள், அது தொடர்பான ஈகோ ஆகியவற்றின் தீய விளைவுகளை நமது மனம் புரிந்து கொள்ள வேண்டும். நமக்குள், சில நிலைகள் வரை இந்த பழக்கங்களின் தீய விளைவுகள் இருக்க நாம் அனுமதித்து விடுகிறோம். அது அபாய நிலையைத் தாண்டும் போது நாம் அதனைக் கட்டுப்படுத்த முயல்கிறோம். நாம் ஒரு சிலவற்றைக் கட்டுப்படுத்த முடியும்; வேறு சிலவற்றைக் கட்டுப்படுத்த முடியாது. ஏக்கம், உங்கள் மனதையும் உடலையும் பாதிப்பதாக இருந்தால் அதை நிறுத்த வேண்டும். எடுத்துக்காட்டாக, உங்களுக்கு இனிப்பு பிடிக்கும்; அதைச் சாப்பிட வேண்டும் என்ற அவா ஏற்பட்டு கொண்டே இருக்கிறது. ஆனால் அவற்றைச் சாப்பிடுவது உங்கள் உடல் நலத்துக்கு தீங்கு விளைவிக்கிறது; எனவே அதனை நிறுத்த வேண்டும். பலருடன் உடலுறவு கொள்ள வேண்டும் என்ற ஆசை உங்களுக்கு இருந்தால், அது நெறிமுறையற்ற ஆசை; எனவே அதை நிறுத்த வேண்டும்.

உங்களுக்குதீங்கு விளைவிக்க கூடிய ஏக்கங்களையும், ஆசைகளையும், அது உங்களையும், மற்றவர்களையும் எப்படி பாதிக்கிறது என்ற உணர்வுடன் பார்த்து, அதைத் நிறுத்தலாம். இவற்றில் பெரும்பான்மையானவை, தீய செயல்கள் என்பதால் அவற்றின் பலனை நீங்கள் அனுபவிக்க வேண்டி வரும். இதைப் பற்றி யோசிக்கும் போது சிலர் அதைச் செய்வதை நிறுத்துவார்கள். எந்த ஆசையையும், அவாவையும், குறிப்பிட்ட காலத்திற்குச் செய்யாமல் இருந்தால்

நிறுத்தி விடலாம். அந்த காலத்திற்குப் பிறகு, மனமும் உடலும் அது கிடைக்காமல் பழகி, அதனை மறந்து விடும். நெறிமுறையான, தீமையற்ற பல செயல்களைச் செய்யும் போதும், நீங்கள் அத்தகைய மகிழ்ச்சியைப் பெற முடியும். வேறொன்றைச் செய்வதன் மூலம் அதே மகிழ்ச்சியை பெற பல்வேறு வழிகள் இருக்கின்றன. அத்தகைய செயல்களில் நீங்கள் ஈடுபடலாம்.

மனம் வேலையில்லாமல் இருந்தால், அது குடி, தூண்டக்கூடிய உணவுகள், தேவையில்லாத வம்பு, உடலுறவு, போதை பொருட்கள் ஆகிய தற்காலிக இன்பங்களை நோக்கி ஈர்க்கப்படுகிறது. இவையெல்லாம் சுலபமாக உங்களை நோக்கி வரும். அதனால் உங்கள் மனதை, அடுத்தவருக்கு உதவி செய்தல், பொதுவான கடமைகளைச் செய்தல், கோவிலுக்கு செல்லுதல், தியானப் பயிற்சி, யோகப் பயிற்சி, விளையாட்டு, குடும்பத்துடன் அதிக நேரம் செலவிடுதல் ஆகிய நல்ல செயல்களில் ஈடுபடுத்திக் கொள்ளுங்கள். இந்த செயல்களில் ஈடுபடுவதால் நல்ல நெறிமுறை உடைய மக்களின் தொடர்பு கிடைக்கும். இத்தகைய நெறிமுறையான மனநிலை உங்களைக் கவனத்துடனும், கருத்துடனும், செயல்பட வைக்கும். உடலுக்கும் மனதிற்கும் தீமை தரக்கூடிய, நெறிமுறையற்ற, போதைக்கு அடிமையாக்க கூடிய நடவடிக்கைகளை நோக்கி, உங்கள் மனம் போகாது.

இத்தகைய ஆசைகளின் தீய விளைவுகளை உணர்ந்து கொண்டால், அது பெரிய பிரச்சனை ஆவதை மனதால் தடுக்க முடியும். அமைதியான, பாதிப்படையாத மனதின் மூலம் இந்த உணர்தல் நிகழ வேண்டும். உறுதியான உணர்ந்த மனம் இந்த வேண்டாத, அனைத்து பிரச்சினைகளுக்கும் காரணமான புலன் இன்பங்களை நோக்கி போகாது. இத்தகைய அமைதியான, உணர்ந்த மனம் மூச்சுப் பயிற்சிகள் மற்றும் தியான பயிற்சிகளின் வழியாக உருவாகும்.

3. கடவுள், கர்மா மற்றும் ஈர்ப்பு விதி

➡ கடவுளைத் தேடுதல்
➡ நம்பிக்கை மற்றும் பிரார்த்தனையின் நேர்மறை அதிர்வுகள்
➡ கர்மா என்றால் என்ன?
➡ கர்மா - ஒரு தண்டனையா?
➡ ஈர்ப்பு விதி என்றால் என்ன? அது எவ்வாறு செயல்படுகிறது?
➡ இதை உணர்ந்து மனதின் பொறுப்பை எடுத்துக் கொள்வது

நமது வாழ்க்கையில், நம்மில் பலரும் கடவுளை அடைய விரும்புகிறோம்; கடவுளைத் தேடுகிறோம். நம்பிக்கை என்பது, கடவுள் எனக் கூறப்படும் ஒரு உருவத்தையோ, ஒரு சிலையையோ, ஒரு படிமத்தையோ, வழிபடுவதன் மூலமாக கிடைக்கும் ஒரு உணர்வு அல்லது ஆற்றல் ஆகும். நம்பிக்கையை ஒரு கோவில், சர்ச் அல்லது மசூதியில் செய்யப்படும் பிரார்த்தனை மூலம் ஏற்படுத்தினால், அது, ஆற்றல், நேர்மறையான எண்ணங்கள் மற்றும் அதிர்வுகளை உண்டாக்குகிறது. அதே போல், சில தோல்விகளால், உங்களுக்குள் இருக்கும் நம்பிக்கை இறந்து விட்டால், புதிய நம்பிக்கை துளிர் விட, வெளியில் இருந்து ஒரு வழி ஏற்பட வேண்டும். ஒரு கோவிலில் இருக்கும் அல்லது ஒரு சர்ச்சில் இருக்கும் ஒரு படிமத்திடமோ அல்லது உருவத்திடமோ பிரார்த்தனை செய்யும் போது அந்த நம்பிக்கை உண்டாக வழி பிறக்கிறது. அந்த நம்பிக்கை அதிசயங்களை உண்டாக்குகிறது; அதை கடவுள், பேராற்றல், தெய்வம் என பல்வேறு பெயர்களால் அழைக்கிறோம். கோவிலில் இருக்கும் உருவங்களில் உள்ள பெரும் நன்மை என்னவென்றால் அவை கண்ணுக்குத் தெரியாது ; பதில் பேசாமல், அமைதியாக இருக்கும். அவைகளிடமிருந்து "இல்லை" எனும் பதில் வராது. ஆனால் உயிருடன் பேசி பழகும் ஒருவர் உங்களுக்கு "இல்லை" எனும் பதிலை கூற முடியும்.

நம்பிக்கை எவ்வாறு நேர்மறையான அதிர்வுகளை உண்டாக்குகிறது என்பதை ஒரு சிறிய எடுத்துக்காட்டின் மூலம் பார்க்கலாம். கிரிக்கெட் சூப்பர் ஸ்டாரான விராட் கோலி, தொடர்ச்சியாக நன்றாக விளையாடி, தொடர் வெற்றிகளைக் குவிக்கிறார் என்று வைத்துக்கொள்வோம். இது அவருக்கு தன்னம்பிக்கையையும், நேர்மறையான எண்ணங்களையும் அளிப்பதால், அவருக்கு தொடர்ந்து வெற்றிகிட்டிக் கொண்டே

இருக்கிறது. மக்களும் அவரைப் பற்றி நேர்மறையான எண்ணங்களைக் கொண்டிருக்கிறார்கள். அவர் ஆடுகளத்தில் நுழையும் போதெல்லாம் அவர் நிறைய ரன்களைக் குவிப்பார் என்னும் நேர்மறையான அதிர்வலைகளைக் கோடிக்கணக்கான மக்கள் உருவாக்குகிறார்கள். அவை அவை நல்ல சக்தியாகவும் நேர்மறை அதிர்வலைகளாகவும் அவர் மீது படிகின்றன. அவர் தன்னுடைய நேர்மறை சக்தியாலும், அவரைச் சுற்றியுள்ள கோடிக்கணக்கானோரின் நேர்மறை சக்தியாலும் நன்றாக விளையாட ஆரம்பிக்கிறார். பின்னர் அவரது தொடர் வெற்றிகளால், அவர் தன் மீது அதீத நம்பிக்கை கொண்டவராகவும், அகங்காரம் கொண்டவராகவும் மாறும் போது, இந்த பிரபஞ்சம் அவரது வெற்றிகளைக் குறைத்து, தோல்விகளைத் தருகிறது. அவர் தொடர்த் தோல்விகளைச் சந்திக்க ஆரம்பித்தவுடன், அவர் தன்மீதே நம்பிக்கை இழக்கலாம். மக்களும் அவர் மீது நம்பிக்கை இழக்கத் தொடங்குவர். தற்போது எதிர்மறையான எண்ணங்கள் அவரால் உருவாக்கப்படுகின்றன; மேலும் கோடிக்கணக்கான மக்களாலும் எதிர்மறையான எண்ணங்கள் அவர் மீது திணிக்கப்படுகின்றன. இது அவரைத் தோல்விகளால் பாதிப்படைய வைக்கிறது.

இந்த எடுத்துக்காட்டில், ஒரு மாபெரும் சக்தி இருக்கிறது என்பது கோடிக்கணக்கானவர்களால் உருவாக்கப்பட்ட நேர்மறையான அதிர்வலைகளால் உணரப்பட்டது. இது அந்த கிரிக்கெட் வீரருக்கு நன்மையையும் செய்தது. ஆனால் அந்த கிரிக்கெட் வீரர் அதீத நம்பிக்கையும் அகங்காரமும் கொண்டபோது, எதிர்மறையான அதிர்வலைகளுக்கு வித்திட்டது. நம்பிக்கை இழந்த கோடிக்கணக்கான மக்களால், எதிர்மறையான எண்ணங்கள், கிரிக்கெட் வீரர் மீது திணிக்கப்பட்ட போது, அது கர்ம விதியின் படி எதிர்மறையான அதிர்வலைகளை உருவாக்கியது.

கர்மாக்கள் அனைவருக்கும் பொதுவான விதிகள் ஆகும். உங்கள் எண்ணங்கள் மற்றும் செயல்களின் அடிப்படையில் அவை பிரபஞ்சத்தால் செயல்படுத்தப்படுகின்றன. உங்களுக்கு தீமை செய்த ஒருவரை நீங்கள் பழி வாங்கினால், தீவினை உங்களைச் சேர்கிறது. பிறகு, அதன் விளைவுகளை நீங்கள் அனுபவிக்க வேண்டும். அவர் உங்களுக்கு தீமை செய்தார்; அதனால் நீங்கள் சரிக்கு சரி செய்யத்தான் எதிர் வினை புரிந்தீர்கள் என்று நீங்கள் உங்கள் செயலை நியாயப்படுத்தலாம். ஆனால் கர்மக் கணக்கு, இந்த பிரபஞ்சத்தால் அல்லது நம்மை மிஞ்சிய ஒரு மாபெரும் சக்தியால் செயல்படுத்தப்படுகிறது. யாரேனும் உங்களுக்கு தீமை செய்தால், இந்த பிரபஞ்சம் அல்லது மாபெரும் சக்தி அதனை அவர்களுக்கு திருப்பி அளிக்கும். நீங்கள் எதுவுமே செய்ய வேண்டியது இல்லை.

அதேபோல் ஒருவருக்கு தீமை செய்வதைப் பற்றி சிந்தித்தாலும் அல்லது எதிர்மறையான, தீய எண்ணத்தை உருவாக்கிக் கொண்டாலும் அது தீய கர்மாவை உண்டாக்கும். அடுத்தவருக்கு நன்மை செய்வது பற்றி மட்டுமே சிந்தியுங்கள். யாராவது உங்களுக்குத் தீமை செய்தால் அவர்கள் மீது இரக்கம் காட்டுங்கள். அவர்களுக்கு நன்மை செய்ய நினைக்கலாம் அல்லது அவர்களைப் பற்றி நினைக்காமலே இருக்கலாம். அவர்களைப் பற்றி மனதில் எந்த எண்ணமும் கொள்ளாதீர்கள். உணர்வுடன் யோசிக்காமல், தானாகவே உங்களுக்குத் தீய எண்ணமோ, எதிர்மறை எண்ணமோ ஏற்பட்டால், அவை உங்கள் தீய கர்மாவில் சேராது. நீங்கள் வேண்டுமென்றே யோசித்து ஒருவருக்காக தீய எண்ணத்தை உருவாக்கிக் கொண்டால், அதன் விளைவுகள் உங்கள் தீய கர்மாவில் சேரும்.

இது மக்களின் மனதில் வேறொரு கேள்வியை உண்டாக்கலாம். "நான் கடவுளை வணங்கிய பின்னும் துன்பம் அடைந்து கொண்டே இருந்தால், நான் எதற்காக கடவுளை வணங்க வேண்டும்? எளிய மக்களைக் கடவுள் தண்டிக்கிறார் என ஏன் தோன்றுகிறது?" நாம், தீவினைகளின் விளைவுகளைக் கடவுளை வணங்குவதால் சரி செய்து விட முடியாது என்பதை நினைவில் கொள்ள வேண்டும். நீங்கள் அதைத் தாங்கித் தான் ஆக வேண்டும். கடவுளை முறையாக தொடர்ந்து வணங்கி வந்தால், அது, நாம் மேலும் தீவினைகள் செய்யாமல் தடுக்கும். கடவுள், நாம் மேலும் தீவினைகள் செய்யாமல் இருக்க, நமக்கு ஞானத்தையும், அறிவையும் அளிக்கிறார்.

நெறிமுறை இல்லாத, தவறானவற்றைச் செய்யும் சிலரை, இந்த கர்ம விதி ஏன் பாதிப்பதில்லை என்று சிலர் வியக்கின்றனர். ஆனால் நமக்கு தெரியாதது என்னவென்றால், இந்த தவறான மனிதர்கள், முற்காலத்தில், சில நல்ல செயல்களைச் செய்திருக்கலாம். இப்போது செய்யும் தவறான செயல்களுக்குப் பின் விளைவை அவர்கள் எதிர்காலத்தில் கட்டாயமாக அனுபவிப்பார்கள். இதைக் கணக்கில் எடுத்துக் கொண்டால், இந்தப் பிறவியில் தவறு ஏதும் செய்யாத நல்லவர்கள் துன்பப்படுகிறார்கள் என்றால், முன்னால் செய்த தீவினைகளுக்குக்கான விளைவைத்தான் அவர்கள் அனுபவிக்கிறார்கள். ஒருமுறை அந்த கணக்கு தீர்ந்து விட்டால், அதன் பிறகு துன்பங்களை அனுபவிக்க மாட்டோம்.

இப்போது துன்பம் அனுப்பி வைக்கும் நல்லவர்கள், ஏமாற்றத்தால், தீவினைகளைச் செய்ய முற்படலாம். நன்மை செய்வதால் துன்பப்படுகிறோம் என்றால் ஏன் நன்மை செய்ய வேண்டும் என்று அவர்கள் நினைக்கத் தொடங்குகிறார்கள். இதை செய்வதால், தங்கள் கணக்கில் இன்னும் பாவங்களைச் சேர்த்துக் கொள்கிறார்கள் என்று அவர்களுக்குத் தெரிவதில்லை. கர்மாக்களைக் குறித்து ஏமாற்றம்

அடைவதை விட ஒருவரின் கர்மா மற்றும் அதன் விளைவுகளை ஏற்றுக் கொள்வதே சிறந்தது. ஆன்மீக சிந்தனை உடைய அமைதியான மனம், இப்பிறவியில் கர்மாக்களைக் கரைக்க உதவுகிறது. உங்களால் தீவினைகளின் விளைவுகளைச் சந்திக்க முடியும்; அதன் பிறகு, நல்வினைகளின் நல் விளைவுகளை அனுபவிக்கவும் முடியும்.

“ஏற்கனவே செய்த தீவினைகளின் பயனை அனுபவிக்கத்தான் வேண்டுமா?” என்று மக்கள் பிறகு கேட்பார்கள். இதற்கு சுருக்கமான பதில் – ஆம். ஆனால் கடவுளிடம் பிரார்த்தனை செய்வது, விளைவுகளை ஏற்றுக்கொள்ளக்கூடிய உறுதியையும், உணர்வையும் அளிக்கிறது; இதனால் துன்பம் பெரிதாகத் தெரிவதில்லை. நீங்கள் அதை முழுமையாக ஏற்றுக்கொண்டால், நீங்கள் சந்திக்கும் தீவினையின் விளைவுகள் மிகுதியாகத் தோன்றுவதில்லை. நீங்கள் அமைதியான மனதுடன் அதைச் சந்திப்பீர்கள். உங்கள் தீவினைகளின் கணக்கு முழுவதும் தீர்ந்தவுடன், உங்கள் வாழ்க்கையை அழகாக, மகிழ்ச்சியாக அனுபவிக்க தொடங்குவீர்கள். எனவே மாபெரும் சக்தி அல்லது தெய்வத்தை நம்பி பிரார்த்தனை செய்வது அவசியமான தேவையாகும்.

சிலர் மீண்டும், மீண்டும் தீமைகளை அனுபவித்துக்கொண்டிருப்பார்கள். இரண்டு மாதத்தில், ஒருமுறை வீட்டில், ஒரு முறை லிஃப்ட்டில், ஒருமுறை மொட்டை மாடியில் என, மூன்று முறை தான் உள்ளே மாட்டிக் கொண்டதாக, என் நண்பன் என்னிடம் கூறினான். இப்போது அவன் மிகவும் பயப்பட்டான். இது மீண்டும் நடக்காமல் எப்படி நிறுத்துவது என்று அவன் யோசித்துக் கொண்டிருந்தான். சில விஷயங்கள் நடக்கும் அல்லது நடக்காது என்று நினைத்துக் கொண்டே இருந்தால் அது நடக்கும். சில விஷயங்கள் நடக்கக் கூடாது என்று நினைத்துக் கொண்டே இருந்தால், அது நடக்கும். இதற்கு “ஈர்ப்பு விதி” என்ற பெயர். இது மிகவும் எளிமையானது. நீங்கள் எதைப் பற்றியாவது மிக அதிகமாக நினைத்துக் கொண்டிருந்தால், அதை நோக்கி நகர்கிறீர்கள்; உங்கள் உணர்வில்லாமலேயே அதை நோக்கிப் பயணித்து கொண்டிருக்கிறீர்கள். அதை நோக்கிப் போவதற்கு வசதி வாய்ப்புகளை இது ஏற்படுத்துகிறது. அது நன்மையோ, தீமையோ அதை பற்றி நினைக்க, நினைக்க நீங்கள் அதை நோக்கி சென்று கொண்டிருக்கிறீர்கள்.

என் நண்பனின் விஷயத்தில், எதிர்மறையான எண்ணம் என்பதால், அது தோன்றும் போதெல்லாம், அதனை வளர்த்துக் கொள்ளாமல் இருக்க வேண்டும். இந்த எண்ணங்களை வளர்த்துக் கொள்ளாமல் இருந்தால் ஒரு கட்டத்தில் அந்த எண்ணங்கள் அவன் மனதை விட்டு போய்விடும். அதைப்பற்றி அதிகமாக எண்ணினாலும், பயந்தாலும்,

அது மீண்டும் நடக்காமல், அவனால் நிறுத்த முடியாது. அதைப்பற்றி சிந்தித்துக் கொண்டே இருப்பதில் பயனில்லை. ஈர்ப்பு விதியின் படி அதைப்பற்றி சிந்தித்துக் கொண்டே இருப்பதன் மூலம் அதை மேலும் வரவேற்கிறான்.

ஒன்றைப் பற்றி நீங்கள் நினைக்காமல் இருந்தால் அது நடப்பதற்கான வாய்ப்பு மிகவும் குறைவாகும். நீங்கள் அமைதியான மனதுடன், தீர்ந்துவிட்டது என்று நினைத்தீர்கள் என்றால், அது பிரச்சனையில் இருந்து உடனடி நிவாரணம் அளிப்பதுடன், அந்த பிரச்சினையின் தீர்வை நோக்கி உங்களை இட்டுச் செல்லும். இந்த பிரச்சனை தானாக உங்கள் மனதில் தோன்ற கூடாது. அது தானாக தோன்றினால், அதன் மீது உங்களுக்கு கட்டுப்பாடு இல்லை. நீங்கள் அதை சுற்றித் திட்டமிட்டு, அதைப்பற்றி எண்ண நேரம் ஒதுக்கலாம். குறிப்பிட்ட நேரத்தில் பிரச்சினைகளைப் பற்றி எண்ணி தீர்வு காண நினைத்தால், அந்தப் பிரச்சினையின் மீதும்,. அது தொடர்பான எண்ணங்களின் மீதும் உங்களுக்கு கட்டுப்பாடு உள்ளது. இந்த கட்டுப்பாடு வந்து விட்டால் வேண்டாத, எதிர்மறையான, அலைக்கழிக்க கூடிய எண்ணங்களை அழித்து, அவைகளை ஈர்ப்பதை நிறுத்தலாம்.

ஈர்ப்பு விதிகளைப் பற்றியும், எண்ணங்களின் சக்தியைப் பற்றியும் அறிய எனது வாழ்க்கையிலிருந்து ஒரு எடுத்துக்காட்டைப் பார்ப்போம். பேருந்தைக் காட்டிலும் ரயிலிலோ, காரிலோ, பயணிக்கவே நான் எப்போதும் விரும்புவேன். பேருந்தில், என் முழு உடலும் குலுங்குவதால் எனக்கு அசௌகரியம் ஏற்படுகிறது. கழிப்பறை வசதி இல்லாதது மேலும் ஒரு அசௌகரியம். உங்களுக்காக ஓட்டுனரை நிறுத்தச் சொல்ல முடியாது. அப்படி செய்தால், உங்களுக்கு குற்ற உணர்வு ஏற்படும். கழிப்பறை செல்வதற்காக ஒரே ஒரு முறை தான் பேருந்து நிற்கும். அதுவரை இயற்கை அழைப்பை நீங்கள் கட்டுப்படுத்திக் கொள்ள வேண்டும். மனதின் விசித்திரம் என்னவென்றால், ஏதோ ஒன்றை நீங்கள் கட்டுப்படுத்த நினைத்தால், நடக்க வேண்டாம் என்று விரும்பினால், அது குறித்த உங்கள் பயம் அதை நடத்தியே தீரும்.

கடந்த முறை ரயிலில் டிக்கெட் கிடைக்காமல், நான் பேருந்தில், பயணம் செய்ய நேர்ந்த போது, கழிவறையைப் பயன்படுத்துவதைத் தவிர்ப்பதற்காக நான் தண்ணீர் உட்கொள்ளும் அளவைக் குறைத்துக் கொண்டேன். நீங்கள் எதையாவது கட்டுப்படுத்த வேண்டும் என்று நினைத்தாலோ, எதாவது நடக்க கூடாது என்று நினைத்தாலோ, நீங்கள் அதை ஈர்க்கிறீர்கள். பேருந்து ஓரிடத்தில் நின்றது. இருப்பினும், என் தூக்கம் கலைந்ததால், எனக்காக மட்டும் ஓட்டுநரை வேறொரிடத்தில் நிற்கச் செய்தேன். நான் திரும்பி வரும்போது, என்னுடைய ரயில் பயணத்தில், இதற்கு நேர் மாறாக, அதிக அளவு தண்ணீரும்

பழரசங்களும் அருந்தினேன். எந்த நேரத்தில் வேண்டுமானாலும் கழிவறையைப் பயன்படுத்த முடியும் என்ற நம்பிக்கையுடன் இருந்தேன். நான் அதிக அளவு நீர் அருந்தியிருந்தேன்; கழிவறையும் பயன்படுத்த தக்கவாறு இருந்தது; இருந்தாலும், நான் அதைப் பற்றி சிந்திக்கவோ, கவலைப்படவோ இல்லை. மனம் அழுத்தம் ஏதும் இல்லாமல் நிம்மதியாக இருந்தது. நான் இறங்கும் வரையில் கழிவறையைப் பயன்படுத்தும் அவசியம் வரவே இல்லை.

மனமே அனைத்திற்கும் காரணம் என்பதை இந்த எடுத்துக்காட்டு தெளிவாக உணர்த்துகிறது. சில விஷயங்கள் நடக்க கூடாது என்று நாம் விரும்பினால், மனதில் அது குறித்த பயம் உருவாகிறது. அது குறித்து நாம் எவ்வளவுக்கு எவ்வளவு பயப்படுகிறோமோ, எவ்வளவுக்கு எவ்வளவு அது நடக்கக் கூடாது என்று நினைக்கிறோமோ, அவ்வளவுக்கு அவ்வளவு அது நடக்கும் சாத்தியக்கூறு அதிகரிக்கிறது. அதைப்பற்றி அதிகமாக சிந்திக்காமல், கவலைப்படாமல், "நடப்பது நடக்கட்டும்" என்று இருந்தால் அது நடக்காது.

எது நடக்கக்கூடாது என்று நினைக்கிறீர்களோ அல்லது எது நடக்க வேண்டும் என்று நினைக்கிறீர்களோ, அதைப்பற்றி அதிகம் எண்ணாதீர்கள். அது நடக்க என்னென்ன செய்ய வேண்டுமோ, அவற்றைச் செய்துவிட்டு, மிச்சத்தைக் கடவுளிடம் விட்டு விடுங்கள். அது குறித்த எதிர்மறை எண்ணங்கள் ஏற்படும் போது, அதை வளர்ப்பதற்கு பதில், வெறுமையாக்கிக் கொண்டே இருங்கள். நீங்கள் எது செய்கிறீர்களோ, அதில் கவனம் செலுத்துவது இன்னொரு முக்கியமான அம்சம். இந்த முறையில் நீங்கள் உங்கள் மனதுக்குப் பொறுப்பேற்றுக்கொண்டு, கட்டுப்படுத்த முடியும்.

4. இதயத்தின்/ மனதின் குரல்

- உணர்ச்சிகளா அல்லது சரியான செயலா
- சரியான செயலை தேர்ந்தெடுத்தல்
- இதயத்தின் குரலைக் கேட்பதா; மனதின் குரலைக் கேட்பதா?

நீங்கள் கட்டாயம், புலன் இன்பங்கள் அல்லது உணர்ச்சிகள் காரணமாக எதையாவது செய்ய விரும்பி, அதை உங்கள் மனம் தவறு என்று சொன்னால், அது நெறிமுறையான, சரியான செயல் இல்லை என்பதே காரணமாக இருக்கலாம். எந்த செயல் சரியானது, நெறிமுறைக்குட்பட்டது என்பது உங்கள் மனதுக்குத் தெரியும். உங்களை சுற்றி இருக்கும் மக்கள் அதை செய்து கொண்டு இருக்கலாம்; அதை மகிழ்ச்சியாக அனுபவிக்கவும் செய்யலாம்; அவர்கள் மகிழ்ச்சியாக இருப்பதாக தோன்றலாம். இவ்வளவு 'தீவினைகள்' என்று கூறப்படுபவற்றைச் செய்யும் போதும், மக்கள் எவ்வாறு மகிழ்ச்சியாக இருக்கிறார்கள் என்று உங்கள் மனம், கர்ம விதியால் அலைக்கழிக்கப்படலாம். இதோடு சேர்ந்து, புலன் இன்பங்களால் கிடைக்கக்கூடிய உடனடி இன்பம் உங்களை மயக்கலாம். இது போராட்டத்தையும், குழப்பத்தையும் உண்டாக்கலாம்.

நீங்கள் சுற்றுப்புற சூழல்களால் பாதிக்கப்படக்கூடிய மனிதர் என்பதால், புலன் இன்பங்கள், உணர்ச்சி ரீதியான அலைக்கழிப்புகள், எதிர்பார்ப்புகள், உடனடி இன்பம் ஆகியவை, உங்கள் இதயம் அல்லது மனம் ஏற்றுக் கொள்ளாத, நெறிமுறை அற்ற தவறான செயல்களை நோக்கி உங்களைச் செலுத்தலாம். அது நீங்கள் செய்யப் போகும் செயலின் தீவிரத்தைப் பொறுத்தது. எடுத்துக்காட்டாக, நண்பர்களுடன் சேர்ந்து பார்ட்டிகளில் எப்போதாவது மது அருந்துவது போன்ற தீவிரம் குறைவான செயலாக இருந்தால், உங்கள் மனம் அது நல்லதில்லை என்று எச்சரித்தாலும், நீங்கள் சுற்றுப்புற சூழ்நிலையாலும், சில கட்டாயங்களாலும், அதனைச் செய்கிறீர்கள். உங்களுக்கு அதன் மீது கட்டுப்பாடு இருந்தால், அதை செய்யலாம். அதற்கு அடிமையாகி விடக்கூடாது என்பதில் கவனமாக இருக்க வேண்டும்.

சில செயல்கள் உடனடி மகிழ்ச்சி தரலாம்; ஆனால் அது தற்காலிகமானது தான் என்பதை உணர வேண்டும். நெறி முறையான செயல்களைச் செய்வது, பல நேரங்களில் சலிப்பூட்டுவதாகவே இருக்கும். அதன்

காரணமாக வரும் நேர்மறையான விளைவுகள் தாமதமாக வரலாம். ஆனால், அதனால் கிடைக்கும் மகிழ்ச்சி நிரந்தரமானது.

சாதாரணமாக, ஒரு வயது வரும் வரையில், தானாக முடிவெடுக்கும் அளவுக்கு அறிவு, புரிந்துணர்வு அல்லது ஆற்றல் இல்லாததால், நம் பெற்றோர் மற்றும் நம் வாழ்க்கையில் முக்கியமான சிலர் நம் மீது தாக்கத்தை ஏற்படுத்துகின்றனர். நமக்கு 14 அல்லது 15 வயது ஆகும் வரை இது உண்மை. அதற்குப் பிறகு, மற்றவரை ஒப்புக்கொள்ள செய்யக்கூடிய சரியான மனம் மற்றும் சிறிதளவு முதிர்ச்சி இருந்தால் நமது முடிவுகளை நாமே எடுக்கலாம்.

முக்கியமான முடிவை நாம் எடுத்தாலும், வேறு சில வேலைகளும் கடமைகளும் நம்மைச் சுற்றியுள்ள உலகத்தால் தான் வழி நடத்தப்படுகிறது. நமது வாழ்வின் பெரும் பகுதியான நமது உணர்ச்சிகள், எதிர்பார்ப்புகள், புலன் இன்பங்கள் நம் மீது தாக்கத்தை ஏற்படுத்துவதால், நம்மால் அதைத் தவிர்க்க இயலாது. ஆனால் நமது முக்கியமான நோக்கங்கள், ஆசைகள், வேட்கை ஆகியவற்றை நாமே அமைதியான, முதிர்ந்த, ஆரவாரம் இல்லாத மனதுடன் முடிவு செய்யலாம்.

நாம் என்ன செய்யப் போகிறோம் என்பதை முடிவு செய்ய, அமைதியான, எதற்கும் கவலைப்படாத மனநிலையை ஏற்படுத்திக் கொள்ள வேண்டும். அமைதியான, ஆரவாரம் இல்லாத மனதின் மூலம் நாம் செய்வதை ஊக்கத்துடனும், ஆர்வத்துடனும் தான் செய்கிறோமா என்பதை அறிந்து கொள்ள முடியும். சில சமயம் மற்றவர்களால் தூண்டப்பட்டு எடுக்கப்படும் பெரிய முடிவுகளில் இருந்து நாம் வெளிவர முடியாமல் இருக்கலாம். ஆனால் நமது ஆர்வத்துக்கும், நமது நோக்கங்களுக்கும், சிறிதளவு நேரம் ஒதுக்கலாம். நாம் செயல்களைச் சீராக செய்ய ஆரம்பித்து, நம்பிக்கை அடைந்தவுடன் நமக்கு எதில் ஆர்வம் இருக்கிறதோ அதை செய்ய தொடங்கலாம்.

இதயத்தின் குரல், உணர்ச்சிகள் மற்றும் அன்பின் அடிப்படையிலானது; அது தூய்மையானது. அதற்கு புத்திசாலித்தனமாகவும், சாதுர்யமாகவும் நடந்து கொள்ளத் தெரியாது. சில நேரங்களில் அது நம்மைத் தொல்லைக்கு ஆட்படுத்தி விடும். பெரும்பாலான நேரங்களில், அது நடைமுறைக்கு ஒவ்வாததாகவே இருக்கும். சில நேரங்களில் மனிதர்களை நல்லவர்களாக மாற்றும் அன்பின் சக்தியைக் கொண்டதாக இருக்கும். அதுவே புத்தியின் குரல் மிகுந்த கவனத்தோடும், சாதுரியமாகவும், புத்திசாலித்தனமாகவும் இருக்கும். அது கட்டாயங்கள், உணர்ச்சிகள் இருப்பினும் எந்த வழியில் சரியாக பயணிக்க வேண்டும் என்று நமக்கு கூறும். நெறிமுறை உடையது

எது, நெறிமுறை அற்றது எது என்று அது உங்களுக்கு கூறும். உடனடி தேவைகள், உணர்ச்சிகள் மீது செயல்படும் அளவுக்கு அதற்கு விவேகம் இல்லையோ என்று சில நேரங்களில் தோன்றும். ஆனால், இறுதியில் அதன் முடிவு, தெளிவானதாகவும், பாராட்டத்தகுந்ததாகவும் இருக்கும்.

மனதின் குரல் சரியாக கேட்கும்படி, அதனை அமைதியாகவும், ஆரவாரம் இல்லாமலும், வைத்துக் கொள்வது ஒன்று தான் முக்கியமானது. அது, இதயத்தின் செயல்களினால் வெளிப்படும் குரலை, மிகவும் ஆழமாக ஏற்றுக்கொள்ளும். அது இதயத்தின் குரலையும் உள்ளடக்கியது. மூச்சுப் பயிற்சி அடிப்படையிலான கிரியாக்களையும், தியான பயிற்சியையும், முறையாகத் தினமும் செய்து, அமைதியான தெளிவான மனநிலையை வளர்த்துக் கொண்டு, உங்களுக்கு உண்மையிலேயே என்ன செய்ய பிடிக்கும் என்பதை கண்டுபிடிக்கலாம்.

உணர்ச்சிகளைக் கையாளுதல்

5. கோபத்தை அடக்கியாளுதல்

- கோபம் - அதன் மையத்தில் என்ன உள்ளது?
- கோபத்தின் பல்வேறு காரணங்கள்
- மனிதர்களின் இயல்பு-கோபத்தை வெளிக்காட்டுவதா வேண்டாமா?
- கோபம் எனும் உணர்ச்சியைக் கையாளுதல்

கோபம் என்பது மனிதர்களால் எதிர்கொள்ளப்படும் மிகப் பொதுவான உணர்ச்சிகளில் ஒன்று. கோபப்படுபவர்களில் பெரும்பாலானோர் அவர்களின் கோபத்தின் மையக்கரு எது என்பது புரியவில்லை என்கிறார்கள். சின்னஞ்சிறு விஷயங்கள் கூட அவர்களைக் கோபப்படுத்துகிறது அல்லது எரிச்சல் படுத்துகிறது. அதனால் கட்டுப்பாட்டை இழக்கிறார்கள்; அதை எவ்வாறு கையாள்வது என்று தெரியவில்லை.

குறைந்த சுய முக்கியத்துவத்தினால் ஏற்படும் பயம், கவனத்தை இழப்பது பற்றிய பயம் அல்லது எதிர்மறை தன்மையைப் பற்றிய பயம் ஆகியவற்றால் ஏற்படும் பாதுகாப்பின்மை காரணமாக கோபம் ஏற்படுகிறது. பொறாமை காரணமாகவும் உங்களுக்குள் இருக்கும் ஆழ்ந்த ஈகோவின் காரணமாகவும் சில நேரங்களில் கோபம் ஏற்படலாம். உங்கள் முக்கியத்துவம் குறையும் என்ற பயத்தை ஏற்படுத்தக் கூடிய எவரும் உங்கள் எதிரியாகி விடுகிறார். நீங்கள் எதனாலாவது ஆக்கிரமிக்கப்பட்டிருக்கும் வரையில் இந்த கோபம் உங்களிடம் ஒளிந்திருக்கும். இவ்வாறான நிகழ்வுகளில் இது அடுத்தவரின் தவறல்ல. இதை மாற்றுவது உங்கள் கைகளில் தான் உள்ளது. அந்த மனிதர் உங்கள் எதிரி அல்ல; உங்களுக்கு மிகவும் நெருக்கமானவர் என்ற எண்ணத்தை ஏற்படுத்திக் கொண்டால், அந்த மனிதரின் மீது உங்கள் கோபம் குறையும்.

எதிர்பார்ப்புகளில் ஏமாற்றம் ஏற்படுதல் போன்ற மற்ற காரணங்களால் ஏற்படும் கோபம் நிலைப்பதில்லை; அது தற்காலிகமான இயல்பு கொண்டது. தாங்கள் மிகவும் திறமையானவர்கள் என்று நம்பும் பலர், சில விஷயங்களில் வெற்றி அடையவில்லை என்றால் கோபமும், நிராசையும் அடைவார்கள். வெற்றி பெற்றவர்கள், புகழப்பட்டு, பாராட்டப்பட்டு, அவர்கள் தங்களைவிட மேன்மையானவர்கள் என்று

எண்ணப்படுவார்கள் என்று அவர்கள் நினைக்கிறார்கள். தோற்றால், மக்கள் தங்களைக் கேவலமாக நினைப்பார்கள் என்று அவர்கள் நம்புகிறார்கள். மற்றவர்கள் வெற்றி பெறுகிறார்கள் என்பதைப் பொறுத்துக் கொள்ள முடியாமல், பொறாமையும், கோபமும் கொள்கிறார்கள். மற்றவர்கள் பாராட்டப்படுவதை அவர்களால் பொறுத்துக் கொள்ள முடியவில்லை. தங்களுடைய கண்களிலும், அடுத்தவர் கண்களிலும், தாம் தாழ்ந்து போனதாக உணர்கிறார்கள். தங்களுக்கு முக்கியத்துவம் கிடைக்காது என்றும், தங்களிடம் நெருக்கமாக இருப்பவர்கள், தங்களை விட்டு, வெற்றி பெற்றவரைப் போற்றுவார்கள் என்றும் அவர்கள் நினைக்கிறார்கள்.

அதிகமான சுய முக்கியத்துவம் விரும்பும் இந்த உணர்ச்சியை மாற்ற வேண்டுமானால், பணம், அதிகாரம், புகழ் அனைத்தையும் தாண்டி எல்லா மனிதர்களும் சமம் என்று நீங்கள் நம்ப வேண்டும். சந்தர்ப்ப சூழ்நிலைகளும், வசதி வாய்ப்புகளும் தான் மக்கள் சாதித்து, வெற்றியாளர்களாக மிளிர உதவுகிறது. அதே வசதி வாய்ப்புகள், தோல்வியுற்றவர்களுக்கு வழங்கப்பட்டால் அவர்களும் வெற்றி பெறுவார்கள். வெற்றி பெற்றவர்களும், தங்களது சாதனை குறித்து பெருமை அடித்துக் கொள்ள முடியாது. வெற்றி பெறும் போது அமைதியாகவும், அடக்கமாகவும் இருந்தால்தான், தோல்வி வரும்போதும் நிம்மதியாக இருக்க முடியும்.

உலகத்தில் பதவியும், அதிகாரமும் தான் வணங்கப்படுகின்றன; அவற்றை அடையும் மக்களுக்குதான் முக்கியத்துவம் அளிக்கப்படுகிறது என்பதையும் நினைவில் கொள்ள வேண்டும். எப்படியும் இவை நிரந்தரமான சாதனைகள் அல்ல; இன்றைக்கு முக்கியத்துவம் பெறும் எவரும், அந்த பிம்பத்தை தக்க வைத்துக் கொள்ளவில்லை என்றாலும், எதைச் செய்து அவர்கள் அந்த முக்கியத்துவத்தை அடைந்தார்களோ, அதை தொடர்ந்து செய்ய முடியவில்லை என்றாலும், அந்த இடத்தை இழந்து விடுவார்கள். இதை உணர்ந்தால், பாதுகாப்பின்மையிலிருந்தும் அடுத்தவர் மீதான நிரந்தரமான கோபத்திலிருந்தும் விடுபடலாம். இதை அறிந்து கொண்டால், மற்றவர் வெற்றி பெறும் போது பாதுகாப்பின்றி உணராமலும், பொறாமை அடையாமலும், அவர்களை பாராட்ட முடியும். முதலில் இது சிறிது கடினமாக தோன்றலாம். ஆனால் சிறிது காலத்தில் இது பழகிவிடும். ஒருவர் வெற்றி அடைவதால், அவர் மட்டும் தான் மிக சிறந்தவர் என்பது இல்லை என்று நமக்கு புரிந்துவிடும்.

நீங்கள் முறையான பயிற்சியுடன், முயற்சி செய்தால், பெரும்பாலான நேரங்களில் வெற்றி பெற்று விடுவீர்கள் என்பதையும் உணர்வீர்கள். நீங்கள் வெற்றி பெறவில்லை என்றால் அதை ஒப்புக் கொள்ளலாம். ஒப்புக் கொள்வது மிகப்பெரிய தீர்வாகும். வெற்றி பெறுவதற்காக

விளையாடும் போது பதற்றமும், கோபம், பொறாமை உள்ளிட்ட பல வேண்டாத எண்ணங்களும் உங்களுக்கு ஏற்படுகின்றன. அவற்றை வளர்த்துக் கொள்வதற்குப் பதில், வெறுமையாக்கிக் கொண்டே இருக்க வேண்டும். அவ்வாறு செய்வது, அந்த எண்ணங்கள் உங்கள் மனதை விட்டு நீங்கி, நேர்மறையான, வெற்றிகரமான எண்ணங்கள் உங்கள் மனதில் உருவாக வழி வகுக்கும்.

பயிற்சி இல்லாத மனித மனங்கள், கோபத்தை அனுபவிப்பது இயல்பு தான். உள்ளே கோபம் ஏற்படும் போது, அதை வெளிக்காட்டலாமா, கூடாதா என்ற கேள்வியும் இருக்கிறது. கோபமும், காயமும் வெளிக்காட்டப்படும் போது சமாதானமாகிறது என்று சிலர் நம்புகிறார்கள். உங்கள் கோபம், எதிர்ப்பற்றதாக, மக்களைக் காயப்படுத்தி, நியாயமற்றதாக இருக்கும் போது, அதை வெளிப்படுத்துவதால் சிறிது நேரத்திற்கு சமாதானம் கிடைத்தாலும், உங்களுக்கு அது நன்மை தராது. உங்களுக்கு கோபம் வந்தாலோ, அல்லது யாராவது உங்களைக் காயப்படுத்தி இருந்தாலோ, உங்கள் இதயத்தில், ஒரு அசௌகரியமான, வேண்டாத உணர்வு ஏற்படும். இது வெளிவந்த வுடன் நீங்கள் லேசாகவும், நிம்மதியாகவும் உணர்வீர்கள். ஆனால் மற்றவரும் எதிர் பேச்சு பேசி கோபத்தை வெளிப்படுத்தினால், நீங்கள் அவ்வளவு நன்றாக உணர மாட்டீர்கள்.

சிலர் நேரடியாக கோபத்தை வெளிப்படுத்த மாட்டார்கள். உள்ளுக்குள்ளேயே வைத்துக் கொண்டிருப்பார்கள். சூழ்நிலைகள், அவர்களுக்கு வசதியாக இல்லை என்றால் நேரடியாக சொல்ல மாட்டார்கள். மோதல் ஏற்படும் என்ற பயத்தினால் அதை மென்மையாக கையாள விரும்பி, வெளிக்காட்ட மாட்டார்கள். கோபத்தை வெளிப்படையாக காண்பித்தால், தங்களைப் பற்றி மற்றவர்கள் தவறாக நினைப்பார்கள் என்று அவர்கள் எண்ணுகிறார்கள். அந்த வசதியற்ற சூழ்நிலையை விட்டு வெளியேற, அவர்கள் தேவையில்லாமல், மற்ற இடங்களில் கோபத்தை வெளிப்படுத்த தொடங்குவார்கள். கோபத்தை எளிதாக காட்டக்கூடிய ஏதோ ஒரு காரணம், ஒரு சூழ்நிலை அல்லது வசதியான ஒரு பலியாட்டைத் தேடி, இந்த கோபத்திற்கு வடிகால் ஆக்குவார்கள்.

சில பேருக்கு சில விஷயங்கள் பிடிக்காது. அதை அவர்கள் நெறியற்றது என்று கருதுவார்கள். அநியாயங்களுக்கு எதிரான தங்களது கோபத்தை நேரடியாக வெளிக்காட்டுவார்கள். திறந்த மனதுடைய மக்கள் இவ்வாறு நடந்து கொள்வார்கள். கோபத்தை வெளிக்காட்டுவது, வெளிக்காட்டாமல் இருப்பது, இவற்றை வைத்து ஒருவர் நல்லவர் என்றோ கெட்டவர் என்றோ கூற முடியாது. இது ஒவ்வொருவருடைய இயற்கையைப் பொறுத்தது. சிலர் மென்மையாக, அடுத்தவரைக்

காயப்படுத்தக் கூடாது என்பதற்காக கோபத்தை மறைவாக வெளிப்படுத்துகிறார்கள். திறந்த இயல்புடையவர்கள், கோபத்தை வெளிப்படையாக காண்பிக்கிறார்கள். இது காரண காரியத்தின் தீவிரத்தைப் பொறுத்தது.

கோபம் என்பது யாரோ ஒருவருக்கு ஏதோ ஒன்றை கூற விழைவதே ஆகும். பொதுவான ஒரு நன்மைக்கு அவசியமென்றால், அது கடுமையாக வெளிப்படலாம். மாற்றாக, அமைதியான, ஒப்புக் கொள்ள வைக்கக்கூடிய முறையிலும் அது வெளிப்படலாம். இவ்வாறு கோபம் வெளியிடப்பட்டால், மக்களின் சுயம் பாதிக்கப்படாது என்பதால், நீங்கள் சொல்வதைக் கேட்க முயல்வார்கள்.

எதாவது ஒன்றின் மீது வருத்தமாகவோ, யார் மீதோ கோபமாகவோ இருக்கையில், நம் உணர்ச்சிகளை அடக்க கற்றுக் கொள்ள வேண்டும். ஞாபகம் வைத்து கற்க வேண்டிய சில விஷயங்கள் கீழ்கண்டவாறு:

- கோபம் போன்ற உணர்ச்சிகளைக் கட்டுப்படுத்த மூச்சுப்பயிற்சி உதவுகிறது. நாம் விழிப்புணர்வுடன், மூச்சை அமைதியான நிலைக்குக் கொண்டு வந்தால், நமது கோபமும், மன அழுத்தமும் குறைகிறது. மூச்சுப் பயிற்சி சம்பந்தமான கிரியாக்களையும், தியானப் பயிற்சியையும் சேர்த்து செய்தால், நமது உடலும், மனமும் அமைதியாகும்.

- நம் உடலும், மனதும் அமைதியாகிவிட்டால், நாம் எல்லாவற்றையும் சுலபமாக எடுத்துக் கொள்வோம். நேர்மறையான முடிவாக இருந்தாலும், எதிர்மறையான முடிவாக இருந்தாலும், நம்மால் எல்லாவற்றையும் சுலபமாக எடுத்துக் கொள்ள முடியும். நாம் இந்த மனநிலையை அடைந்து விட்டால், நாம் உணர்ச்சிகளின் பிடியில் இருந்து மீண்டு, எல்லாவற்றையும், எல்லோரையும் புரிந்து கொள்ள முடியும். எரிச்சலையும் போக்க இது உதவுகிறது.

- உங்கள் கோபம் மற்றும் வருத்தத்தின் காரணிகளுக்கு தீர்வு கண்டுவிட்டது போல் காட்சிப்படுத்திக் கொள்ளுதல் தான், அவற்றை வெல்வதற்கான வழியாகும். அது கோபம் அல்லது வருத்தத்தை விட்டு நீங்கள் உடனடியாக வெளிவந்து, சாதாரணமாக உணர உதவும்.

- உங்களுக்கு எதிராக ஏதாவது நடக்கிறது என்றால், அது உங்களுடைய செயல்கள் மற்றும் துரதிர்ஷ்டமான சூழ்நிலைகளால் நடக்கிறது. உங்களுக்கு நடந்த அல்லது நடந்து கொண்டிருக்கின்ற நேர்மறையான விஷயங்களைப் பற்றி

நினைத்துப் பாருங்கள். மனிதர்களுக்கு சராசரியாக 95% நல்ல விஷயங்களே நடக்கின்றன.

- யாரும் முதல் பார்வையிலேயே உங்களை வெறுப்பதில்லை. சந்தர்ப்ப சூழ்நிலைகள் மற்றும் செயல்களால் தான் அது நடக்கிறது. மனிதர்களை அவர்கள் இடத்தில் இருந்து புரிந்து கொள்ளுங்கள். அது உங்களைக் கோபம் மற்றும் வருத்தத்தில் இருந்து வெளியே கொண்டு வரும். பார்த்தவுடன் யாருமே எதிரியாவதில்லை; அவர்களின் சந்தர்ப்பங்களும், சூழ்நிலைகளும் தான் அவர்களை உங்களுக்கு எதிராக செயல்பட வைக்கிறது. அவர்கள் இருந்த சந்தர்ப்ப சூழ்நிலைகளில் நீங்கள் இருந்திருந்தால், நீங்களும் அவர்களைப் போன்றே செயல்பட்டிருப்பீர்கள். மனிதர்கள், உங்களை வெறுப்பதும், விரும்புவதும் நிரந்தரமானது அல்ல. சந்தர்ப்ப சூழ்நிலைகளுக்கு ஏற்ப அனைத்தும் மாறும். நல்ல விஷயங்களையோ, அல்லது அந்த மனிதரின் நல்ல குணங்களையோ நினைத்துப் பாருங்கள்.

- மனிதனுக்கு கடவுள் கொடுத்த மிகப்பெரிய பரிசு மனம். நீங்கள் உடல் ஊனமுற்றவராக இருந்தாலும், அமைதியான சரியான மனநிலையை வளர்த்துக் கொண்டால், நீங்கள் அழகாக வாழலாம். மற்றவர் உங்களை விரும்பும் போது அமைதியாக இருங்கள். மகிழ்ச்சியில் துள்ளக்கூடாது. மக்கள் உங்களை விரும்பாத போதும், அமைதியாக இருக்க இது உதவும்.

- எல்லா சூழ்நிலைகளும் தற்காலிகமானது தான். சட்டென்று முடிந்து விடும். நிகழ்காலத்தில் கவனம் செலுத்துங்கள். எந்த சூழ்நிலையைப் பற்றியும், மனிதரைப் பற்றியும், எதிர்மறை எண்ணங்களை வளர்த்துக் கொள்ளாதீர்கள். அந்த எண்ணங்கள் வரும்போது எல்லாம் அவற்றை விரட்டி அடித்துக் கொண்டே இருங்கள். கட்டாயமாக உங்களை வேறு எதிலாவது ஈடுபடுத்திக் கொண்டு, உங்களுடைய கோபம் மற்றும் வருத்தத்தின் மூலக்காரணத்தைப் பற்றிய உங்கள் எண்ணத்தை மாற்றிக் கொள்ளுங்கள்.

6. கவலை, பயம் மற்றும் அழுத்தம் - கையாளுதல்.

- கவலை - காரணம் மற்றும் எடுத்துக்காட்டுகள்
- பல்வேறு சூழ்நிலைகளில் கவலையை எவ்வாறு எதிர்கொள்வது?

முடிவு என்னவென்றே தெரியாத நிலையில், எதிர்காலத்தில் நடக்கக் கூடிய ஏதோ ஒன்றைப் பற்றிய பயத்திலேயே நம் வாழ்க்கையை வீணாக்குகிறோம். எல்லா விஷயங்களும் சரியான திசையிலேயே போகுமா என்று அவர்கள் கவலைப்படக்கூடிய ஏதேனும் ஒரு சந்தர்ப்பத்தையோ, சூழ்நிலையையோ, சந்திக்க நேர்ந்தால், மனிதர்கள் கவலை அடைகின்றனர். உண்மை என்னவென்றால், அதை கடந்து வந்த பிறகு, அவர்களுக்கு அது ஒன்றும் இல்லாதது போல் தோன்றும்.

கண்ணனைப் பேராசிரியர் குமார், அடுத்த புதன்கிழமை தன்னை சந்திக்க வருமாறு அழைத்திருந்தார். அதற்கு முந்தைய நாள் மாலை, அவர், அவர் அளித்திருந்த பயிற்சி வேலையில் நிறைய தவறுகள் செய்ததற்காக கண்ணனைத் திட்டியிருந்தார். அன்று அவர் திருத்திய பயிற்சிகளில், கண்ணனுடையது தான் கடைசி. அந்த பேப்பரைத் திருத்த வெகு நேரம் ஆகிவிட்டதால், மறுநாள் சென்னையில் நடக்கவிருந்த கருத்தரங்கில் கலந்து கொள்ள செல்ல வேண்டிய பேருந்தை அவர் தவற விட்டு விட்டார். இன்று அவர் கண்ணனை அழைத்து புதன்கிழமை அவரைச் சந்திக்குமாறு கூறினார்.

கண்ணன் மிகவும் கவலை அடைந்தான். அவனால் நிம்மதியாகத் தூங்கக்கூட முடியவில்லை. பேராசிரியர் தன்னை அந்த பாடத்தில் தோல்வியடையச் செய்யப் போகிறார் என்று அவன் நினைத்தான். பேராசிரியர் அவனை மிகவும் கடிந்துக் கொள்ளப் போகிறார் என்று இன்னொரு எண்ணமும் எழுந்தது. புதன்கிழமை வரை ஒவ்வொரு நாளும் கண்ணனுக்கு நரகமாக இருந்தது.

புதன்கிழமையன்று மிகவும் மன அழுத்தத்துடன் கண்ணன் பேராசிரியரைச் சந்திக்கச் சென்றான். அவன் உள்ளே நுழைந்த அடுத்த கணம் பேராசிரியர் அவனுக்கு ஒரு பெட்டி நிறைய சாக்லேட் கொடுத்து நன்றி கூறினார். என்ன நடக்கிறது என்று அவனுக்கு புரியவில்லை. அவனுடைய பேப்பரைத் திருத்துவதற்கு அதிக நேரம் பிடித்ததால் பேருந்தைத் தவற விட்டு விட்டதாக பேராசிரியர் கூறினார். அந்தப் பேருந்து மிகப்பெரிய விபத்திற்கு உள்ளாகி, அதில் பயணம் செய்த

பாதி பேர் இறந்துவிட்டனர். எனவே, தாம் அந்த பேருந்தில் ஏறாததற்கு காரணமான கண்ணனுக்கு அவர் நன்றி சொல்ல விரும்பினார். நன்றியின் அடையாளமாக அவர் கண்ணனின் பயிற்சியை அங்கீகரித்து விட்டார். இந்த எதிர்பாராத திருப்பத்தால், கண்ணன் விக்கித்து விட்டான். புதன்கிழமை நடக்கவிருந்த சந்திப்பைக் குறித்து கண்ணன் கவலைப்பட்டு, மன அழுத்தத்திற்கு உள்ளாகி இருக்க, முடிவென்னவோ அவன் முற்றிலும் எதிர்பாராததாக இருந்தது.

பொதுவெளிகளிலும், சமூக குழுக்களிலும், வேலை சார்ந்த குழுக்களிலும், ஏதேனும் கேட்கும்போதோ, சொல்லும் போதோ நம்மை முட்டாள் என்று நினைத்து விடுவார்களோ என்று நாம் கவலையும், மன அழுத்தமும் அடைகிறோம். நாம், நம்மை முட்டாளாகவும், மூளை இல்லாதவராகவும் உணர்கிறோம். நாம் தவறு செய்து விடுவோம் என்றும், நம்பிக்கை இழந்து விடுவோம் அல்லது விஷயங்களைக் குழப்பி விடுவோம் என்றும் கவலை கொள்கிறோம். உங்களது தவறுகளை யாரோ சுட்டிக் காட்டி அழுத்தம் கொடுத்துக் கொண்டே இருக்கிறார் என்று நீங்கள் உணரும் போதும், இத்தகைய பதற்ற உணர்வு உண்டாகும்.

நீங்கள் கடந்த காலத்தில் நிறைய தவறுகள் செய்திருந்தால், உங்களுக்கு மேலும் பதட்டம் ஏற்பட்டு, பதட்டத்தாலும், பயத்தாலும், மேலும் தொடர்ந்து தவறுகள் செய்வீர்கள். எடுத்துக்காட்டாக, கிரிக்கெட் வீரர்கள் தங்கள் நம்பிக்கையை இழக்கும் போதும், ஃபார்மில் இல்லாத போதும், மிகவும் மோசமாக விளையாடுகிறார்கள். தவறுகள் மற்றும் தோல்விகளைப் பற்றியே அவர்கள் மீண்டும் மீண்டும் நினைப்பதால், அதே தவறுகளைத் தொடர்ந்து செய்கிறார்கள்.

செயல் திறன் தொடர்பான பதற்றம் இருக்கும் நேர்வுகளில், அதே தவறுகளை மீண்டும் செய்யாத நம்பிக்கையைக் கடினப் பயிற்சியால் மட்டுமே உருவாக்க முடியும். எந்த நிகழ்ச்சிக்கும், அல்லது பொது நிகழ்விற்கும் பயிற்சி செய்ய ஆரம்பிக்க வேண்டும். அது உங்கள் ஆழ் மனதின் வழி நன்றாக செயல் புரியும். பதற்றம் தொடர்பான எண்ணங்கள் ஏற்படும் போது அவற்றை வளர்க்காமல் வெறுமையாக்கிக் கொண்டே இருக்க வேண்டும். நீங்கள் அந்தச் செயலை நன்றாக செய்கிறீர்கள் என்பதை உங்கள் மனக் கண்ணால் காண வேண்டும். இந்தப் பிரச்சினையைச் சரி செய்ய அது உங்களுக்கு உதவும்.

என் நண்பர்களின் ஒருவன் வேறொரு காரணத்திற்காக பெரும் கவலையில் துன்புற்றுக் கொண்டிருந்தான். ஒவ்வொரு நாளும், அவன் அலுவலகத்தை அடைந்தபோது, அவனது வீட்டின் முன் கதவைப் பூட்ட

மறந்ததாக எண்ணி பதற்றம் அடைந்து கொண்டே இருப்பான். இந்த உணர்வை அவன் சரி செய்ய நினைத்தான். இம்மாதிரி சூழ்நிலைகளில், பின்வரும் இரு செயல்களில் ஏதேனும் ஒன்றை செய்யலாம்.

ஒன்று, ஒவ்வொரு செயலையும் கவனச்சிதறல் இல்லாமல், மனமுணர்ந்து செய்ய வேண்டும். இதைச் செய்தால், நாம் இந்த பதற்றத்தை உணர மாட்டோம். நாம் நம்பிக்கையுடன் அனைத்தையும் நினைவில் கொள்வோம். இரண்டு, நாம் சில விஷயங்களைச் செய்ய மறந்து விட்டால், அதனால் ஏற்படக்கூடிய மிக மோசமான விளைவைப் பற்றி சிந்திக்கலாம். அடுத்து, உண்மையில் அந்தப் பின் விளைவுகள், நாம் கற்பனை செய்தது போல், பெரிதாகவோ, பயமுறுத்துவதாகவோ இருக்காது என்பதை நினைவில் கொள்ள வேண்டும். சில நிகழ்வுகளில், பின்விளைவுகள் மிகப் பெரிதாக இருந்தாலும், அதனை ஒப்புக்கொண்டு நம்மால் நகர்ந்து விட முடியும்.

திருமணம் போன்ற சமூக நிகழ்வுகளை எதிர்கொள்ளும் போது, தம்மை யாராவது கவனிக்கிறார்களோ, தம்மை பற்றி யாராவது பேசுகிறார்களோ என்று மக்கள் கவலைப்படுகிறார்கள். அடுத்த பத்து நாட்களில், திருமணம் போன்ற பெரிய நிகழ்வோ அல்லது ஏதேனும் சமூக நிகழ்வோ நடக்கவிருக்கிறது என்று வைத்துக் கொள்வோம். நம் மனம் அதைப் பற்றியே நினைத்து, கவலைப்பட்டு, அதனை எதிர்கொள்ளும் வரையிலும் இந்த எண்ணங்களால் துன்புறும். அதற்கு பதில், நிகழ்காலத்தில் வேறு விஷயங்களில் கவனம் செலுத்தி, நம்மை அதில் ஈடுபடுத்திக் கொள்ளலாம். அந்த சூழ்நிலையில் சில செயல்களைச் செய்ய வேண்டியிருப்பதால், அமைதியான மனதுடன் திட்டமிட்டு, எழுதி, நமது முயற்சிகளைச் செயல்படுத்த வேண்டும். இதை இயந்திரத்தனமாகச் செய்ய வேண்டும். அந்த நாளில் அந்த சூழ்நிலையை நீங்கள் எதிர்கொள்ளலாம். அந்த நாள் வரும்போது அதைச் சுலபமாக எதிர்கொண்டு விடுவீர்கள். அது உங்களுக்கு ஒன்றுமே இல்லாதது போல் தோன்றும்.

நினைவில் கொள்ளுங்கள், அந்த நாளை பற்றி சிந்தித்து அதை எதிர்கொள்வது குறித்த கவலையோடும், பயத்தோடும் அந்த சூழ்நிலையை நோக்கிச் சென்றால், மிக அரிதான நேரத்தை வீணடித்து விட்டோமே என்று உங்கள் உள்ளம் வெதும்பும். அந்த நாள் கடந்து போனவுடன், நல்லதோ, கெட்டதோ, அதன் விளைவுகளை ஏற்றுக்கொள்வீர்கள். அப்படி இருக்கையில் வழிநெடுக ஏன் துன்பப்பட வேண்டும்? ஏன் நிகழ்காலத்தில் மகிழ்ச்சியை அனுபவிக்கக் கூடாது?

வாழ்க்கை நாம் நினைத்து கூட பார்க்க முடியாத ஆச்சரியங்கள் நிறைந்தது. ஒரு விஷயம் இப்படித்தான் நடக்க வேண்டும் என்று

அழுத்தத்தை ஏற்படுத்திக் கொள்ளாதீர்கள். இந்த வழியில் தான் நடக்க வேண்டும் என்று பிடிவாதமாக இருக்காதீர்கள். ஒருவர் உங்களிடம் வாழ்நாள் முழுவதும் பேசவே மாட்டார் என்று நீங்கள் உறுதியாக நினைக்கலாம். வேறொருவர் எப்போதும் உங்களோடு நெருக்கமாக இருப்பார் என்றும் நினைக்கலாம். ஆனால் உங்களிடம் நெருக்கமாக இருக்கும் நபர் திடீரென்று விலகிச் செல்லலாம். நீங்கள் பேசவே மாட்டார் என்று நினைத்திருந்த நபர் திடீரென்று வாழ்நாள் முழுவதும் பேச ஆரம்பிக்கலாம். ஒரு நாள் மிகவும் சந்தோஷமாக இருக்கும் என்று நாம் எதிர்பார்க்கலாம். ஆனால் பெரிய எதிர்பார்ப்புகளால் அந்த நாள் மிகவும் மோசமான ஒன்றாக முடியலாம். அதே சமயத்தில், மோசமான தினமாக ஆரம்பித்த ஒரு தினம், எதிர்பார்ப்புகள் இல்லாமல், மிக நல்ல தினமாக அமைந்து விடக்கூடும். ஒரு சாதகத்திற்காக ஓரிடத்திற்குச் செல்ல வேண்டி நீங்கள் அதிகாலையிலேயே எழுந்து விட்டிருப்பீர்கள். ஆனால் அதுவே பாதகமாக முடியலாம். மற்றொருபுறம் நீங்கள் தாமதமாக எழுந்து, அதுவே ஒரு பெரிய பாதகம் என்று நினைத்துக் கொண்டிருக்கும் வேளையில், அதனாலேயே சாதகமான ஒரு விஷயம் நடைபெறலாம். எனவே ஒரு நிகழ்வு நடைபெறும் விதத்தைக் குறித்து கவலையடைவதோ, பதற்றமடைவதோ ஒரு நல்ல யோசனை இல்லை.

பதட்டத்தை விட்டு வெளியே வர ஒரே வழி, நிகழ்காலத்திலும், கையில் இருக்கும் வேலைகளிலும் கவனம் செலுத்துவது தான். அந்த நாளைக் குறித்த எண்ணங்களும், அதைத் தொடர்ந்த பதட்டமும், பயமும் வரும் போதெல்லாம் அதனை வெறுமையாக்கிக் கொண்டே இருக்க வேண்டும். இந்த செயல்பாட்டினால் அந்த முக்கிய நாள் வரும்போது அதனை எந்த மன அழுத்தமும் இல்லாமல் எதிர்கொள்ள நீங்கள் தயாராகி விடுவீர்கள். அந்த நாள் முடிந்தவுடன், உங்களுக்கு எல்லா பயமும், பதற்றமும் ஒன்றுமில்லாதது போல் தோன்றும்.

அதற்கு பதிலாக பத்து நாட்களுக்குப் பிறகு ஏதோ ஒரு வேண்டாத நிகழ்வு நடக்கப் போகிறது என்று வைத்துக் கொள்வோம். அது எப்படி நடக்குமோ, விளைவு என்னவாக இருக்குமோ என்ற பதட்டம் மிகவும் அதிகமாக இருக்கும். ஆனால் உண்மை நிலை என்னவென்றால், விளைவின் தீவிரம் என்னவாக இருந்தாலும் நீங்கள் அதை ஏற்றுக்கொண்டு அதற்குப் பழகி விடுவீர்கள். அப்படி இருக்கும்போது, நீங்கள் அடுத்த பத்து நாட்களுக்கு துன்பப்படத் தேவையில்லை.

பத்து நாட்கள் கழித்து நல்ல நிகழ்வு நடக்கவிருந்தால், அதனால் நீங்கள் பெறப்போகும் பாராட்டுக்களையும், பதக்கங்களையும் மனக்கண்ணால் காணலாம். அவ்வாறு செய்வதிலும் கூட சில பாதகங்கள் இருக்கின்றன. நீங்கள் பெரிய எதிர்பார்ப்புகளை ஏற்படுத்திக் கொண்டால், நீங்கள் எதிர்பார்த்தபடி அது நடக்குமா

இல்லையா என்ற கவலை அதைச் சுற்றி உருவாகும். கவலை, பயத்தையும், எதிர்மறை எண்ணங்களையும் உருவாக்கும். இன்னொரு பாதகம்- உங்கள் மனக்கண்ணால் காண்பதன் மூலம் அந்த உற்சாகத்தை நீங்கள் அனுபவித்து விடுவதால், அது உண்மையாக நிகழும் போது அடையக்கூடிய நிஜமான உற்சாகத்தின் வசீகரத்தை நீங்கள் இழந்து விடுவீர்கள். நீங்கள் உருவாக்கவிருக்கும் பிம்பத்தைத் தக்க வைத்துக் கொள்ள வேண்டுமே என்ற பயமும், கவலையை அதிகரிக்கும்.

பீதியும், மன அழுத்தமும் உங்களை பாதிக்கும் மற்றொரு எடுத்துக்காட்டைப் பார்ப்போம். நீங்கள் கையில் பணத்துடனும் விலை உயர்ந்த மொபைல் போனுடனும் ரயிலில் பயணம் செய்கிறீர்கள் என்று வைத்துக் கொள்வோம். நீங்கள் ஜாக்கிரதையாக இருக்காவிட்டால், யாராவது அதைத் திருடி விடலாம் என்ற சிறிய மன அழுத்தமும் பதற்றமும் உங்களுக்கு இருக்கிறது. அதை குறித்து நீங்கள் மிகவும் ஜாக்கிரதையாக இருக்கிறீர்கள். இதனால் நீங்கள் மிகவும் எச்சரிக்கையாகவும் ஜாக்கிரதை உணர்வுடனும் இருக்கிறீர்கள். நல்ல தூக்கம் கூட வரவில்லை. அது தொலைந்து போய்விடுமோ என்று நினைத்துக் கொண்டே இருக்கிறீர்கள். வாழ்க்கையில் சில விஷயங்களில் வெறித்தனமான பற்று கொண்டு, அது குறித்து மிகவும் ஜாக்கிரதையாக இருந்தால், அதுவே உங்களைப் பதற்றத்திற்கும், மன அழுத்தத்திற்கும் உள்ளாக்கும். வாழ்வில் இருக்கும் மற்ற அழகிய விஷயங்களை, ரசிக்கவோ, ருசிக்கவோ, உங்களால் முடியாது.

“இது ஒரு ஃபோன் மட்டுமே. இது உயிரற்ற ஒரு ஜட பொருள் மட்டுமே. அது தொலைந்து போனால் பரவாயில்லை” என்ற எண்ணத்தை வளர்த்துக் கொண்டால் நீங்கள் சாதாரணமாக இருக்கலாம். அதை தொலைத்து விட தயாராகி விட்டால் எதையுமே நம்மால் கொள்ள முடியும். வாழ்க்கை போய்க் கொண்டே இருக்கும். நீங்கள் பொருட்களைத் தொலைப்பீர்கள் என்று இதற்கு அர்த்தம் இல்லை. அதை தொலைக்காமல் இருக்க அனைத்து நடவடிக்கைகளையும் எடுக்க வேண்டும். அதன் பிறகும் வேண்டாத விஷயம் நடக்கும் போது நீங்கள் அதை ஏற்றுக் கொள்வீர்கள். அதிலேயே அமிழ்ந்துப் போக மாட்டீர்கள்.

எல்லா நிகழ்வுகளிலும், பதட்டத்தைக் குறைத்துக் கொள்ள சில வழிகள் இதோ…

1. **மணக்கண்ணால் காணுதல்:** நீங்கள் எது நடக்க வேண்டும் என்று விரும்புகிறீர்களோ அது நடந்து விட்டதாகவே மனக்கண்ணில் காட்சிப்படுத்திக் கொள்ளுங்கள். இத்தகைய நேர்மறை சிந்தனை, அது நடைபெறுவதற்கான அல்லது நீங்கள் அதை

அடைவதற்கான வழிகளையும், வாய்ப்புகளையும் உங்களுக்கு ஏற்படுத்திக் கொடுக்கும். இதிலேயே மூழ்கி இருக்காமல், சிறிது நேரத்திற்கு மட்டும் இதைச் செய்ய வேண்டும்.

2. **ஏற்றுக் கொள்ளுதல்:** விஷயங்கள் உங்கள் வழியில் நடக்கும் என்பதை நினைவில் கொள்ள வேண்டும். அது உங்கள் வழி நடக்கவில்லை என்றாலும், அதனை நீங்கள் ஏற்றுக்கொண்டு மேலே அடுத்ததற்கு சென்று விடுவீர்கள். எனவே அந்த தருணம் வரும் வரை ஏன் துன்பப்பட வேண்டும்?

3. **திட்டமிடுங்கள், எழுதுங்கள், செயற்படுத்துங்கள்:** எதைச் சாதிக்க நினைத்தாலும், அதைப் பற்றி எண்ணி, எழுதி, அதனைச் செயல்படுத்த தொடங்குங்கள். அவ்வாறு செய்யும்போது மட்டும், அதைப் பற்றி எண்ணுங்கள். மற்ற நேரங்களில் அதைப் பற்றி நினைக்க கூட வேண்டாம்.

4. **எண்ணங்களை வெறுமையாக்குதல்:** நிகழ்காலத்தில் கவனம் செலுத்தி நீங்கள் சாதாரணமாக செய்யும் செயல்களைச் செய்யுங்கள். தொடர்புடைய எதிர்மறையான எண்ணங்கள் உருவாக அனுமதிக்காதீர்கள். தேவையில்லாத அல்லது எதிர்மறையான எண்ணங்கள் ஏற்பட்டால் அவற்றை வளர்த்துக் கொள்வதற்கு பதில், அவற்றை வெறுமையாக்கிக் கொண்டே இருங்கள். ஒரு காலக்கட்டத்தில், இந்த எண்ணங்கள் உங்கள் மனதில் இருந்து மறைய இது வழி வகுக்கும்.

அமைதியான மனதை உருவாக்க பயன்படும் தியானம் தான் இதற்கான மிகுந்த பயனுள்ள தீர்வாகும். தேவையில்லாத எண்ணங்களில் இருந்து விலகி, கவனத்துடன் செயல்பட அமைதியான மனம் உங்களுக்கு உதவி புரிகிறது. நீங்கள் பழிக்கப்பட்டாலும், உங்கள் எதிர்பார்ப்புகளுக்கு எதிராக சில நிகழ்வுகள் நிகழ்ந்தாலும், அதை சாதாரணமாக எடுத்துக் கொள்ள இது உதவும். இது உங்கள் பதற்றத்தையும் மன அழுத்தத்தையும் குறைத்து, உங்கள் வாழ்க்கையில் நீங்கள் எதிர்கொள்ளும் சூழ்நிலைகளையும், அனுபவங்களையும் முழு மனதுடன் ரசித்து அனுபவிக்க உதவும்.

7. அதீத சிந்தனை எனும் பிரச்சனை

- சிந்தனை மற்றும் அதீத சிந்தனை
- மற்றவர்களுடனான உரையாடலிலும், தொடர்பிலும், அதீத சிந்தனை
- அதீத சிந்தனைக்கு எடுத்துக்காட்டுகள்
- செயல்பட வேண்டிய அவசியம்; செயல்படாமல் புறக்கணிக்க வேண்டிய அவசியம்
- அதீத சிந்தனையை நிறுத்த செயலூக்கமான வழிகள்

அதீத சிந்தனை, நமது மனநிலைக்கும், எண்ணங்களின் எண்ணிக்கைக்கும் தொடர்புடையது. நாம் பார்ப்பது, கேட்பது அனுபவிப்பதன் அடிப்படையில், பல்வேறு எண்ணங்கள் உண்டாகின்றன. நாம் பல்வேறு விஷயங்களைப் பார்க்கிறோம்; கேட்கிறோம்; அனுபவிக்கிறோம். இது பல்வேறு ஆசைகளுக்கும், எதிர்பார்ப்புகளுக்கும் வழி வகுக்கிறது. நம் எதிர்பார்ப்புகளையும் ஆசைகளையும் நாம் அடைந்து விட்டாலும், நாம் அடைந்தது நிலைக்குமா என்ற பதற்றத்தை அது உருவாக்குகிறது. அது நிலைத்தால் நாம் பேராசை அடைந்து மேலும் வேண்டுமென்று நினைக்கிறோம். அது முடிவில்லா சுழற்சி ஆகி விடுகிறது.

நம்மில் பெரும்பாலானோர் தினமும் அதிதீவிர சிந்தனையோடு போராடுகிறோம். தர்க்கரீதியாக அதை சரி செய்ய முயல்கிறோம். ஆனால் அதற்கெதிராக எதுவும் வேலை செய்வதில்லை. இதுதான் மனதின் பிரச்சினை; அதீதமாக சிந்திக்கும் போக்கு. தர்க்க ரீதியாக சிந்தித்து இதை சரி செய்து விடலாம் என்று நாம் நினைக்கிறோம். ஆனால் அதீத சிந்தனையால் ஒரே எண்ணம் மேலெழும். பிறகு அடுத்த எண்ணம் அதனை அமுக்கிவிட்டு மேலே வரும். இது முடிவில்லாமல் போய்க் கொண்டே இருக்கும். சிக்கலான பிரச்சனைகளைத் தீர்க்கவோ அல்லது புதிய விஷயங்களைக் கண்டுபிடிக்கவோ உதவும் வகையில் நமது எண்ணங்கள் புதுமையானதாகவும், ஆக்கபூர்வமானதாகவும் இருக்கலாம். ஆனால் அதே எண்ணங்கள், நம்மை பயம், ஈகோ, எதிர்மறையான எண்ணங்கள், பாதுகாப்பின்மை போன்ற தேவையில்லாத சுழல்களுக்குள் சிக்க வைத்து, பைத்தியமாகவும், முடிவு எடுக்க இயலாதவர்களாகவும் சோம்பேறிகளாகவும் ஆக்கிவிடும்.

ஒரு பிரச்சனையைப் பற்றி நினைத்து அதற்கான தீர்வை காண முயலும் போது இன்னொரு எண்ணம் வந்து அதற்கெதிராக கேள்வி எழுப்பும்; எதிர்வாதம் புரியும். இதை நாம் அனைவரும் அனுபவிக்கிறோம். முதல் யோசனையைக் கொஞ்சம் கொஞ்சமாக மெருக்கேற்றி, சில கூடுதல் தகவல்களைச் சேர்த்து, ஒரு தீர்வு கண்டு அந்த தீர்வே சரியானது என்று நினைக்கும்போது இன்னொரு எண்ணம் வந்து, அதைப் பற்றி கேள்வி எழுப்பி, அத்தீர்வைச் செயல்படுத்துவதிலிருந்து உங்களை தடுக்கும். இந்த மனநிலை அதீத சிந்தனையால் ஏற்படும்.

மனிதர்களில் பெரும்பாலானவர்கள், பாராட்டுக்கும், அங்கீகாரத்துக்கும் ஏங்குகிறார்கள். அங்கீகாரத்தையும் பாராட்டையும் அடைய நாம் பல்வேறு எண்ணங்களுக்குள் மூழ்குகிறோம். ஆனால் ஒரு முறை அது கிடைத்து விட்டால், அந்த உணர்வுக்கு அடிமையாகி, மேலும், மேலும் அது வேண்டுமென்று நினைக்கிறோம். இது அதிகமான சிந்தனைக்கு வழி வகுத்து நம் சிந்தனையின் மேல் கட்டுப்பாட்டை இழக்கிறோம். ஒரே விஷயத்தின் மேல் கவனம் செலுத்தாத போது, ஒரே நேரத்தில் பல்வேறு சிந்தனைகள் உருவாகும் போது, உங்களுக்கு குழப்பம் பதற்றம் மற்றும் பயம் உண்டாகும். அப்போது அதீத சிந்தனை உருவாகும்.

மனிதர்களைப் பொறுத்தவரை, எடுத்துக்காட்டாக ஒன்றைப் பார்ப்போம். ஒருவர் நல்லவர், நியாயமானவர் என்று நீங்கள் அறிந்திருப்பீர்கள். பின்னர் அவரை மதிப்பிட்டு, அதீத சிந்தனை செய்து, அவர் மீது எதிர்மறையான சிந்தனைகளை வளர்த்துக் கொள்ளத் தொடங்குவீர்கள். ஒருவரைப் பற்றி தவறாக நினைக்க ஆரம்பித்தவுடன், அவர் தவறு ஏதும் செய்யவில்லை என்றாலும், அவர் செய்த நல்ல விஷயங்களில் கூட என்ன ஆகுமோ என்று சிந்தித்துக் கொண்டே இருப்பீர்கள். சில சமயம், யாரோ ஒருவரோடு பேசி முடித்த பிறகு, நாம் பதற்றத்துக்கு உள்ளாகி, நாம் என்ன பேசினோமோ அல்லது செய்தோமோ, அதைக் குறித்து அதிகமாக சிந்தனை செய்ய தொடங்குவோம். ஏதாவது நடந்திருந்தால் அதை விட்டுத் தள்ளுங்கள். பேசிய ஒவ்வொரு வார்த்தையையும் பற்றி யோசித்து, அதனை வளர்த்து, அதைப்பற்றியே திரும்பத் திரும்பப் பேசுவது மிக மோசமான விஷயமாகும். இது உங்களைக் குழப்பத்திலும் எரிச்சலிலும் தான் ஆழ்த்தும். நீங்கள் பேசியது ஏதேனும் தவறாகவும், காயப்படுத்தக் கூடியதாகவும் தோன்றினால் அந்த பேச்சுக்காக மன்னிப்பு கேட்டு, ஒரு குறுஞ்செய்தி அனுப்பி விடுங்கள். சில சொற்களுக்காக குற்ற உணர்ச்சி அடைந்தீர்கள் என்றால், அதை மீண்டும் செய்ய மாட்டேன் என்று உறுதி எடுத்துக் கொள்ளுங்கள். இதை செய்த பிறகு அதை பற்றி நீங்கள் சிந்திக்க வேண்டியதே இல்லை. இதே நிகழ்ச்சியைப்

பற்றி எண்ணங்கள் மீண்டும் மீண்டும் வந்தால், அந்த எண்ணங்களை வளர்ப்பதற்கு பதில் வெறுமையாக்குங்கள்.

ஒரு முக்கியமான பேச்சு வார்த்தைக்குச் செல்லும்போது நீங்கள் செய்யக்கூடிய மற்றொரு பயனுள்ள விஷயம் என்னவென்றால், அதை திட்டமிட்டு, எழுதி, பிறகு செல்வதுதான். அவ்வாறு செய்தால், நீங்கள் வேண்டாத விஷயங்களைப் பேச மாட்டீர்கள். முக்கியமான பேச்சு வார்த்தைகளை நினைத்து பதற்றம் அடையாமல் இருந்தால், அது சுலபமாகிவிடும். கடினமான பேச்சுவார்த்தையானாலும், நீங்கள் எளிதாக விஷயங்களை ஏற்றுக்கொண்டு விடுவீர்கள்.

ஒரு விடுமுறைக்குச் செல்வதற்கு முன், வீட்டைச் சரியாக பூட்டினீர்கள் என்பதில் நீங்கள் உறுதியாக இருப்பதும் இதற்கு ஒரு எடுத்துக்காட்டாகும். ஆனால் நீங்கள் அதிகமாக சிந்தித்தால், உங்கள் செயலின் மீது நீங்கள் சந்தேகப்படுவீர்கள். வீட்டை ஒழுங்காகப் பூட்டி இருந்தாலும், இழுத்துப் பார்க்கும்போது, பூட்டு திறந்து கொண்டிருக்குமோ என்று யோசித்துக் கொண்டிருப்பீர்கள். இது போன்ற சிறு சிறு எண்ணங்கள் வர ஆரம்பித்து, பயத்தையும் பதற்றத்தையும் உண்டாக்கும்.

அதீத சிந்தனை, அதீத கற்பனைக்கு இட்டுச் செல்லும். ஒரு கற்பனை உங்களுக்கு பதில் அளித்து, உங்கள் ஈகோவை திருப்தி செய்யும். இன்னொரு கற்பனை, அந்த பதிலைக் கவனிக்க விடாமல் செய்யும். இது முடிவில்லாத எண்ணங்களுக்கும், முழு குழப்பத்திற்கும், எரிச்சலுக்கும் வழி வகுக்கும். நீங்கள் திட்டமிட்டு ஒரு செயலைச் செய்தால், எல்லாமே உங்கள் திட்டப்படி நடந்தால், எந்த பிரச்சனைகளும் இல்லாமல் இருக்கலாம். ஆனால் உங்கள் எதிர்பார்ப்புகளுக்கு எதிராக சில விஷயங்கள் நடக்கும் போது, உங்கள் ஈகோ, மற்றவர்களின் எதிரான கருத்துக்கள், தோல்வி பயம் ஆகியவற்றால் அதீத சிந்தனை ஏற்படலாம்.

எதையாவது இழந்து விடுவோமோ என்ற பயம், எதிர்மறை மனநிலை, தோல்வி, சோம்பேறித்தனம், சௌகரியமான நிலையை இழப்பது பற்றிய பயம், ஆகியவற்றால் அதீத சிந்தனை ஏற்படுகிறது. அமைதியான, உறுதியான மனம் இல்லாவிட்டால் இது நடக்கும் ;அதிக உறுதித் தன்மை இல்லாத சாதாரணமான மனதுக்கு இது ஏற்படும்; ஏற்றுக் கொள்ளாத தன்மையும் அதிக எதிர்பார்ப்புகளும் கொண்ட மனதுக்கு இது நிகழும். பயிற்சி இல்லாத மனம், கட்டுப்படுத்த முடியாதது போல் தோன்றுகின்ற பல வேண்டாத மற்றும் தேவையில்லாத எண்ணங்களைக் கொண்டிருக்கும். உங்களை அலைக்கழிக்கும் எண்ணங்கள் உங்கள் மனதில் இருந்தால், நீங்கள்

முதலில் ஒரு தீர்வு காண்பீர்கள் அல்லது உங்களது செயல்களை நியாயப்படுத்துவீர்கள், அதன் பிறகு தான் அதை விட்டு வெளியே வருவீர்கள். ஆனால் இதைச் செய்தால், பல குழப்பமான எண்ணங்கள் உருவாகும். மனம் உடைந்து சிதறிப் போகும்.

எந்தப் பிரச்சனைக்கும் தீர்வு காணும் முயலாமல், நீங்கள் மற்ற சிந்தனைகளுக்குள் போய்விடலாம். உங்களுக்கு பிடித்தமான ஒரு செயலைச் செய்வது, உங்களுக்குப் பிடித்தமான ஒரு திரைப்படத்தைப் பார்ப்பது, நல்ல இசையைக் கேட்பது, அல்லது நெருங்கிய நண்பர்களோடு உரையாடுவது போன்ற மற்ற செயல்களில், உங்களைக் கட்டாயமாக ஈடுபடுத்திக் கொள்ளுங்கள். இதை செய்யும்போதும், பிரச்சனை அல்லது இடர்பாடு குறித்த எண்ணங்கள் உங்கள் மனதில் எழலாம். அவற்றை வளர்த்துக் கொள்வதற்கு பதில் வெறுமையாக்கிக் கொண்டே இருந்தால், சிறிது நேரத்துக்கு பிறகு அந்த எண்ணத்தில் இருந்து வெளியில் வந்து விடுவீர்கள். இது உங்கள் சிந்தனைகளைக் கட்டுப்படுத்த உதவுகிறது.

சில பிரச்சனைகள் அல்லது எண்ணங்களுக்கு கட்டாயமாக முக்கியத்துவம் கொடுத்துத்தான் ஆக வேண்டுமா என்பதையும் நாம் அறிந்து கொள்ள வேண்டும். பல பிரச்சினைகள் தானாகவே தீர்ந்துவிடும். எந்த பிரச்சினைகள் அல்லது சிந்தனைகளுக்குக் கவனம் வேண்டும், எதற்கு வேண்டாம் என்று முடிவெடுப்பதற்கு நமக்கு அமைதியான மனம் வேண்டும். நமக்கு மிக அதிகமான எண்ணங்கள் இருந்தால், எந்த பிரச்சனைக்கும் தர்க்க ரீதியாக தீர்வு காணாமல் இருப்பதே நல்லது. எதைப்பற்றி மேலும் யோசிக்க வேண்டும் என்பதை நாம் தெரிந்து கொள்ள வேண்டும்.

மக்கள் எதைப் பற்றியும் யோசிக்காமல் இருப்பது அரிது. உணர்வுடன் இருக்கும் போது, அது ஆனந்தமான அனுபவம். சிறிது உணர்வுடன் ஆழ்ந்து தூங்கும் போது கிடைக்கின்ற அனுபவம் போன்றதே அது. இந்த அனுபவத்தை உணர்வதும் ஒரு வகையான சிந்தனை தான். கட்டுப்பாடான மனதை கொண்ட மக்கள், தீவிரமாக தியானம் செய்பவர்கள் ஆகியோர் இந்த நிலைக்குச் செல்கின்றனர். தூக்கத்தில் இருக்கும் போதும், தியானத்தில் இருக்கும் போதும், உங்களுக்கு எந்த சிந்தனையும் இருக்காது. மனதிற்கு மிகவும் தேவையான ஓய்வு கிடைக்கும். நல்ல ஓய்வுக்குப் பிறகு, மனம் புத்துணர்ச்சியுடன் இருப்பதால், சிந்தனையிலும், செயலிலும் புதிய தெளிவு கிடைக்கும்.

அமைதியான மனதை அடைந்தவுடன், நீங்கள் அந்தப் பிரச்சினையைப் பற்றியோ, வேலையைப் பற்றியோ யோசித்து, அதன் பல்வேறு நிலைகளையும், அதை செய்து முடிப்பதற்கான வழிகளையும், எழுதிக்

கொள்ளுங்கள். ஒரு வேலையைச் செய்வதற்கு, சிறந்த பயனுள்ள வழியை, ஒரு அமைதியான மனம் மட்டுமே முடிவு செய்ய முடியும். அமைதியான மனம் இருந்தால், எழுத்து, தெளிவான நீரோட்டம் போல் அமையும். எழுதி முடித்து விட்டால், பின்பு அதை இயந்திரத்தனமாக செயல்படுத்த வேண்டும். மற்ற நேரங்களில் அதைப் பற்றி நினைக்கவே வேண்டாம். எந்த சூழ்நிலையிலும், பொதுவாக, அதீத சிந்தனையை நிறுத்த செய்ய வேண்டிய செயலூக்கமான விஷயங்களின் பட்டியல் இதோ...

1. ஏதாவது ஒரு முக்கியமான வேலையிலோ அல்லது நிகழ்கணத்திலோ உங்கள் கவனத்தைக் கட்டாயமாக திருப்புங்கள். இது உங்கள் எதிர்மறையான எண்ணங்களுக்கு, நேர்மறையான, முக்கியமான, எண்ணங்களை மாற்றாக்கும். ஒரு வேலையைச் செய்யும்போது, ஒருவரைப் பற்றி சிந்திக்கும் போதும், உணர்வுடன் கவனமாக இருங்கள். பற்பல எண்ணங்கள் இல்லாமல் இருந்தால், கவனத்தைப் பெற்ற எண்ணங்களும், செயல்களும், மிகச் சிறப்பான தெளிவோடும், தரத்தோடும் இருக்கும்.

2. வேண்டாத, எதிர்மறையான எண்ணங்களில் இருந்து விலகக் கற்றுக் கொள்ளுங்கள். தியானம் இதைச் சுலபமாக செய்ய உங்களுக்கு உதவி செய்யும். முறையான தியானப் பயிற்சியின் மூலம் எதையும் பொருட்படுத்தாமல், அமைதியாகவும், தெளிவாகவும் இருக்கும் மனதை உருவாக்குங்கள்.

3. மனம் அமைதியாக இருந்தால் நீங்கள் திட்டமிட்டு, படிநிலைகளை எழுதி, அதைச் செயல்படுத்த ஆரம்பிக்கலாம். மற்ற நேரங்களில் நீங்க அதைப்பற்றி சிந்திக்க வேண்டியது இல்லை. நீங்கள் உங்களுடைய மற்ற வேலைகளைச் செய்யலாம். இந்த மனநிலை ஏற்பட்டு விட்டால், முடிவுகள் எதிர்மறையானதாக இருந்தாலும், நீங்கள் அவற்றை ஏற்றுக் கொண்டு விட முடியும். உங்கள் வாழ்க்கையில் நடக்கும் பல பிரச்சினைகளுக்கு, ஏற்றுக் கொள்வது என்பதே மிகப்பெரிய தீர்வாகும்.

4. தமிழில் ஒரு அழகான பழமொழி உண்டு – "அளவுக்கு மிஞ்சினால் அமிர்தமும் நஞ்சு". அதிகமாக எடுத்துக் கொண்டால், அனைத்துமே நஞ்சாகிவிடும். உங்கள் எண்ணங்களை வளர்த்துக் கொண்டே இருக்காதீர்கள். நீங்கள் அதிகமாக சிந்தித்தால் அது எதிர்மறை எண்ணங்களுக்கு இட்டுச் செல்லும். உங்களுக்கு யார் மீதாவது அல்லது எதைப் பற்றியாவது ஒரு நம்பிக்கை வந்து விட்டால், அது பற்றி, எதிர்மறை எண்ணங்களை வளர்த்துக்

கொள்வதை நிறுத்த வேண்டும். "வேண்டாத எண்ணங்களை வெறுமையாக்கும் தொழில்நுட்பத்தைப்" பயன்படுத்தி, வேண்டாத எதிர்மறை எண்ணங்களை அழித்து விடலாம்.

8. தனிமை, வெறுமை, சோகம் — குணப்படுத்துதல்

- வெறுமை மற்றும் சோக உணர்வுகள்
- தனிமை பற்றிய பயம்
- தன்னுணர்வு இல்லாத கடந்த காலத்தைக் குணப்படுத்துதல் மற்றும் அந்த உணர்வுகளைப் போக்குதல்

எது இல்லையோ, அதைத்தான் மனம் தேடும். உங்கள் வாழ்வில் அன்பும் அரவணைப்பும் இல்லை என்று நீங்கள் உணர்ந்தால், அதைத்தான் உங்கள் மனம் தேடும். ஆனால், அது உங்களுக்குக் கிடைத்து விட்டால் அதற்கு பெரிய முக்கியத்துவம் அளிக்க மாட்டீர்கள். சாதாரணமாக இதில் உள்ள குறைபாடு என்னவென்றால், நாம் விரும்பியது நமக்கு கிடைத்துவிட்டால், நமது எதிர்பார்ப்புகள் அதிகரிக்கும்; பதற்றம், எதிர்மறை பயம், அதை இழந்து விடுவோமா என்ற எண்ணம் அனைத்தும் வந்துவிடும்.

எடுத்துக்காட்டாக, நாம் பல பேரை அணைத்து, அவர்களுடன் உணர்ச்சிப்பூர்வமாக நெருக்கமாகி விட்டால், அது, பயம், பதற்றம் மற்றும் எதிர்பார்ப்புகளை உண்டாக்குகிறது என்று உணர்வோம். எந்தவிதமான பற்றுகளும் இல்லாமல், மக்கள் தாமே மகிழ்ச்சியாக இருக்க விரும்புகிறார்கள். சில உறுதியான மக்கள், சூழ்நிலைகளுக்கு ஏற்றவாறு, பிறரை அணைத்து, அவர்களுடன் நெருக்கமாக இருக்க விரும்புகிறார்கள்; ஆனால், அதனால் அகமகிழ்ந்து, எதிர்பார்ப்புகளை ஏற்படுத்திக் கொள்வதில்லை. ஆனால் பெரும்பாலும், மக்கள், மற்றவர்களின் செயல்களையும், சேர்க்கையையும் எதிர்பாராமல், மகிழ்ச்சியாக இருக்கவே விரும்புகின்றனர். சில சந்தர்ப்பங்களில், சிலரை அணைத்துக் கொள்வதற்கும், நெருக்கமாக இருப்பதற்கும், மக்களுக்கு மனத் தடை இருக்கலாம். இதற்குப் பதில், அனைவரையும் விரும்ப ஆரம்பிப்பது உதவி புரியக் கூடும். தனக்கென்று யாரோ ஒருவர் வேண்டும் என்ற உணர்விலிருந்து வெளிவர இது உதவும்.

சில நேரங்களில், மனிதர்கள் வெறுமை மற்றும் சோகத்தை உணர தொடங்குகிறார்கள். எந்தவித உண்மையான பிரச்சனையும் இல்லாவிட்டாலும், போராடும் மனதை உடையவர்கள் இவர்கள். இவர்கள் தனிமையாகவும், கைவிடப்பட்டதாகவும் உணர்வார்கள்.

அ.தி.ராஜ்குமார்

உண்மையான பிரச்சினை ஏதும் இல்லாவிட்டாலும், தங்களது மனதை ஏதோ தொல்லை செய்து கொண்டிருப்பது போன்று உணர்வார்கள். அதற்குக் காரணங்கள் இவை தான். உங்களுக்கு இப்போது பிரச்சினைகள் இல்லாமல் இருக்கலாம். ஆனால் கடந்த காலத்தில் ஏதோ நோக்கங்கள், ஆசைகள் மற்றும் அபிலாஷைகளை நோக்கி பயணித்துக் கொண்டிருந்தபோது, பல எதிர்மறையான விஷயங்கள், பதற்றம் பயம் போன்றவற்றை எதிர்கொண்டு இருக்கலாம். அவையெல்லாம் மீண்டும் நடந்து விடுமோ என்ற பயத்தை உங்கள் மனதில் ஏற்படுத்திக் கொண்டிருப்பீர்கள்.

இன்னும் குணப்படுத்தப்படாத, தீர்க்கப்படாத, கடந்த காலத்தில் பயம் மற்றும் பதற்றத்தை ஏற்படுத்திய பல பிரச்சனைகள் ஆழ்மனதில் பதிந்திருக்கும். அது உங்களை வருத்தத்தில் ஆழ்த்தும். நீங்கள் வேறு பல பிரச்சினைகளில் ஓய்வில்லாமல் கவனம் செலுத்தி வருவீர்கள். தீர்க்கப்படாத பல பிரச்சினைகளைப் பற்றி நினைக்க உங்களுக்கு நேரம் இல்லாமல் இருக்கலாம். உங்கள் ஆழ் மனதில் பதிந்திருக்கும் அந்த பிரச்சனைகள் இவ்வாறான புரியாத சோகமாக வெளிப்படும்.

இந்த சோகத்திலிருந்து வெளிவர, நீங்கள் நிகழ்கணத்தில் வாழ வேண்டும்; வேண்டாத எண்ணங்களை வளர்த்துக் கொண்டிருக்க கூடாது. அந்தக் கடந்த கால நிகழ்வுகளை எண்ணிப் பார்த்து அவற்றுக்கு உங்கள் மனதளவில் தீர்வு காண வேண்டும். அது தீர்ந்து விட்டதாகவே மணக்கண்ணால் காட்சிப்படுத்த வேண்டும். இதை தினசரி செய்தால், நீங்கள் இந்த புரியாத சோகத்தில் இருந்து வெளிவரலாம்.

உங்களது தனிமை, வெறுமை மற்றும் வருத்தம் உங்களை இவ்வாறு உணர வைக்கும் என்பதை நீங்கள் அறிந்து கொள்ள வேண்டும். அவற்றை வளர்க்காமல் வெறுமையாக்க வேண்டும். அவை மேலெழும்பும் போதெல்லாம், அவற்றை வெறுமையாக்கிக் கொண்டே இருந்தால், ஒரு காலகட்டத்தில் அவை உங்கள் மனதிலிருந்து மறைந்துவிடும். இந்த எண்ணங்கள் உங்கள் மனதில் ஏற்படவில்லை என்றால், நீங்கள் அதிலிருந்து வெளிவந்து விட்டீர்கள் என்றுதானே அர்த்தம்?

உங்கள் மனதையும் உடலையும் அமைதியாக வைத்துக் கொள்ள மூச்சுப் பயிற்சி அடிப்படையிலான தியானம் மற்றும் கிரியாக்கள் உதவும். நீங்கள் தனியாக இருப்பதை மிகவும் விரும்புவீர்கள்.

9. போதைகளுக்கு எதிரான போராட்டம்

- போதைக்கான காரணங்கள்
- போதையின் பல்வேறு வடிவங்கள்
- ஒழுக்கத்தையும் நல்ல பழக்க வழக்கங்களையும் உருவாக்குதல்
- ஒழுக்கம் மற்றும் நிலைத்தன்மையை வளர்த்துக் கொண்டு போதையில் இருந்து வெளிவருதல்

"பிரச்சனைகள்" என்று கூறப்படும் விஷயங்களிலிருந்து, உடனடி நிவாரணம் பெற்று, தப்பிக்க விரும்பும் உறுதியற்ற மனதை உடையவர்கள், போதைகளுக்கும், வேண்டாத பழக்கங்களுக்கும், எளிதில் அடிமையாகிறார்கள். போதைப் பழக்கத்தின் பின்னடைவு என்னவென்றால், அது தற்காலிகமான நிவாரணத்தை வழங்கி உங்கள் உடலையும், மனதையும் மிகவும் மோசமாகப் பாதிக்கிறது. ஒருமுறை இந்த போதை பழக்கத்திற்கு அடிமையாகி விட்டால், உங்கள் உடலும், மனமும் அதற்கே பழகி, மற்ற வழிகளிலிருந்து நிவாரணம் பெற முடியாமல் போகும் என்பதால், அதிலிருந்து மீண்டு வருவது மிகவும் கடினம்.

புலனின்பம் தருவதால், சில விஷயங்களுக்கு உடனடி நிவாரணத்தையும், தீர்வையும் விரும்பும் சிலர், சுலபமாக அடிமையாகி விடுவார்கள். அது போன்றவர்கள், பெரிய தோல்விகள் இல்லாமல், தங்கள் எதிர்பார்ப்புகள் நிறைவேறிக் கொண்டே இருக்க வேண்டும் என்று நினைப்பார்கள். அவர்களுக்கு உடனடியாக மன நிறைவு வேண்டும். அவர்கள் அனுபவிக்காத எதிர்மறையான நிகழ்வு ஏதேனும் நடந்து விடுமோ என்று அஞ்சுவார்கள். செயல் வெற்றிபெற சிறிது தாமதமானாலும் கூட தங்கள் பதற்றத்தினால் மன அழுத்தத்திற்கு ஆளாவார்கள்.

மது அருந்துவதும், புகை பிடிப்பதும், இந்த காலத்தில் மிகவும் பொதுவான போதைப் பழக்கங்களாக உள்ளன. நீங்கள் மன அழுத்தத்தில் இருந்தால் அதனை உடனடியாக மறப்பதற்காக, மனம் உங்களை மது அருந்த வைக்கலாம். ஒரு மனிதனுக்கு மனம் சம்பந்தமான பிரச்சனை இருக்கலாம். அதனால் அவன் மன அழுத்தத்திற்கு உள்ளாகி இருக்கலாம். அதை மறந்து, மனதை வெறுமையாக்கி, உடனடி இன்பம் அடைவதற்காக அவர் ஒரு கோப்பை மது அருந்தலாம். ஆனால்,

அ.தி.ராஜ்குமார்

போதை இறங்கியவுடன் அந்த கவலைகள் இரு மடங்கு ஆகிவிடும். அதை மறக்க, அவர் இருமடங்கு குடிக்க வேண்டியதாகிவிடும். அவர் இதற்கு அடிமையாகும் வரை, அது தொடர்ந்து கொண்டே இருக்கும்.

போதைக்கு அடிமையாவதற்கு மூன்று முக்கிய காரணங்கள் உள்ளன.

1. **ஆர்வம்:** நாம் எதன் மீதாவது உண்மையான ஆர்வம் கொண்டிருந்தால் அதில் வெற்றி அடைய முனைவோம். அதைச் செய்வதில் நாம் மிகுந்த மகிழ்ச்சி அடைவோம்; நமக்கு எதில் ஆர்வம் அதிகமோ, அதற்கு நாம் அடிமையாகி விடுவோம்.

2. **சுகம்:** நமக்கு சுகம் அளிக்கும் விஷயங்களுக்கு பின்னால் சென்றால், அதை அளிக்கும் சுகத்துக்கும், சௌகரியத்துக்கும் நாம் அடிமையாகி விடுவோம். பொருள், உடைமைகளைப் பொறுத்தவரை, அது தேவையோ, தேவையில்லையோ, அதற்கு நாம் பழகி விடுவோம். ஒருமுறை பழகி விட்டால், பிறகு அது இல்லாமல் நம்மால் இருக்க முடியாது; பிரச்சனை அங்கே ஆரம்பித்து விடுகிறது.

3. **ஒப்பீடு:** மற்றவரிடம் இருக்கிறது என்பதற்காக ஒரு பொருளின் பின்னால் பின்னால் நாமும் செல்லுதல். நமக்கு மிகுந்த மகிழ்ச்சியும், மேன்மையும் அளிக்கும் என்று நினைத்து, மற்றவரிடம் உள்ள பொருட்களை ஒப்பீடு செய்து, அது நமக்கு வேண்டும் என்று நாம் நினைப்போம். இது ஒரு போதை. இது, நாம் மற்றவர்களை வெற்றி கொண்டு அதை அடைய வேண்டும் என நினைக்க வைக்கும். வண்டிகள், வீடுகள், சொத்து, உடைகள், போன்கள், அழகு சாதன பொருட்கள் போன்ற சில பொருட்கள் மற்றவர்களிடம் இருக்கிறது என்பதற்காக தங்களுக்கும் அவை வேண்டும் என்று மக்கள் நினைக்கிறார்கள். இந்தப் பொருட்கள், மனிதர்களை ஆட்டிப் படைக்கும் தலையாய பொருட்களில் ஒரு சில. சில பேரிடம் ஒரு கார் இருக்கும் ஆனால் மற்றவர்களிடம் பெருமை அடித்துக்கொள்வதற்காக இன்னொரு கார் வேண்டும் என்று நினைப்பார்கள். சில பேர், மற்றவர்களை விட தான் உயர்ந்தவர் என்று காண்பித்துக் கொள்வதற்காகவும், மற்றவர்களின் பாராட்டைப் பெற வேண்டும் என்பதற்காகவும், கார் வாங்க நினைப்பார்கள்.

இவை பொருட்கள் சம்பந்தமான போதை; ஒருவரும் நம் வாழ்விலோ, எண்ணங்களிலோ நிரந்தரம் இல்லை என்றாலும், நம் வாழ்வில் சில மனிதர்களுக்கு நாம் அடிமை ஆகிவிடலாம். ஆனால் இது, பரஸ்பர நன்மை, உங்கள் தேவைகளைப் பூர்த்தி செய்வதில் உள்ள புரிந்து

கொள்ளுதல், உணர்ச்சிகள், ஆசை, தகவல் பரிமாற்றம் இவற்றைப் பொறுத்தது. ஒரு கட்டத்தில் நன்மை, சுகம், புரிந்து கொள்ளுதல், தகவல் பரிமாற்றம் ஆகியவை குறையும் போது அவற்றையெல்லாம் பூர்த்தி செய்ய நீங்கள் வேறொருவரை தேடுவீர்கள். கண்டிப்பாக, இது வியாபார ரீதியிலான உறவு முறையாகும்.

நாம், நம்மை பாராட்டுபவர் அல்லது பழித்துக் கூறுபவர் பற்றி நினைத்துக் கொண்டே இருப்போம். அது சமன்பாடுகளுக்கு ஏற்ப மாறுகிறது. உங்கள் ஈகோவைக் காயப்படுத்தி விட்டதால், சில பேர் உங்களுக்கு பெரிய எதிரி ஆகி விடுகிறார்கள். ஆனால் அவர்கள் நிரந்தர எதிரிகள் என்றும், உங்களை வெறுக்கவே பிறந்திருக்கிறார்கள் என்றும் நீங்கள் நினைத்துக் கொள்கிறீர்கள். திடீரென்று அந்த மனிதர் உங்களைப் பாராட்ட ஆரம்பித்து விட்டால், அவர்கள் முன்னர் என்ன சொன்னார்களோ அதை நீங்கள் மறந்து விடுகிறீர்கள். தெளிவாக, உங்கள் ஈகோ தான் பொதுவான காரணமாக இருக்கிறது. பாராட்டுபவர் எல்லாம் நண்பராகவும், எதிர்ப்பவரெல்லாம் எதிரியாகவும் ஆக காரணம், உங்கள் ஈகோ மட்டுமே.

அதிக நேரம், பொறுமை, இடைவிடாமுயற்சி, பயிற்சி செய்யவும் அதைத் தக்க வைத்துக் கொள்ளவும் மன உறுதி ஆகியவை தேவைப்படுவதால், நமது எண்ணங்களை மாற்றிக் கொண்டு, நல்ல பழக்கங்களை வளர்த்துக்கொண்டு, மனதை உறுதியாக்குவது கடினமாக தெரியலாம். ஆனால் ஒரு முறை படிய வைத்துக் கொண்டு விட்டால், அது பழக்கமாகி, ஒரு அமைப்பாகிவிடும். உங்களுக்கு உறுதியான, நிலையான மனம் இருந்தாலொழிய, எந்தவிதமான கடினமான சூழலும், உங்களை மன அழுத்தத்துக்கு உள்ளாக்கி, மீண்டும் தீய பழக்கங்களுக்கு தள்ளும்.

இடைவிடாமுயற்சியும், பயிற்சியும், ஒழுக்கத்தை ஏற்படுத்துகின்றன. இடைவிடாமல், தேவையான, முக்கியமான விஷயங்களை நாம் செய்வதால், குழந்தைப் பருவத்தில் இருந்து எனக்கு நண்பர்களாய் இருப்பவர்களை இன்று வரை தக்க வைத்துக் கொண்டுள்ளேன். வசதிக்கேற்றவாறு மாற்றிக் கொள்ளாமல், நிலையாக ஒரே வகையான சித்தாந்தங்கள், சினிமா நட்சத்திரங்கள், ஆகிய விஷயங்களை ஆதரிப்பது நமக்கு நல்ல அடையாளத்தையும், அங்கீகாரத்தையும், அளிக்கும்.

எடுத்துக்காட்டாக, கடந்த 32 வருடங்களாக நான் தொடர்ந்து மாங்காடு அம்மன் கோவிலுக்கு போய் வருகிறேன். முதலில் என்னுடைய தொழிலை மேம்படுத்த ஒரு நம்பிக்கையாக அல்லது பிரார்த்தனையாக ஆரம்பித்தது. ஆனால் பின்னர் ஒரு வெற்றிகரமான ஆன்மீகப்

பயணத்தை அடைய அது ஒரு பெரிய பயிற்சியாக அமைந்தது. ஒரு கட்டத்தில், மாங்காடு அம்மனை ஒவ்வொரு வாரமும் தரிசிப்பது எனக்கு பல விஷயங்களை நடத்தி வைப்பதாக நான் உணர்ந்தேன். அந்த தெய்வத்தின் மேல் இருக்கும் நம்பிக்கையை விட, மாங்காடு அம்மனை ஒவ்வொரு வாரமும் தரிசனம் செய்தால் காரியங்கள் நடக்கும் என்ற நம்பிக்கை மற்றும் நேர்மறை எண்ணமே இதற்கு காரணம். இந்த நம்பிக்கையே உண்மையான கடவுள்.

கடந்த 32 வருடங்களாக, ஒவ்வொரு வாரமும், கோவிலுக்குச் செல்வதை உறுதி செய்வதை, என் பயிற்சியாக மேற்கொண்டுள்ளேன். நான் போகவில்லை என்றால், அந்த வாரம் மனரீதியாக ஏதோ ஒன்றை இழந்து விட்டதாக எனக்கு தோன்றும். நான் ஏழு வாரங்களுக்கு ஒரு பிராத்தனையைத் தேர்ந்தெடுப்பேன். அந்த 7 வாரம் முடிந்ததும் மீண்டும் வேறொரு பிரார்த்தனையைத் தொடங்குவேன். பெரும்பாலும் என்னுடைய பிரார்த்தனைகளில் 95% நிறைவேறியுள்ளன. இது மனதோடு தொடர்புடையது. ஏதாவது பிரச்சினைகள் இருந்தால், அந்த அம்மனிடம் ஏழு வார பிரார்த்தனை செய்து கொள்வேன். முதல் வார பிரார்த்தனை ஆரம்பித்த உடனே, அந்த தொடர்புடைய பிரச்சினையைப் பற்றி அதிகம் சிந்திக்க மாட்டேன். எனக்கு அந்த பிரச்சனை தீர்ந்துவிடும் என்று நான் மிக உறுதியாக நம்ப ஆரம்பித்து விடுவேன்.

என்னுடைய நண்பர் சிவா என்பவர் இதேபோன்று இன்னொரு கோவிலுக்கு பல வருடங்களாகச் செல்லும் பழக்கத்தை வைத்திருந்தார். சில எதிர்மறையான விஷயங்கள் ஆரம்பித்தவுடன் அவர் அந்தத் தெய்வத்தின் சக்தியை சந்தேகித்து ஒரு ஜோசியரிடம் கலந்தாலோசனை செய்தார். ஜோசியர் அவரை வேறொரு கோவிலுக்கு போக சொன்னார். அவரும் அந்த கோவிலுக்கு போக ஆரம்பித்தார். அவருக்குத் தொல்லைகள் தொடர்ந்து கொண்டே இருந்தன; அவரும் கோவில்களை மாற்றிக் கொண்டே இருந்தார். அவர் எந்த நிலைப்பாடும் இல்லாமல், எதையும் முழுதாக நம்பாமல் இருந்தார். நிலையான நம்பிக்கை கொண்டிருப்பதும், சந்தேகத்துக்கு இடம் அளிக்காமல் இருப்பதும், சவால்களை எளிதாக சமாளிக்கவும், வெற்றியடையவும் உதவும்.

வெற்றியடைந்தவர்களில் பெரும்பாலானோர் சில விஷயங்களை நிலையாக செய்து கொண்டிருப்பார்கள். அந்த வினாடியில், அவர்களது வாழ்க்கையில் நேர்மறையான விஷயங்களோ, எதிர்மறையான விஷயங்களோ, எது நடந்தாலும், அவர்கள் எதன் மீதாவது அசைக்க முடியாத நம்பிக்கை கொண்டிருப்பார்கள். அசைக்க முடியாத நம்பிக்கையுடன், சோதனையான காலத்திலும்,

அவர்களுக்கு வேண்டிய நேர்மறை எண்ணங்களையும், சக்தியையும் அவர்களுக்கு வழங்க, அவர்கள் கடவுளை நம்புகிறார்கள். ஒரு முறை அந்த நம்பிக்கை வெற்றி அடைந்து விட்டால் அத்தனை வகையான நேர்மறை எண்ணங்களும் உங்களை நோக்கி ஓடி வரும்.

ஆன்மீகம் என்பது கடவுளையோ, மதத்தையோ நம்புவது அல்ல. எது நடந்தாலும், உங்கள் மனதை நிலையாக, அமைதியாக வைத்துக் கொள்ளும் பயிற்சி; அதே சமயத்தில், நெறிமுறைகளுக்குட்பட்டு வாழ்தல். கர்ம பந்தம் பற்றி அறிந்த, அமைதியான, உணர்ந்த மனதை உருவாக்குதல்; எந்த எதிர்பார்ப்புகளும் இல்லாமல் மற்றவருக்கு உதவி செய்தல். உங்கள் உறுதியான நம்பிக்கையும், விசுவாசமும், தேவையான வளங்களை உருவாக்க உதவி செய்து, உங்களுக்கு நேர்மறையான விளைவுகளையும் வெற்றியையும் அளிக்கும். தேவையான, நெறிமுறையான விஷயங்களைச் செய்ய, உங்களை நீங்களே கட்டாயப்படுத்திக் கொள்ளுங்கள்; வாழ்க்கையில் வெற்றி அடைய இது உங்களுக்கு உதவும்.

இடைவிடா முயற்சியுடன் போதையில் இருந்து வெளியே வர கீழ்க்கண்டவற்றை உணர வேண்டும்:

- எதுவும் சாதிக்காமலும், எதுவும் இல்லாமலும் கூட மக்கள் சுகமாக இருக்கிறார்கள் என்பதை ஏற்றுக்கொள்ளுங்கள். அவர்கள் நிகழ்காலத்தின் தன்மைக்குப் பழகி விடுகிறார்கள். எடுத்துக்காட்டாக, கார் இருந்தாலும், பொது போக்குவரத்தைப் பயன்படுத்துபவர்கள் என்றால் அவர்கள் காருக்கு அடிமையாகி விட மாட்டார்கள்; அது இல்லாமலும் அவர்களால் வாழ முடியும்.

- நீங்கள் எதையாவது அடைந்தாலும், சாதித்தாலும், துள்ளிக் குதிக்காதீர்கள். அமைதியாக இருங்கள். இது நீங்கள் எப்போதும் அமைதியாக இருக்க உதவுகிறது.

- ஒருவர் உங்களை விட அதிகமாக எதாவது வைத்திருக்கிறார்கள் என்றால், அவர்கள் உங்களை விட உயர்ந்தவர் என்று நினைத்து விட முடியாது. அவர்கள் தங்களை உயர்ந்தவர் என்று நினைத்துக் கொண்டாலும், அந்த உயர்வைத் தக்க வைத்துக் கொள்ள வேண்டும் என்ற பெரிய அழுத்தத்தில் எப்போதும் இருப்பதால், அவர்களும் மகிழ்ச்சியாக இருக்க முடியாது.

- எப்போதெல்லாம் தீய பழக்கங்களுக்கு செல்லாமல் உங்களைக் கட்டுப்படுத்திக் கொள்ள விரும்புகிறீர்களோ, அப்போதெல்லாம் உங்கள் கவனத்தை வேறு எதன் மீதாவது திருப்புங்கள். இது மனதை அமைதியாக்கும். நீங்கள் அமைதியான மனதுடன்

இருந்தால் பிரச்சனைக்குரிய எண்ணங்களுக்குத் தீர்வு காண முடியும்.

- மனிதர்களிடம் அன்பு வெறி கொள்வதை நிறுத்துங்கள். நீங்கள் வசதியாக உணரும் நபர்களோடு இருக்கும்போது மிகுந்த உற்சாகமடையாதீர்கள்; சங்கடமாக உணரும் மனிதர்களோடு இருக்கும்போது எரிச்சல் அடையாதீர்கள். இது உங்கள் வாழ்வை அழகாக சமச்சீர் ஆக்கி, நிம்மதியாக வாழ உதவும்.

- யார் மீதாவது அல்லது எதன் மீதாவது வெறி கொண்ட அன்பு எண்ணங்கள் எழுந்தால், "வேண்டாத சிந்தனைகளை வெறுமையாக்குதல்" என்ற நுட்பத்தைப் பயன்படுத்தி அதை வெல்லுங்கள். அவற்றை வளர்ப்பதற்கு பதில் வெறுமையாக்கிக் கொண்டே இருங்கள். ஏதாவது ஒரு காலகட்டத்தில், அவை உங்கள் மனதை விட்டு நீங்கி விடும்.

10. மனச்சோர்வைச் சமாளித்தல்

➠ மனச்சோர்வுக்கான காரணங்கள்
➠ மெய் மற்றும் பொய்யான நம்பிக்கைகள்
➠ தற்கொலைக்கான காரணங்கள்
➠ தற்கொலை எண்ணங்கள் மற்றும் மனச்சோர்வை ஆக்கபூர்வமாகக் கையாளுதல்

அனைத்து உணர்ச்சிகளும் நம் எண்ணத்தால் உரு பெறுவது போலவே மனச்சோர்வுக்கான காரணங்களும் நம் எண்ணங்களில் தான் இருக்கின்றன. நம் பிரச்சனைகளில் 99 சதவீதம் நம் மனங்களால் தான் உருவாக்கப்படுகின்றன. நாம், பிரச்சினைகள் மற்றும் எதிர்மறையான விஷயங்களை எப்போதும் சிந்தித்துக் கொண்டிருந்தால், அது நம்மை மனச்சோர்வுக்கு தள்ளும். பிரச்சனைகளைப் பற்றி விடாமல் சிந்தித்துக் கொண்டிருப்பதால், அவை தீர்ந்து விடும் என்று மனிதர்கள் நினைக்கின்றனர்; தங்களுடைய தற்போதைய பிரச்சனைகள் அனைத்திற்கும், தீர்வு கண்ட பிறகு தான் இந்த கணத்தில் வாழும் வாழ்க்கையை மகிழ்ச்சியாக அனுபவிக்க முடியும் என்றும், அப்போதுதான் அடுத்த விஷயத்திற்குச் செல்ல முடியும் என்றும் மனிதர்கள் எண்ணுகின்றனர்.

ஒரு பிரச்சனையைத் தீர்ப்பதற்கும், அதை விட்டு வெளியே வருவதற்கும், அதைப் பற்றியே சிந்தித்துக் கொண்டிருப்பதும், பொய்யான நம்பிக்கைகளை ஏற்படுத்திக் கொள்வதும், விடையல்ல. உங்களுக்கு நீங்களே பொய்யான நம்பிக்கைகளை ஏற்படுத்திக் கொள்வது தர்க்கரீதியாக சரியானது அல்ல. தர்க்கரீதியான காரணங்கள் அல்லது சில நேரங்களில் முயற்சிகள் கூட இல்லாமல், ஏதாவது அதிசயம் நடந்துவிடும் என்று நம்பும் மூடநம்பிக்கை உள்ள மனிதராக நீங்கள் இருப்பதற்கான சாத்தியக் கூறு உள்ளது. ஒருவர் தன் உள்ளுணர்வைப் புரிந்து கொண்டு விட்டால், இத்தகைய நம்பிக்கையில் வாழ மாட்டார்கள். இந்த நிமிடத்தில் ஒருவரை மகிழ்விக்க வேண்டும் அல்லது ஏதோ ஒரு பயன் பெற வேண்டும் என்று நினைக்கும் மக்கள் மற்றவருக்கு பொய்யான நம்பிக்கைகளை அளிக்கிறார்கள். நமக்கு அவர்களால் உதவி செய்ய முடியாது என்று அவர்களுக்கு தெரியும். ஆனால், முக்கியமான நேரத்தில், தங்கள் இயலாமையைத் தெரிவிப்பதற்கு ஏதேனும் நியாயமான காரணங்கள்

கூறுவார்கள். ஒருமுறை அல்லது இரண்டு முறை அவர்கள் அதிலிருந்து தப்பி விடலாம். ஆனால் அதையே தொடர்ந்து செய்தால் மக்கள் ஏதேனும் ஒரு நேரத்தில் அதை கண்டுபிடித்து விடுவார்கள். இவ்வாறு செய்பவர்கள், பாவத்தைச் சேர்த்துக் கொள்கிறார்கள். ஏதாவது ஒரு முக்கியமான நேரத்தில் வேறு யாராவது அவர்களுக்கு உதவி செய்வார்கள் என்று அவர்கள் நம்பும்போது அல்லது எதிர்பார்க்கும் போது பதிலடி கிடைக்கும்.

நீங்கள் உண்மையாகவே நம்பிக்கை அளிக்க நினைத்து, அது தோல்வி அடைகிறது என்றால் பிரச்சனை இல்லை. அது தொடர்கதை ஆகாமல் பார்த்துக் கொள்ள வேண்டும். நீங்கள் மனதளவில் ஏதேனும் ஒரு காலகட்டத்தில் பாதிக்கப்படுவீர்கள்; மற்றவர்கள் உங்கள் வார்த்தைகளை மதிக்க மாட்டார்கள். உங்களுக்கு, நம்பிக்கையைக் கண்டிப்பாகக் காப்பாற்ற முடியும் என்ற உறுதி இருந்து, கொடுத்த நம்பிக்கையைக் காப்பாற்ற உண்மையான முயற்சிகள் எடுக்கும் உண்மையான மனநிலை இருந்தால் மட்டுமே, உங்கள் நம்பிக்கையை அவர்களிடம் சொல்ல வேண்டும்.

பிரச்சனைகளை, ஆக்கபூர்வமான முறையில் கையாள, உறுதி நிறைந்த, அமைதியான மனதுடன், ஒரு சமயத்தில், ஒரு பிரச்சனையைப் பற்றி மட்டுமே சிந்திக்க வேண்டும். அதனைத் தீர்க்கவோ, கையாளவோ பல்வேறு வழிகளை எழுதிக் கொள்ளுங்கள். நீங்கள் பிரச்சினைகளைப் பற்றி எப்போதும் சிந்தித்துக் கொண்டிருக்க வேண்டிய அவசியம் இல்லை. ஒரு விஷயத்தைப் பற்றி சிந்தித்துக் கொண்டிருக்கும் போது இன்னொரு பிரச்சனை எழுந்தால், அது குறித்த எண்ணங்களை வளர்த்துக் கொள்வது அவசியம் இல்லை. அவை வரும்போதெல்லாம் அவற்றை வெறுமையாக்க. வேண்டும்.

சாப்பிடுவது, விளையாடுவது, இசை கேட்பது, எதையாவது பார்த்துக் கொண்டிருப்பது, நண்பர்களோடு பேசிக் கொண்டிருப்பது, மற்ற வேலைகளை செய்வது, என நாம் என்ன செய்து கொண்டு இருந்தாலும், இந்த கணத்தில் கவனம் செலுத்த வேண்டும். பிரச்சனைகளைப் பற்றி யோசிக்கவும், தீர்வு காணவும், எப்போது வேண்டுமோ அப்போது, சிறிதளவு சிந்தனை மற்றும் நேரம் மட்டுமே அளிக்க வேண்டும். சில நேரங்களில், பிரச்சனைகள் நாம் அவற்றைக் கவனிக்காத போதே, தாமாக தீர்ந்து விடும். உங்கள் மனதில் மூன்று பிரச்சனைகள் இருந்து அவற்றின் காரணமாக நீங்கள் மனச்சோர்வு அடைகிறீர்கள் என்றால் மனக்கண் முன்னால், அவை தீர்ந்து விட்டதாகவே கருதி காட்சிப்படுத்தி பாருங்கள். நீங்கள் உடனே மனச்சோர்வு கொண்ட மனநிலையில் இருந்து விடுபட்டு, மற்ற வேலைகளைச் செய்வதற்கு ஆற்றல் பெறுவீர்கள்.

சமீப காலங்களில் தற்கொலைகள் அதிகரித்துள்ளன. பல பிரச்சனைகளைப் பற்றி ஒரே நேரத்தில் யோசிப்பதால், பலர் மனச்சோர்வுக்குள்ளாகி, தற்கொலை செய்து கொள்கின்றனர். அவர்கள் ஏதோ ஒரு பெரிய பிரச்சனையைப் பற்றி யோசித்து, தீர்வு காண முடியாமல் தவித்திருப்பார்கள். அதனால், அவர்கள் வெறுப்பும் விரக்தியும் அடைந்திருப்பார்கள். இதற்கிடையில், ஏற்கனவே இருக்கும் மற்ற பிரச்சனைகளும், அதே நேரத்தில் தலைதூக்கும். இப்போது இருக்கும் பிரச்சனையைத் தீர்த்து விட்டாலும், ஏற்கனவே இருக்கும் பிரச்சினைகளை அவர்களால் தீர்க்க முடியாது; அல்லது ஒரு பிரச்சனையை மட்டும் தீர்ப்பதில் எந்த பயனும் இல்லை என்ற முடிவுக்கு வந்து விடுகிறார்கள். இது அவர்களை ஆழ்ந்த மனச்சோர்வுக்கு ஆளாக்கி, தற்கொலை எண்ணத்திற்கு வழிகோலுகிறது.

பற்றுகளும், உணர்ச்சிகளும் தற்கொலை மனநிலைக்கு மற்ற காரணங்கள். இது மிக அதிகமான உணர்ச்சிகள் கொண்டவர்கள், மிகுந்த பற்றுகளோடு இருப்பவர்கள், உறவு முறைகளின் உண்மை நிலையை ஒப்புக்கொள்ள முடியாதவர்கள் மத்தியில் மிகவும் பொதுவானதாகும். உறவுகளும் நட்புகளும் தற்காலிகமானவை; பரஸ்பரம் ஆனவை. மக்களுக்கு, உதவியும், கொடுத்தலும், பரஸ்பரமாக இருக்கும் வரை எல்லாம் சரியாக இருக்கும். ஒருவர் மறுதலிக்கும் போதும், வேண்டாம் என்று தள்ளும்போதும், இன்னொருவர் சிறிது நேரத்திற்கு காத்திருந்து பார்க்கிறார்; அது சரியாகவில்லை என்றால் அவர் இதைவிட பற்றும், பிணைப்பும் இருக்கக்கூடிய மற்றொருவரிடம் போய்விடுகிறார். இது கைவிடுதலாகவும், துரோகமாகவும், காயப்படுத்துதலாகவும் புரிந்து கொள்ளப்பட்டு, மனச்சோர்வுக்கும், தற்கொலைக்கும் வழி வகுக்கலாம்.

ஈகோவும், பாதுகாப்பின்மையும் தான் தற்கொலை எண்ணங்களுக்கு முக்கியமான காரணங்களாகும். சில நேரங்களில் அன்பு பறிபோனதை விட, "அவன்/ அவள் என்னை எப்படி நிராகரிக்கலாம்?", "என்னைப் பற்றி அடுத்தவர் என்ன நினைப்பார்கள்?", "என்னை மற்றவர்கள் கீழ்த்தரமாக பார்ப்பார்கள்" என்ற எண்ணங்களே நம்மை பாதிக்கின்றன. எந்த உறவு பிரிந்தாலும், அதன் பாதிப்பு சிறிது காலம் வரை இருக்கும். எதிர்கால உறவுகளிலும் அதே எதிர்மறை நிகழ்வுகள் நடந்து விடுமோ என்ற பயம் கூட தற்கொலை எண்ணங்களுக்குக் காரணமாகி விடுகிறது.

உங்கள் கடமையைச் செய்து, முழு மனதுடன் அன்பு செலுத்துவது நல்லது தான். ஆனால் அது குறைய தொடங்கிய நிமிடத்திலிருந்து, அதை ஏற்றுக் கொள்ள ஆரம்பிக்க வேண்டும். நாம் எல்லோரும், அந்த அடுத்தவர் தான் நம் வாழ்க்கை நினைக்க ஆரம்பிக்கிறோம்; நாம் பார்வையில் படாமல், தொடர்பில்லாமல் போய்விட்டால், அவர்கள்

நம்மை மறந்து விடுவார்கள் என்பதை நாம் உணர்ந்து கொள்வதில்லை. பணம், பதவி, புகழ் என அனைத்தையும் தாண்டி, அனைவரும் சமம், ஒருவரை விட ஒருவர் உயர்ந்தவர் அல்ல என்பதை நம்புங்கள். நிராகரிப்பால் நீங்கள் தாழ்ந்து விடவில்லை. சந்தர்ப்ப சூழ்நிலைகள் அவர்களை அவ்வாறு செய்ய வைக்கிறது.

மற்றவர்கள் என்ன கூறுவார்களோ என்ற பயம், தற்கொலை எண்ணங்கள் ஏற்படுவதற்கு முக்கியமான காரணங்களில் ஒன்றாகும். ஒவ்வொருவரும் தங்கள் வழியில் பிஸியாக இருக்கிறார்கள்; வேலை இல்லாமல், எதிர்மறை எண்ணங்கள் கொண்டவர்கள் தான் வம்பு பேசுவார்கள். அவர்கள் தங்கள் கணக்கில் புது கர்மாவை சேர்த்துக் கொள்கிறார்கள். நீங்கள் கண்காணிக்கப்படுகிறீர்கள் என்று ஒருபோதும் நினைக்காதீர்கள். அவர்களுக்கு ஏதேனும் பயன் இருந்தாலன்றி, ஒருவரும் உங்களைப் பற்றி கவலைப்பட மாட்டார்கள்.

இதெல்லாம் எண்ணங்களால் தான் நடக்கின்றன என்பதை நினைவில் கொள்ளுங்கள். உங்கள் மனதை விட்டு அது மறையும் வரை இத்தகைய எண்ணங்களை வளர்க்காமல் வெறுமையாக்குங்கள். கட்டாயமாக, நிகழ்காலத்தில் கவனம் செலுத்துங்கள். உங்களின் மிகப்பெரிய நன்மைக்காகவே இது நடந்தது என்று எண்ணுங்கள். நீங்கள் இதைத் தாண்டி வந்துவிட்டால், நீங்கள் புது உறவுக்கு பழகி விடுவீர்கள்.

"Gifted program" என்னும் நிகழ்ச்சியில் நான் ஒரு மாணவனைச் சந்தித்தேன். அவன் மிகவும் புத்திசாலி; திறமை மிக்கவன். ஆனால், ஏதோ மன அழுத்தங்களின் காரணமாக, அவனது மதிப்பெண்கள் குறைந்து, வகுப்பில் முதன்முறையாக அவன் ஃபெயிலாகி விட்டான். அவனது அம்மா அவன் மீது மிகவும் ஆத்திரப்படுவார்கள் என்று அவன் நினைத்தான். அவன் மனச்சோர்வுக்கு ஆளாக ஆரம்பித்தான்; தன்னிடம் என்ன தவறு என்று அவனுக்கு தெரியவில்லை; இதைத் தன் அம்மாவிடம் எவ்வாறு சொல்வது என்றும் புரியவில்லை. உங்கள் மனம் சரியில்லை என்று உங்கள் பெற்றோரிடம் சொல்வது முற்றிலும் சரிதான். தாங்கள் மனச்சோர்வுக்கு ஆளாகி இருப்பதாக, அடுத்தவரிடம் சொல்ல, பலரும் தயங்குகின்றனர். தங்களைப் பற்றி அடுத்தவர் தவறாக நினைப்பார்கள் என்று அவர்கள் எண்ணுகின்றனர். மாணவர்களும், இளம் வயதினரும் அவர்கள் வாழ்க்கையில், பல விஷயங்கள் குறித்து, பல குழப்பங்கள் இருக்கும் வயதில் இருக்கிறார்கள். வாழ்க்கையில் மிகப் பெரிய மாற்றமும், அந்த மாற்றங்களுடன் தொடர்புடைய மிகப்பெரிய அழுத்தமும், அவர்கள் வாழ்க்கையில் இருக்கின்றன. அதனால் இதைப் பெற்றோர்களுடன் பகிர்ந்து கொள்வது மிகவும் முக்கியமானதாகும். இல்லையென்றால், எரியும் நெருப்பில் எண்ணெய் ஊற்றுவது போல் அவர்களும் கூடுதல் அழுத்தம் அளிப்பார்கள்.

உங்கள் பெற்றோரிடம் சொன்னால், அவர்கள் உங்களைப் புரிந்து கொள்வார்கள். இந்த சிறு வயதில் பல விஷயங்களைத் தாண்டி வர, அது உங்களுக்கு உதவி செய்யும். உங்களைப் பற்றி மற்றவர்கள் ஏதேதோ நினைப்பார்கள் என்று ஒருபோதும் எண்ணக்கூடாது. அதைக் கருணையுடன் பார்க்கத் தொடங்கிப் பழகி கொள்வார்கள். உங்களைப் பற்றி குறைவாக எண்ண மாட்டார்கள். உண்மையில் நீங்கள் மனம் திறந்து பேசுவதைப் பாராட்டுவார்கள். தேவையான போது மற்றவரிடம் பகிர்ந்துக் கொள்ளும் இந்த பழக்கம், முக்கியமான பல பிரச்சனைகளைத் தாண்டி வர உங்களுக்கு உதவும்.

இந்த வயதில் கொந்தளிப்பு மிகவும் சாதாரணமானது என்பதை நீங்கள் புரிந்து கொள்ள வேண்டும். பழக்கவழக்க மாறுதல் மற்றும் உணர்ச்சிகளில் ஏற்றத்தாழ்வு இவற்றைப் பற்றி ஏராளமான தகவல்கள் இணையத்தில் இருப்பது உங்களுக்கு மிகப்பெரிய சாதகமான விஷயமாகும். அதைப் பயன்படுத்துங்கள்; உங்களை நேசிப்பவரிடம் சில விஷயங்களை மனம் திறந்து கூறுங்கள். யாரிடமாவது சொன்னால் அல்லது குறுஞ்செய்தி அனுப்பினாலும் உங்களுடைய பாரம் குறைந்து மனம் லேசாகும்.

நெறிமுறை தவறி நடப்பதைக் குறைத்துக் கொள்ளுங்கள்; தற்கொலை எண்ணத்தை வெல்வதற்கு இது உதவும். இது கடவுளின் உடல்; கடவுளின் ஆத்மா; இதை அழிப்பதற்கு உங்களுக்கு உரிமை இல்லை. எந்தவிதமான எதிர்பார்ப்புகளும் இல்லாமல், எந்த விதத்திலாவது சமூக சேவை செய்வது, உங்கள் எதிர்மறை எண்ணங்களை மறக்க செய்து, உங்களை மகிழ்ச்சியாகவும், லேசாகவும் உணரச் செய்யும்.

அடுத்தவர் நிலையைப் புரிந்து கொள்வது உங்களுக்கு உதவி செய்யலாம்; சந்தர்ப்பங்களும், சூழ்நிலைகளும் தான் மனிதர்களை வேண்டாத விஷயங்களைச் செய்ய வைக்கின்றன என்று அது உங்களை உணரச் செய்யும். உங்கள் எல்லா பிரச்சனைகளுக்கும், அவற்றை ஏற்றுக் கொள்வதே மிகப்பெரிய தீர்வாகும். நீங்கள் முயற்சி செய்தால் பல விஷயங்கள் நடந்துவிடும். நடக்காவிட்டால், அதை ஏற்றுக் கொண்டு விடுங்கள்.

எல்லாவற்றிற்கும் மேலாக, வாழ்க்கையில் சூழ்நிலைகளைச் சமாளிக்கவும், மனச்சோர்வை வெல்லவும், அமைதியான தொல்லை இல்லாத மனம் கொண்டிருப்பது, மிகவும் முக்கியமானதாகும். உங்கள் உடலையும், உள்ளத்தையும் அமைதியாக்க, மூச்சு அடிப்படையிலான கிரியாக்கள் மற்றும் தியானப் பயிற்சி மேற்கொள்ளுங்கள். நிகழ்காலத்தில் கவனம் செலுத்த உங்களைக் கட்டாயப்படுத்திக் கொள்ளுங்கள் அல்லது ஏதாவது ஒன்றில் ஈடுபடுத்திக் கொள்ளுங்கள்.

வேண்டாத எண்ணங்களை வளர்க்காதீர்கள். எதிர்மறையான மனச்சோர்வு தரும் எண்ணங்களை வளர்க்காமல் அவற்றை வெறுமையாக்குவது அத்தகைய எண்ணங்களை அழிப்பதில் உதவி செய்யும்.

11. குற்றவுணர்வையும் தவறுகளையும் நீக்குதல்

- தவறுகள் செய்தல்; குற்ற உணர்ச்சிக்கு ஆட்படுதல்
- குற்ற உணர்ச்சியை போக்குதல் மற்றும் முயற்சி செய்தல்
- நமது தவறுகளை ஒப்புக்கொள்ளுதல்; விமர்சனங்களை ஏற்றுக் கொள்ளுதல்

ஒரு புதிய துறையில் ஆறு மாதமாக மட்டுமே வேலை செய்கிறீர்கள் என்றால் அதில் தவறுகள் செய்வது பரவாயில்லை; அது சாதாரணமானது தான். உங்களுடைய வாழ்க்கையில் ஒரு புதிய முக்கியமான கட்டத்திற்கு செல்வதால், எல்லாவற்றையும் சரியாக செய்கிறோமா, சரியான முறையில் செய்கிறோமா மேலதிகாரிகளிடம் ஒப்புதல் கிடைக்குமா போன்ற சில பயங்கள் ஏற்படும். இதைத் தக்க நேரத்தில் கவனித்து, பார்த்து, சரி செய்யாவிட்டால், அது பதற்றமாக வளர்ந்து நீங்கள் தவறுகள் செய்வதற்கு மிகப்பெரிய வாய்ப்பாக அமைந்து விடும். அதனால் ஒருவர் அதைப்பற்றி கவலைப்படுவதை நிறுத்த வேண்டும். இந்தக் கட்டத்தில் ஒருவர் வேலை இழந்தாலும், பரவாயில்லை. ஆனால் நீங்கள் முழு அளவில் முயற்சி செய்ய வேண்டும்; அதன் பின் தவறுகள் ஏற்பட்டால் பரவாயில்லை.

நீங்கள் எதையாவது கற்றுக் கொள்ளும் போது, முட்டாள்தனமாக ஏதாவது சொன்னாலும் அல்லது செய்தாலும் தவறில்லை. உங்களை வேறு வகையாக உணரச் செய்வதற்கும், அழுத்தம் அளிப்பதற்கும், யாரையும் அனுமதிக்காதீர்கள். யாராவது உங்கள் அழுத்தம் கொடுப்பதாக நீங்கள் உணர்ந்தால், அது பதற்றத்துக்கு வழி வகுக்கும். அவ்வாறு செய்ய வேண்டாம் என்று அவர்களிடம் சொல்லுங்கள்.

நீங்கள் தொடர்ந்து பல தவறுகள் செய்து கொண்டிருந்தால், உங்கள் மனம் பதற்றமடைந்து, அந்த பயம் மற்றும் பதற்றத்தினாலேயே தொடர்ந்து அதே தவறுகளைச் செய்வீர்கள். இது அதீத சிந்தனையாலும், எண்ணங்களின் தீய சுழற்சியாலும் ஏற்படும் பிரச்சனையாகும். கிரிக்கெட் வீரர்கள் மோசமாக விளையாடும் போது அவர்கள் தன்னம்பிக்கை இழக்கிறார்கள் என்பது இதற்கான ஒரு எடுத்துக்காட்டாகும். அதைப் பற்றியே மீண்டும் மீண்டும் சிந்தித்துக் கொண்டிருப்பது அவர்களை அந்தத் தவறுகளைத் தொடர்ந்து செய்ய வைக்கிறது. அதைப் பற்றி சிந்திக்காமல் இருப்பதே அதிலிருந்து

வெளிவர சிறந்த வழியாகும்; இந்த சிந்தனைகள் எப்போது ஏற்பட்டாலும் அதை வெறுமையாக்குங்கள்.

கடின பயிற்சியால் தான் தவறுகள் நேராது என்ற நம்பிக்கை ஏற்படும். ஒருவர் நன்றாக பயிற்சி செய்ய வேண்டும். அது ஆழ்மனதின் வழியாக வேலை செய்கிறது. நாம் நிகழ்காலத்திலும், நாம் என்ன செய்து கொண்டிருக்கிறோமோ அந்த வேலையில் கவனம் செலுத்தி, பதற்றம் தரக்கூடிய எண்ணங்களை வளர்க்காமல் வெறுமையாக்கி, நாம் பணியைச் சரியாக செய்கிறோம் என்பதை மனக்கண்ணால் கண்டு காட்சிப்படுத்தினால், நாம் தவறுகளை வென்று, அவற்றை மீண்டும் மீண்டும் செய்யாமல், நம்பிக்கையை மீளப் பெற முடியும்.

நீங்கள் எது செய்து கொண்டிருக்கிறீர்களோ, அதன் மீது முழு கவனத்தையும் செலுத்துவது தான் முன்னேறி செல்ல ஒரே வழி. கவனம் செலுத்த உங்களை நீங்களே கட்டாயப்படுத்திக் கொள்ளுங்கள். சுலபமாக கவனம் செலுத்த தியானம் உங்களுக்கு உதவி செய்யும். தியானத்தில் உங்கள் மனதை இடைவிடாமல் ஈடுபடுத்தும் பயிற்சி, நீங்கள் எதன்மீதும் சுலபமாக கவனம் செலுத்த உதவும். ஒருமுறை நீங்கள் கவனம் செலுத்த ஆரம்பித்து விட்டால், தவறுகளின் எண்ணிக்கை மிகவும் குறைந்து விடும்.

நீங்கள் செய்யும் எல்லாவற்றிலும் கவனம் செலுத்தினாலும், தவறுகள் தொடர்ந்து நடந்து கொண்டே இருந்தால், சிரித்துக் கொண்டே கடந்து சென்றுவிடலாம். நீங்கள் குற்ற உணர்வை அனுபவித்தாலோ, அல்லது நடந்த தவறுகளில் உங்களுடைய பங்கு ஏதேனும் இருந்தது என்று உங்களுக்கு தோன்றினாலோ, நீங்கள் செய்வதில் கவனம் செலுத்துவதில்லை என்றாகும்; தவறுகள் மீண்டும் மீண்டும் நடக்கும் ஆபத்து இருந்து கொண்டே இருக்கும். நீங்கள் குற்ற உணர்வு இல்லாமல் கவனம் செலுத்தினால் பல தவறுகளைத் தவிர்க்கலாம். உங்கள் குற்ற உணர்வைத் தோண்டி பார்த்து, சரியான முயற்சியையும், கவனத்தையும் செலுத்தினால், நீங்கள் தவறுகள் செய்வது மிகவும் அரிதாகிவிடும். அதையும் தாண்டி நடக்கும் தவறுகளை ஏற்றுக் கொண்டு சிரித்துக் கொண்டே கடந்து சென்றுவிடலாம். தியானப் பயிற்சி என்பது நீங்கள் கவனம் செலுத்த உதவும் மனப்பயிற்சி ஆகும். அது பல்வேறு விஷயங்களை எளிதாக எடுத்துக் கொள்ள உங்களுக்கு உதவி செய்யும்.

நாம் நம் மீது மிகுந்த அன்பு செலுத்துவதால் நம் தவறுகளைச் சுலபமாக ஒப்புக்கொள்ள மாட்டோம்; நமது செயல்களைக் கடைசிவரை நியாயப்படுத்திக் கொண்டே இருப்போம். நாம் மற்றவர்கள் நல்லவர்களாக இருக்க வேண்டும் என்று நினைக்கிறோம்; வேண்டாத

விஷயங்களைச் செய்யும் போது அவர்களை இழித்துரைக்கிறோம்.. ஆனால் நமக்குப் பிடித்த விளையாட்டு வீரர், சினிமா நட்சத்திரம், அல்லது நமது அன்புக்குரியவர் தவறான விஷயங்களைச் செய்தால் அதை நாம் நியாயப்படுத்த முயல்கிறோம். அவர்களை நமக்கு மிகவும் பிடிக்கும் என்பது தான் அதற்கு காரணம். யாராவது அவர்களைக் குறை சொன்னால் நமக்குப் பிடிக்காது. நமது மனதில் அவர்களோடு பைத்தியக்காரத்தனமாக ஒரு பந்தத்தை ஏற்படுத்திக் கொள்கிறோம். ஒரு மனிதரை நமக்கு மிகவும் பிடித்தால், அவர்களைப் பற்றி எதிர்மறை விஷயங்களைக் கேட்கும் அல்லது பார்க்கும்போது, நமக்கு கண் குருடாகிவிடும்; காது செவிடாகிவிடும். நமது மனதில் அவர்கள் எது செய்தாலும் சரி என்று பெரிய சலுகைகளையும், விதிவிலக்குகளையும், அளிக்கிறோம். சில பேர் மீது மட்டும் பைத்தியக்காரத்தனமான அன்பு இருப்பதால், அவர்களின் எதிர்மறை பகுதியை ஏற்றுக்கொள்ள, நம் மனதை அனுமதிப்பதில்லை.

எனவே, நமக்குப் பிடித்த யாரையும் அந்த அளவுக்கு பைத்தியக்காரத்தனமாக நேசிக்காமல் இருப்பது நமக்கு மிகவும் முக்கியமானதாகும். அவர்கள் தவறுகள் செய்யும்போது, நம் மனம் அதை நியாயப்படுத்தும் பைத்தியக்காரத்தனமான அளவுகளுக்கு நாம் அதை எடுத்து செல்ல கூடாது. அவர்கள் நன்மை செய்யும் போது அவர்களைப் பாராட்டலாம்; ஆனால் நம் தவறுகளையும், அவர்களது தவறுகளையும் அது நடக்கும் போது உணர்ந்து, பாரபட்சமற்று இருக்க வேண்டும்.

நாம் தவறுகள் செய்யும்போது அதை உணராமல், அதை அங்கீகரிக்காமல், அதற்கு பொறுப்பேற்காமல் இருந்தால், கர்ம விதி பின்னர் நம்மை பாதிக்கும். குற்ற உணர்வும், பயமும் நம்மை ஆட்டி படைக்கும். இது நம்மை வெகுவாக பாதிக்கும். சிலர் இந்த உணர்வை வாழ்நாள் முழுவதும் தூக்கித் திரிவார்கள்; அது அவர்களை மோசமாக பாதிக்கும். எண்ணங்கள் தான் உங்களைப் பாதிக்கிறது, கர்மாவை எதிர்கொள்ள தயாராக இருக்கிறீர்கள் என்றால் இந்த எண்ணங்களை "வேண்டாத எண்ணங்களை வெறுமையாக்குதல்" என்ற நுட்பத்தைப் பயன்படுத்தி புறம் தள்ளலாம். ஆனால் அந்த தவறை மீண்டும் செய்ய மாட்டேன் என்று நீங்கள் உறுதி எடுத்துக் கொள்ள வேண்டும்.

இரண்டாவதாக எண்ணங்கள் உங்களை பாதிக்கிறது; கர்மாவையும் நீங்கள் எதிர்கொள்ள தயாராக இல்லை என்றால் உரிய நபரிடம் சென்று உங்கள் தவறை ஒப்புக் கொள்ளுங்கள். முதலில் அவர்கள் உங்களிடம் கடுமையாக நடந்து கொண்டாலும், காலம் செல்ல செல்ல, உங்கள் செய்கையை அவர்கள் பாராட்டி உங்கள் மீது நம்பிக்கை வளர்த்துக் கொள்வார்கள்.

உங்களை நீங்கள் விரும்புவது போல் அடுத்தவரையும் விரும்ப வேண்டும்; அவர்களது இடத்தில் உங்களை இருத்திப் பார்க்க வேண்டும். இது உங்கள் தவறுகளையும், அடுத்தவர் தவறுகளையும் புரிந்து கொண்டு கருணையோடு இருக்க உதவும்.

12. பொறாமையை வேரறுத்தல்

- நாம் ஏன் பொறாமைப்படுகிறோம்
- பொறாமைக்கு வழிவகுக்கும் ஒப்பு நோக்குதல்
- பொறாமை இல்லாமல் இருக்க எதை நினைவில் கொள்ள வேண்டும்
- அடுத்தவர் உங்களைப் பார்த்து பொறாமை பட்டால் என்ன செய்ய வேண்டும்
- தனிப்பட்ட உறவுகளில் பற்றும் பொறாமையும்

அடுத்தவருக்கு உங்களைக் காட்டிலும் முக்கியத்துவம் தரப்பட்டு விடும் என்ற ஒருவகை பாதுகாப்பின்மையே பொறாமையாகும். நீங்கள் அதைப்பற்றி அதிகமாக நினைக்க, நினைக்க, அது அதிகமாகும்; உங்கள் படபடப்பு அதிகரித்து, நீங்கள் மன அழுத்தத்துக்கு உள்ளாகி, எரிச்சலடைந்து, அடுத்தவர்களை வெறுக்க ஆரம்பிப்பீர்கள். உங்கள் நண்பர் இன்னொருவரோடு நெருக்கமாகிறார் என்று நீங்கள் பொறாமைப்படுவது இதற்கு ஒரு எளிய எடுத்துக்காட்டாகும். நாம் நண்பரிடம் வைத்திருக்கும் நேசத்தை மறந்து விடுவோம்; உங்களைவிட உங்கள் நண்பர் இன்னொருவருக்கு முக்கியத்துவம் கொடுத்து விடுவாரோ என்ற பாதுகாப்பின்மை தலை தூக்கி விடும்.

பொறாமை அடைவதும் ஆணவம் கொண்டிருப்பதும், எல்லோருக்கும் பொதுவானது தான்; இது ஒருவருடைய தவறு கிடையாது; ஆனால் இது தவறாகப் பார்க்கப்படுவதால், மக்கள், தாங்கள் பாதுகாப்பின்மையையும், பொறாமையையும் உணர்வதாக கூற தயங்குகிறார்கள். இது உறுதியான ஆணவத்தின் அடையாளமாகும். ஆணவமும் பொறாமையும் கொண்டிருப்பவர்களை மக்கள் கீழ்த்தரமாக நினைக்கிறார்கள். ஆனால் குறைந்த சுய முக்கியத்துவத்தால் வரும் பயமும், அடுத்தவர்களால் கீழ்த்தரமாக நடத்தப்படுவோமோ என்ற அச்சமும் நம் எல்லோரிடமும் உள்ளது; அது நம்மை ஆணவம் மிக்கவர்களாகவும், பொறாமை கொண்டவர்களாகவும் மாற்றுகிறது.

பதற்றத்திற்கும், பொறாமைக்கும், ஒப்பு நோக்குதல் மிகப்பெரிய காரணமாகும். அது மனித மனதின் மீது மோசமான பாதிப்பை உண்டாக்குகிறது. உலகத்தில் ஒவ்வொருவரும் வெவ்வேறானவர்கள் என்பதை நினைவில் கொள்ள வேண்டும். ஒவ்வொருவருடைய

அ.தி.ராஜ்குமார்

இயற்கை, அவர்கள் வளர்க்கப்பட்ட சூழ்நிலைகள், அவர்களின் பெற்றோர்களின் உளவியல், உடலின் இயல்பு, அவர்களுடைய உளவியல், நிதி நிலைமை, அந்த நிமிடத்தின் மனநிலை ஆகியவை அடுத்தவரிடமிருந்து முற்றிலும் வேறுபட்டதாகும். ஒவ்வொரு நபரின் இயல்பும் எல்லா வகையிலும் வெவ்வேறாக இருக்கும்போது அவர்களை எப்படி ஒப்பிட முடியும்? அவ்வாறு ஒப்பிடுவது முட்டாள்தனமானது; என்றாலும் அதை நாம் செய்கிறோம்.

ஒப்பிடும்போது, நீங்கள் மற்றவரை விட நன்றாக இருக்கிறீர்கள் என்று நினைத்தால் நீங்கள் உற்சாகமடைவீர்கள்; ஆனால் அந்த நிலையைத் தக்க வைத்துக் கொள்ள வேண்டும் என்ற அழுத்தத்துக்கு ஆளாகி, முடிவாக நீங்கள் மகிழ்ச்சியை இழப்பீர்கள். மற்றொருவர் உங்களைவிட நன்றாக இருக்கிறார் என்று ஒப்பிடப்படும் போது நீங்கள் கவலையடைந்து, மகிழ்ச்சியை இழக்கிறீர்கள். நீங்கள் அடுத்தவரை விட தாழ்ந்தவர் என்று ஒப்பிடப்பட்டால், நீங்கள் உடனடியாக மகிழ்ச்சியை இழக்கிறீர்கள். இரண்டு நிகழ்வுகளிலும் நீங்கள் ஒப்பீட்டால் மகிழ்ச்சியை இழக்கிறீர்கள்.

எந்த அளவுக்கு உயர்நிலையை அடைந்திருந்தாலும் ஒருவரும் மேன்மையானவரோ, பெரியவரோ இல்லை என்பதை நாம் மறந்து விடுகிறோம். தெய்வத்தின் கண்களில் அனைவரும் சமம் என்பதையும் மறக்கிறோம். வெற்றி பெற்றவர்கள் அனைவரும் சூழ்நிலைகள், சந்தர்ப்பங்கள், வாய்ப்புகள், அதிர்ஷ்டம், சிந்திக்க கூடிய நல்ல புத்தி, கடினமாக உழைக்கக்கூடிய மனம், நல்ல பெற்றோர், நல்ல உத்வேகங்கள் இவைகளால் ஆசீர்வதிக்கப்பட்டிருப்பார்கள். சுந்தர் பிச்சை, கலாம், டெண்டுல்கர், இளையராஜா போன்றோர் இந்த காரணங்களில் ஒன்று அல்லது பலவற்றால் தான் பெருமை அடைந்தார்கள். அதே காரணிகள் உங்களுக்கும் கிடைத்திருந்தால், அல்லது அதே மனதுடன் நீங்கள் உருவாகி இருந்தால், நீங்களும் பெருமை பெற்று இருப்பீர்கள். இதை உணர்ந்து நீங்கள் எவருக்கும் சமம் தான் என்ற சிந்தனையை வளர்த்துக் கொள்ளுங்கள். இது பொறாமை, பாதுகாப்பின்மை, தாழ்வு மனப்பான்மை, உயர்வு மனப்பான்மை ஆகியவற்றைப் போக்க உதவுகிறது.

இந்த வாழ்க்கை உங்களுக்கும், கடவுளுக்கும் இடையிலானது என்று உறுதியாக நம்புங்கள். எல்லோரும் சமமான திறமை உடையவர்களே; கடவுள் தக்க நேரத்தில் நீங்கள் சாதனை படைக்க வாய்ப்பு அளிப்பார் என்று உறுதியாக நம்புங்கள். இது உங்களை அடக்கமானவராக மாற்றும். ஒரு வெற்றியோ அல்லது சாதகமான சூழ்நிலையோ ஏற்பட்டால் நீங்கள் துள்ளிக்குதித்து அதைக் கொண்டாடாதீர்கள்; அமைதியாக இருங்கள். இந்த நேர்மறையான சூழ்நிலையைக்

கடவுளுக்கு அர்ப்பணித்து விடுங்கள்; அப்படி இருந்தால், எதிர்மறையான சூழல் ஏற்படும் போதும், ஒருவர் உங்களைவிட சாதனை புரியும் போதும், நீங்கள் அமைதியாக இருப்பீர்கள்.

கடவுளின் கண்களில் வெற்றி என்பது, பணம் சம்பாதிப்பது, அதிகாரம் படைத்திருப்பது, அல்லது புகழ் கொண்டிருப்பது இல்லை என்பதை நினைவில் கொள்வதும் உதவிகரமாக இருக்கும். மனிதர்கள் தான் வெற்றியை, பணம், பதவி புகழ் ஆகியவற்றின் அடிப்படையில் அளக்கிறார்கள். உண்மையில் வெற்றி என்பது, நீங்கள் எடுக்கும் உண்மையான முயற்சிகள், பல்வேறு சூழ்நிலைகளில் நீங்கள் எவ்வளவு நெறிமுறையுடன் இருக்கிறீர்கள், மற்றவர்களுக்கு நீங்கள் செய்யும் உதவி, இவற்றைப் பற்றியதாகும்.

மற்றவரைப் பற்றி பேசுகையில், உதாரணமாக, உங்கள் தன்னம்பிக்கையைக் கண்டு பயந்து அல்லது பொறாமைப்படுபவர் போல் தோன்றி அல்லது உங்கள் தன்னம்பிக்கையைக் குறைக்க உங்கள் நண்பர் முயல்கிறார் என்று வைத்துக் கொள்வோம். இது ஏனென்றால், உங்கள் நண்பர் பாதுகாப்பில்லாமல் உணர்கிறார். உங்கள் நண்பர் இதைக் கோபத்தால் செய்யவில்லை என்று உணர்ந்து கொள்ளுங்கள். அவரது முக்கியத்துவம் குறைந்து விடுமோ என்ற பயமும், எதிர்மறை எண்ணங்களால் ஏற்படும் அச்சமும், அவருக்குப் பொறாமையை ஏற்படுத்துகின்றன. உங்கள் தன்னம்பிக்கையைக் கெடுக்க அவர் ஏதாவது செய்ய முயற்சி செய்வார். நீங்கள் குறி வைக்கப்படுகிறீர்கள் என்று நீங்கள் நினைக்கலாம்; ஆனால் அது உண்மையல்ல. உங்களிடத்தில் வேறு யாராவது இருந்தாலும் அவர்களுக்கும் இதே நடக்கும். எனவே, இந்த உண்மைகளைப் புரிந்து கொண்டு, உங்களைக் கண்டு பொறாமைப்படும் உங்கள் நண்பர்கள் மீது கோபம் கொள்ளாதீர்கள்.

இப்போதும் கூட, வசதிகள், சூழ்நிலைகள், மற்றும் சில உயிரியல் காரணிகள் இவை எல்லாம் உங்களுக்கு இருந்ததால் தான் நீங்கள் வெற்றியாளராகவும், தன்னம்பிக்கை உடையவராகவும் இருக்கிறீர்கள் என்பதை உணர்வது முக்கியமானதாகும். உங்கள் நண்பருக்கு அது கிடைத்திருந்தால் அவரும் வென்றிருப்பார். நீங்கள் கர்வம் அடைவதிலிருந்தும், மற்றவர்களை மட்டமாக நினைப்பதிலிருந்தும் இந்த உணர்வு உங்களைக் காப்பாற்றும். உங்கள் நண்பரை இதை உணர வைத்து, அவர்களை நம்பிக்கை உடையவராகவும், பாதுகாப்பு இல்லாமல் உணராதவராகவும் மாற உதவுங்கள்.

ஒரு நண்பர் உங்களைக் காப்பியடித்தால், சமூக வலைதளங்களில் நீங்கள் பேசும் நபர்களுடன் தொடர்பு கொண்டால், உங்கள் போஸ்ட்டில்

உள்ள லைக்குகளைப் பின் தொடர்ந்தால், அது பொறாமையால் மட்டும் இருக்காது. நேர்மறை அதிர்வுகள், நல்ல பழக்கவழக்கம், அழகிய தோற்றம், இயல்பாகவே நன்றாக பழகுதல், உதவும் தன்மை, இயல்பாகவே அடுத்தவருக்காக வருந்துதல், நன்றாக பேசுதல், அடுத்தவரின் துன்பங்களைப் புரிந்து கொள்ளுதல், அதற்கேற்றவாறு பேசுதல் ஆகியவை மக்களை ஈர்க்கும் குணங்களாகும். நிறைய பேரை நீங்கள் ஈர்க்கும் போது இன்னும் அதிகமானோர் உங்களை நோக்கி வருவார்கள். நேர்மறை அதிர்வுகளும், ஆன்மீக இயல்பும், ஈர்ப்பு விதியை உங்களுக்காகப் பணி புரிய வைக்கும். மற்றவர் உங்களைக் காப்பியடித்தால், உங்களுக்கு எதுவும் நடக்கப் போவதில்லை. நீங்கள் எதையும் இழக்கப் போவதில்லை. யாரும் உங்களைப் போல ஆக முடியாது. உங்கள் நல்ல தன்மைகளை யாரும் எடுத்துச் செல்ல முடியாது. அவர்கள் உங்களைப் போலவே நடக்கிறார்கள் என்று நீங்கள் மகிழ்ச்சி அடைய வேண்டும். உங்களைப் பார்த்து பிறர் பொறாமைப் படுவதை பற்றி நீங்கள் கவலைப்பட வேண்டாம்; உங்களைப் பார்த்து மற்றவர்கள் செய்கிறார்களே என்று நீங்கள் சந்தோஷப்பட வேண்டும்.

உங்கள் நண்பருக்கு பிற நண்பர்கள் இருக்கிறார்கள்; அவர் மற்றவர்களோடு பேசுகிறார் என்று நீங்கள் பொறாமைப்பட்டால், அது மிகவும் கெடுதல் ஆகும். நீங்கள் அவன் / அவளிடம் மிகவும் பற்றுதலோடு இருக்கிறீர்கள் என்பதற்கு இது அடையாளம். உங்கள் நண்பரிடம் உங்களுக்கு இருக்கும் அன்பை விட, இது உங்கள் பொறாமையையும், பாதுகாப்பின்மையுமே காட்டுகிறது. நீங்கள் இதே மனநிலையில் தொடர்ந்து இருந்தால், நீங்கள் மகிழ்ச்சியாகவே இருக்க முடியாது. உங்களோடு அவர் நெருக்கமாக இருந்தால், நீங்கள் மகிழ்ச்சியாக இருப்பீர்கள்; ஆனால் அவர் மற்றவரோடு பேசிய நிமிடமே உங்கள் முக்கியத்துவம் குறைந்து விடுமோ என்று பயப்படுவீர்கள். எனவே உங்கள் மகிழ்ச்சி அவரது மனநிலையைப் பொறுத்து அமையும்; உங்கள் கட்டுப்பாட்டில் இருக்காது.

இம்மாதிரி நிகழ்வுகளில், அனைத்து உறவுமுறைகளும் தற்காலிகமானவையே என்று உணர்தல் முக்கியமாகிறது. எந்த உறவு எவ்வளவு நாள் நீடிக்கும் என்பது பரஸ்பர பயன்களையும், புரிதலையும் பொருத்தது. தற்போது இவருக்கு நீங்கள் நெருக்கமாக இருக்கிறீர்கள். நீங்கள் புதிய நண்பர் ஒருவரைச் சந்திக்கலாம்; பழைய நண்பரை விட புதிய நண்பரை உங்களுக்கு அதிகம் பிடித்திருந்தால், நீங்கள் இருவரும் நெருக்கமாகப் பழகுவீர்கள். பழைய நண்பரை விட்டு நீங்கள் மெதுவாக விலகிச் செல்ல தொடங்குவீர்கள். உங்கள் செயலை நியாயப்படுத்தப் பல காரணங்கள் உங்களுக்குக் கிடைக்கும்.

பரஸ்பர பயன்கள், பரஸ்பர புரிதல், வாய்ப்புகள், சூழ்நிலைகள் இவற்றின் காரணமாக மக்கள் ஒருவருக்கொருவர் நெருக்கமாகிறார்கள். அது குறையும்போதோ, தள்ளிச் செல்லும் போதோ, அந்த வசதியைத் தரக்கூடிய இன்னொருவரிடம் அவர்கள் செல்கின்றனர். ஒருவரை மற்றொருவர் விரும்புகிறார் என்பதற்காக அவர்கள் என்றென்றும் அப்படியே இருக்க வேண்டும், ஒருவரை விட்டு இன்னொருவர் விலகக் கூடாது அல்லது அவர்களுக்கு வேறு நண்பர்கள் இருக்கக் கூடாது என்பது கிடையாது. பரஸ்பர புரிதலும், பயன்களும் நன்றாக இருந்து அப்படியே போய்க் கொண்டு இருந்தால், அது நல்லது. ஆனால் ஏதோ ஒரு கணத்தில், அதில் ஒரு குறைபாடு நேருமானால், அதை ஏற்றுக்கொண்டு, கால ஓட்டத்தோடு சென்று விட வேண்டும். இதை, முதலில் நண்பர்களாகும் போதே புரிந்து கொண்டால், நீங்கள் மிகவும் பற்று கொண்டு, பொறாமை அடையாமல் இருக்க இது உதவும்.

தற்போது நிலவும் போட்டி, சவால்கள், உணர்வுகள், எதிர்பார்ப்புகள் ஆகியவற்றைக் கருத்தில் கொண்டால், பொறாமைப்படாமல் இருப்பது மிகவும் கடினம். பொறாமை இல்லாமல் இருப்பது மிகவும் அரிதாகும். பொறாமை இல்லாமல் இருந்தால், நீங்கள் மிகவும் நல்லவர். ஆனால் நீங்கள் உண்மையிலேயே பொறாமையை வெற்றி கொண்டு விட்டீர்களா என்பதை உறுதி செய்து கொள்ள வேண்டும். நீங்கள் உங்கள் தனிப்பட்ட வாழ்க்கையிலும், அலுவலக வாழ்க்கையிலும், செயல்பாடுகள், ஆசைகள் இலக்குகள், கடமைகள் மற்றும் பொறுப்புகள் போன்ற பல தளங்களில் செயல்பட்டு கொண்டு இருக்கிறீர்களா என்று சரி பார்க்க வேண்டும். இவற்றையெல்லாம் செய்யும்போது, அந்த செயல்பாடு உங்களை உணர்ச்சிகரமாகவும், எதிர் வினை புரிபவர் ஆகவும், பொறாமைக்கு ஆட்படுபவராகவும் ஆக்குகிறது. இவற்றையெல்லாம் செய்து கொண்டு, பொறாமைக்கு ஆட்படாமல் இருக்கிறீர்கள் என்றால், நீங்கள் பொறாமையை வெற்றி கொண்டு விட்டீர்கள் என்று உறுதி ஆகிவிடும்.

இவற்றையெல்லாம் புரிந்து கொள்வதும், ஆழமாக உணர்ந்து கொள்வதும், பொறாமையைத் தொலைதூரத்துக்கு விலக்கி வைக்க உதவும்.

13. மனக்காயமும், பழிவாங்குதலும்

➩ நாம் ஏன் பழி வாங்க வேண்டுமென நினைக்கிறோம்
➩ சரி என்று உணரும் அவசியம்; அடுத்தவர் தவறு என்று நிரூபித்தல்
➩ தனிப்பட்ட உறவுகளில் காயம்
➩ ஏன் பழி வாங்குவது தவிர்க்கப்பட வேண்டும், பழிவாங்கும் உணர்வைத் தவிர்க்க பின்பற்ற வேண்டிய படிநிலைகள்

நமது ஈகோவை காயப்படுத்தி யாரேனும் ஏதேனும் சொல்லிவிட்டாலோ, செய்து விட்டாலோ, நாம் நியாயவான்கள் என்று உணர்த்தி, நாம் சரி என்றும், அடுத்தவர் தவறு என்றும் நிரூபிக்க வேண்டியது அவசியமாகி விடுகிறது. நாம் கோபப்பட்டு, அவர்களுக்கு பதிலடி கொடுக்க, அவர்களை காயப்படுத்தும் அளவுக்கு ஏதேனும் செய்ய நினைக்கிறோம். நமது மன காயத்துக்குப் பழிவாங்க நினைக்கிறோம். நாம் பழி வாங்கும் வரை, பிரச்சனையை நம்மால் விட முடியாது. பழிவாங்குவது இதனைத் தீர்ப்பதற்கு வழி அன்று. உண்மையிலேயே இது எதிர் உள்ளுணர்வு ஆகும்; அந்த பிரச்சனையை விட்டு விடுவதே முதலில் செய்ய வேண்டியது.

தமிழில் ஒரு அழகான பழமொழி உண்டு "புலி வாலைப் பிடித்த கதை". புலிவாலைப் பிடித்து விட்டால் கையை விட முடியாது என்பதே பிரச்சனை. கையை விட்டு விட்டால் புலி திரும்பி, உங்களைக் கொன்றுவிடும். ஒருவர் உங்களைக் காயப்படுத்தி, அதற்கு நீங்கள் எதிர்வினை புரிந்தால், அது தொடர்ந்து கொண்டே இருக்கும் என்பதை நினைவில் கொள்ள வேண்டும்; அவரவர் செய்ததே சரி என்று நிரூபிப்பதற்காக, இரு தரப்பும் பதிலுக்கு பதில் ஏதாவது செய்து கொண்டே இருப்பார்கள் என்பதால் இது முடிவுக்கு வராது.

சாதாரணமாக, மக்கள் வெகு சிலரிடம் தான் நெருக்கமாக பழகுவார்கள். நெருங்கிப் பழகினால், அன்பும் நேசமும் குறித்த பெரிய எதிர்பார்ப்புகள் ஏற்படுவது அனைவரும் அறிந்ததே. எங்கே அதிகமான எதிர்பார்ப்புகள் இருக்கிறதோ, அங்கே அதிகமாக காயமடைவதும் நடக்கும். யாராலும் பூர்த்தி செய்ய முடியாத பெரிய எதிர்பார்ப்புகளை நீங்கள் முன் வைக்கிறீர்கள். அனைவர் மீதும் சமமாக அன்பு செய்வது நல்லது. உணர்வு ரீதியாக நெருங்கிய உறவு முறைகளிலும் இதை

உணர்ந்து கொண்டு, பெரிய எதிர்பார்ப்புகளை விட்டு, நம்மையும் மற்றவரையும், கோபம், மனக்காயம், மனக்கசப்பு ஆகியவற்றிலிருந்து விடுவித்துக் கொள்ளலாம்.

நமது மனக்காயம் மற்றும் உணர்வுகளைப் பற்றி அடுத்தவரிடம் பேசுவதில் உள்ள பயத்தை நாம் வெல்ல வேண்டும். உங்களை எரிச்சல் அடைய வைப்பவரிடம் ஏதேனும் கூற வேண்டும் என்று நீங்கள் விரும்பலாம். இதை கண்டிப்பாகச் சொல்லியே தீர வேண்டும்; இது உங்களை எரிச்சல் படுத்தும் பிரச்சனையை தீர்க்கும்; உங்களுக்கு மன அமைதி தரும் என்று நீங்கள் நினைக்கிறீர்கள். ஆனால் இதைக் கூறினால், அடுத்தவருக்கு மனக்காயம் ஏற்பட்டு, உங்கள் உறவு பாதிக்கப்படலாம் என்று நினைத்து, நீங்கள் அவ்வாறு செய்யாமல், பேசாமல் இருக்கலாம். நீங்கள் அதை வெளிப்படையாகப் பேசினால், அவரோ அல்லது மற்றவரோ நகைப்புக்கு உள்ளாகலாம் அல்லது அல்லது விமர்சிக்கப்படலாம் என்று நீங்கள் நினைக்கலாம். இதனால் நீங்கள் மிகவும் குழப்பமடைந்து, மேலும் எரிச்சலடைவீர்கள்.

இதற்கு ஒரே தீர்வு, அவர் செய்வது தவறு; அதை அவர் நிறுத்த வேண்டும் என்று சொல்லும் தைரியத்தை வரவழைத்துக் கொள்வதுதான். அவர் செய்வதைக் குறித்து ஒரு மெசேஜ் தயார் செய்யுங்கள்; அது உங்கள் உணர்வுகளைப் பாதிப்பதால், அதை நிறுத்தச் சொல்லி கேட்டுக் கொள்ளுங்கள். கனண்ணியமான முறையில் அவருக்குத் தகவல் தெரிவித்து, நீங்கள் தொடர்ந்து ஆரோக்கியமான உறவு முறையில் இருக்க விரும்புகிறீர்கள் என்று உறுதி கூறுங்கள். மெசேஜைப் படித்த பிறகு அவருக்கு வரும் கோபத்தைத் தணிக்க இது உதவும். சில நேரங்களில் இந்த மெசேஜைத் தயாரித்து அனுப்ப நமக்கு தயக்கமாக இருக்கும். மெசேஜைத் தயாரித்து, திருத்தங்கள் செய்து, முடித்து, தயாராக வைத்துக் கொள்ளுங்கள். உங்களுக்குத் தொடர்ந்து எரிச்சலாகவே இருந்தால், உடனே மெசேஜ் அனுப்பி விடவும். மெசேஜ் அனுப்புவதில் நன்மை என்னவென்றால், அதை அவர்கள் படிப்பார்கள்; எதிர்த்து பேச முடியாது.

விளைவுகள் இவ்வாறெல்லாம் இருக்கலாம்: அவர் அவரது தவறை உணர்ந்து அதை மீண்டும் செய்யாமல், சிறிது காலத்திற்கு உங்களுடன் பேசாமல் இருந்துவிட்டு, பிறகு அதை மறந்துவிடலாம். நீங்கள் சரியாக இருக்கும் பட்சத்தில், சிறிது நாள் கழித்து அவர் உங்களிடம் திரும்பி வருவார். நீங்கள் கூறியது அவருக்கு பழகிப் போய், அதை உணர்ந்து, மறந்து, சாதாரணமாகி விடலாம். ஒவ்வொருவரும் தங்கள் கவலை மற்றும் பணிகளில் மும்முரமாக இருப்பதால், அதைப்பற்றி சிந்திக்க நேரமில்லாமல் போகலாம். அதனால் அதை அவர்கள் அப்படியே எடுத்துக் கொண்டு சிறிது காலத்திற்குப் பிறகு சாதாரணமாகிவிடலாம்.

இந்த தைரியமான முடிவை எடுத்ததன் பலனாக, தகுந்த தகவல் பரிமாற்றம் மூலம் எந்த பிரச்சனையையும் கையாளலாம் என்ற நம்பிக்கை உங்களுக்கு ஏற்பட்டுவிடும்.

இதைச் செய்யாமல், மற்றொரு புறம் மனத்தாங்கலையும், பழிவாங்கும் எண்ணங்களையும், வளர்த்துக் கொள்ளலாம். பழிவாங்கும் உணர்வு உங்கள் எண்ணங்களோடு தொடர்புடையது. நீங்கள் அதைப்பற்றி எண்ணினால், அது உங்களைச் செயல்படத் தூண்டும். நீங்கள் அந்த எண்ணத்தையும், இந்த பழிவாங்கும் உணர்வை ஏற்படுத்திய நபரின் மீதான எண்ணங்களையும் உங்கள் மனதிலிருந்து நீக்கிவிட்டால், நீங்கள் அதைப் பற்றி ஏதும் உணர மாட்டீர்கள். எடுத்துக்காட்டாக, பிரபலமானவர்கள், பல பேரால் கேலிக்கு உள்ளாக்கப்படுகிறார்கள். அவர்கள் ஒவ்வொருவரையும், அவர்களால் பழி வாங்க முடியுமா? அந்த நபர்களோடு, அவர்களுக்கு தொடர்பு இல்லாததால், பிரபலங்கள் அவர்களைக் கண்டு கொள்வதில்லை. அதனால் இத்தகைய நபர்களோடு இருக்கும் தொடர்பை நீங்கள் துண்டித்தாலே அதைப்பற்றி ஏதும் செய்ய விரும்ப மாட்டீர்கள் என்பதை நினைவில் கொள்ள வேண்டும்.

நம்மை காயப்படுத்திய நபர்களின் சூழ்நிலைகளையும், சந்தர்ப்பங்களையும் கருத்தில் கொண்டு, அவர்களைப் புரிந்து கொள்வதே பழிவாங்குதலைத் தவிர்க்க இரண்டாவதாக நாம் நினைவு கொள்ள வேண்டிய விஷயம். உங்களைப் பார்த்தவுடன் யாரும் எதிரியாவதில்லை; சந்தர்ப்பங்களும், சூழ்நிலைகளும் அவர்களை அவ்வாறு செய்ய வைக்கிறது. அந்த நபர்களின் இடத்தில் இருந்து அவர்களைப் புரிந்து கொள்வதே பழிவாங்க வேண்டும் என்ற உணர்வை வெற்றி கொள்ள உதவும். இது அவர்களைப் பற்றியது அல்ல என்பதை நினைவில் கொள்ள வேண்டும். சந்தர்ப்பங்களும், சூழ்நிலைகளுமே உங்களுக்கு எதிராக அவர்களை நடக்க வைக்கிறது. அவரது ஈகோவை யார் காயப்படுத்துகிறார்களோ அவர் குறி வைக்கப்படுகிறார். மற்றொருவர் அதைச் செய்திருந்தால் அவர் குறி வைக்கப்படுவார். யாரும், யாரையும், சுலபமாக வெறுத்து விடுவதில்லை. அவர்களை, சந்தர்ப்பங்களும், சூழ்நிலைகளும், சில பேரை வெறுக்க செய்கின்றன. அதனால், அவர்களது இடத்தில் இருந்து, அவர்களைப் புரிந்து கொண்டால், இதை நீங்கள் உணர முடியும்; அவர்களைப் பழிவாங்க தோன்றாது.

மூன்றாவதாக, உங்கள் பழி வாங்கும் எண்ணம் நிறைவேறிவிட்டால், உங்களுக்கு நேரம் நன்றாக இருப்பதாக அர்த்தம். ஆனால் கெட்ட காலம் வரும்போது உங்கள் எதிரி திருப்பி அடிப்பான். பழிவாங்கியவுடன் சில காலத்திற்கு நீங்கள் மகிழ்ச்சியாக இருக்கலாம் ஆனால், அதற்குப்

பிறகு, நீங்கள் மன அழுத்தத்திற்கு உள்ளாகி, மற்றொருவர் திருப்பி அடிப்பாரோ என்று கவலைப்பட்டுக் கொண்டே இருப்பீர்கள். நீங்கள் அந்த மன அழுத்தத்தை எப்போதும் சுமந்து கொண்டிருப்பீர்கள். தேவையில்லாமல் உங்கள் நேரத்தையும், சக்தியையும் மற்றவர்களைப் பற்றி சிந்திப்பதிலும், அவர்களைக் கண்காணித்துக் கொண்டே இருப்பதிலும், வீணடித்துக் கொண்டிருப்பீர்கள்.

நான்காவதாக, உங்களுக்கு இழைக்கப்பட்ட கொடுமை பற்றிய எண்ணங்களும், உங்களைப் பழிவாங்க தூண்டிக்கொண்டே இருக்கும் என்பதை நினைவில் கொள்ள வேண்டும். எனவே, அத்தகைய எண்ணங்களுக்கு இடம் அளிக்காமல், அதற்குப் பதிலாக கவனமிகு எண்ணங்களை வளர்த்துக் கொள்ள வேண்டும். அவற்றை வளர்த்துக் கொண்டிருப்பதற்கு பதில் வெறுமையாக்கினால், உங்கள் மனதை விட்டு அந்த எண்ணங்கள் சிறிது காலத்தில் மறைந்துவிடும்.

பழிவாங்குதலைத் தவிர்ப்பதற்கு கடைசியான மற்றும் மிக முக்கியமான காரணம் என்னவென்றால், அது எப்போதும் கெட்ட கர்மாவையே உருவாக்கும். நீங்கள் தற்காலிகமாக மகிழ்ச்சியாக உணரலாம் அல்லது அதை செய்து முடித்த பிறகு, உங்கள் ஈகோ திருப்தி அடையலாம். ஆனால் நீங்கள் கெட்ட கர்மாவை உருவாக்கி இருப்பீர்கள்; அதற்கான விளைவுகளை நீங்கள் எதிர்கொண்டாக வேண்டும். யாரோ, ஏதோ செய்வார்கள், அதை பழிவாங்குதல் மூலமாக நீங்கள் சமன் செய்து விடலாம் என்பதற்கு இது ஏதோ ஒரு சமன்பாடு அல்ல. நீங்கள் நடந்ததை, இல்லாமல் செய்ய முடியாது. உங்களுக்குத் தீமை செய்த மனிதர், அவருடைய கெட்ட கர்மாவை அனுபவிக்க வேண்டும். நீங்கள் பழி வாங்கினால், உங்களுடைய கணக்கிலும் சில கெட்ட கர்மாக்கள் சேர்கின்றன; அவற்றின் விளைவுகளை நீங்கள் அனுபவித்தே தீர வேண்டும்.

யாரோ உங்களுக்கு ஏதோ ஒரு தீமை செய்தால், நீங்கள் பழி வாங்க வேண்டிய அவசியமில்லை. கர்மாவின் வடிவில் கடவுள் அவருக்குத் தக்க பதிலடி கொடுப்பார். நீங்கள் பேசாமல் இருந்தால் போதும். நீங்கள் பழி வாங்கினால் உங்களுடைய கணக்கிலும் கெட்ட கர்மா சேர்ந்து, அந்த கெட்ட கர்மாவுக்கான விளைவுகளை நீங்களும் எதிர்கொண்டாக வேண்டும். மேலும், பழிவாங்காமல் இருப்பதன் இன்னொரு பயன் என்னவென்றால், அந்த "எதிரி" உங்களுடைய பெருந்தன்மையை உணர்ந்து முற்றிலுமாக மாற வாய்ப்புள்ளது.

14. செல்வம் — பெருமையும் பேராசையும்

- செல்வமும் பேராசையும் - ஒரு பாதுகாப்பின்மை
- செல்வத்தினால் வரும் பயங்கள்
- செல்வத்தினால் வரும் பெருமையும், வளங்களை வீணடித்தலும்
- செல்வத்தை ஈதலும், பகிர்தலும்
- பொருளாதார வெற்றி தோல்வியால் துவளாத மனநிலையை உருவாக்கிக் கொள்ளுதல்

நல்ல வருவாய் இருந்து, போதுமான அளவு பணம் இருந்தாலும், ஒருவர் பேராசைக்காரராகவும், கஞ்சனாகவும், அடுத்தவருக்கு உதவி செய்ய மனம் இல்லாதவராகவும் இருக்கலாம். இதற்கு மனித மனதின் பாதுகாப்பின்மையே காரணம். நீங்கள் நல்ல வருவாய் பெற்று, அடுத்தவரின் பாராட்டை அடைந்தாலும், அது நீங்கள் நன்றாக சம்பாதிப்பதால் தான். பணம், ஆடம்பரமான வீடு, கார், உடைகள், பல இடங்களுக்குப் பயணம் செல்லுதல் போன்ற பல வசதிகளை அளிக்கிறது. எனவே, அடுத்தவர் கட்டாயமாக உங்களைப் பின்பற்றி, உங்களுடன் சேர்ந்து ஜாலியாக இருக்க விரும்புவார்கள். உங்கள் காலனியில் இருக்கும் மற்றொருவர் உங்களைவிட அதிகம் சம்பாதித்து, அதிக வசதிகள் பெற்றால், மக்கள், அவர் உங்களைவிட வசதியான வாழ்க்கை வாழ்வதால், அவரைப் பாராட்ட தொடங்குவார்கள். அவரை அதிக வெற்றியடைந்தவராக பார்ப்பார்கள்.

நீங்கள் தாழ்ந்தவர்; மதிக்கப்படவில்லை; என்று நீங்கள் உணர தொடங்கலாம். நீங்கள் அந்தப் பழைய நிலையை அடைய விரும்புவீர்கள்; மொத்த பாராட்டும் உங்களுக்கே கிடைக்க வேண்டும் என்று நினைப்பீர்கள். அவரை விட அதிகமாக சம்பாதிக்க முயல வேண்டும் என்று இலக்கு நிர்ணயித்துக் கொள்வீர்கள். உங்களைச் சுற்றி இருக்கும் மக்கள் அவ்வாறு நடந்து கொள்ளவில்லை என்றாலும், நீங்கள் தர இறக்கம் செய்யப்படுவீர்கள் என்ற பயம் உங்களுக்கு இருந்து கொண்டே இருக்கும். நீங்கள் தற்போதைய வருவாயிலேயே வசதியாக இருக்கிறீர்கள் என்ற உண்மை உங்களுக்கு மறந்து விடும். தற்போது நடந்தது என்னவென்றால், யாரோ ஒருவர் மற்றொரு இலக்கை நோக்கி உங்களை ஓட வைத்துவிட்டார். உங்களுடைய

வாழ்க்கையும், மகிழ்ச்சியும் இனி உங்கள் கைகளில் இல்லை; அது மற்றொருவரின் கையில் உள்ளது.

உங்கள் மகிழ்ச்சி உங்கள் கைகளில் இருக்க வேண்டும். உங்கள் வாழ்வில், சட்டென்று ஓர் உயர்வு வந்தால் நீங்கள் பாராட்டப்படுவீர்கள். அதை நீங்கள் உங்கள் தலைக்கு எடுத்துச் சென்று விட்டீர்கள்; அதை அனுபவித்து மகிழ்ச்சியடைந்தீர்கள். உங்கள் வருவாய் நிலையை நீங்கள் உயர்த்த விரும்பினால், அது உங்களது தேவையை நிறைவேற்றத்தானே தவிர, அடுத்தவர் உங்களைப் பாராட்டுவதற்காக இல்லை என்ற மனநிலை உங்களுக்கு இருக்க வேண்டும். உங்களைப் பாராட்டுபவர்கள் இருப்பார்கள். நீங்கள் அமைதியாக இருந்து அதை கடவுளுக்கு அர்ப்பணிக்க வேண்டும். எது நடந்தாலும், அனைவரும் சமம் என்று எண்ண வேண்டும். இந்த மனநிலையை நீங்கள் ஏற்படுத்திக் கொண்டால், நீங்கள் வென்றாலும், தோற்றாலும் அல்லது உங்களை விட, நிலையில், பணத்தில், வருவாயில், யாராவது சிறந்தவராக இருந்தாலும், அது உங்களைப் பாதிக்காது.

நாம் பெரும் பணமும், சொத்தும் சம்பாதிக்கும் போது, அது நமது திறமை மற்றும் புத்திசாலித்தனத்தால் கிடைத்தது என்று நினைக்கிறோம். அதை நாம் தான் முழுவதும் சொந்தம் கொண்டாட வேண்டும் என்றும் ஆசைப்படுகிறோம். நமது சொத்துக்களைக் குறித்து பெருமைப்படுகிறோம்; அதை நாம் விரும்பும் வகையில் பயன்படுத்துவது நமது உரிமை என்று நினைக்கிறோம். சில பொருள்களை நாம் சொந்தம் கொள்வதற்கு வசதிகளையும், வாய்ப்புகளையும் இறைவன் ஏற்படுத்தி கொடுத்தார் என்று நாம் எப்போதும் நினைப்பதில்லை. இந்த வசதி, வாய்ப்புகளை இறைவன் ஏற்படுத்திக் கொடுத்திருக்கவில்லை என்றால் நாம் இவ்வளவு சம்பாதித்திருக்க முடியாது என்று எப்போதும் நினைப்பதில்லை. நமக்கு பதில், அவர் வேறு யாருக்காவது இதை ஏற்படுத்தி இருந்தால் நமக்கு பதில் அவர்கள் இதை சொந்தம் கொண்டிருப்பார்கள். அதனால், இறைவன் தான் நமக்கு எல்லாவற்றையும் அளிக்கிறார், இது நமது தனிப்பட்ட சொத்தோ, சுகமோ அல்ல என்று உணர வேண்டும்.

எரிபொருளைச் சேமிப்பதற்காக, மக்கள் சிக்னல்களில் கார் இன்ஜினை அணைப்பதில்லை என்பதை நான் கவனித்திருக்கிறேன். அவர்கள் தங்களிடம் பணம் இருக்கிறது, எனவே ஏன் அவ்வாறு அணைக்க வேண்டும் என்று நினைக்கிறார்கள். “எந்த அளவுக்கும் செலவு செய்ய கூடிய திறன் என்னிடம் உள்ளது, எனவே கார் இன்ஜினை அணைப்பதற்கு என் சக்தியை நான் ஏன் செலவழிக்க வேண்டும்?” என்று நினைக்கிறார்கள். தேவையில்லாமல் செலவழித்ததால், நாடு எரிபொருள் பற்றாக்குறையை எதிர்கொள்கிறது என்று கற்பனை

செய்வோம். நீங்கள் தேவையின் காரணமாக, எரிபொருளை மிகுந்த விலை கொடுத்து வாங்க வேண்டி இருக்கும்; சாதாரண மனிதனுக்கு, இது, அத்தியாவசியமான பொருட்களின் விலையேற்றத்தில் முடியும். தெள்ளத் தெளிவாக, பணவீக்கம் மற்றும் தொடர்புடைய விஷயங்களில் முடிவதால், இது நாட்டின் மொத்த வளர்ச்சிக்கு நன்மை பயக்காது. உலகம் முழுவதிலும் எரிபொருள் பற்றாக்குறை ஏற்படுகிறது என்று கற்பனை செய்து பாருங்கள். அப்போது நீங்கள் பெரும் பணம் வைத்திருந்தாலும், அதை வாங்க முடியாமல் போகலாம். இதை உணர்ந்து, உங்களிடம் உள்ள பணத்தால் அது உங்களைப் பாதிக்காது என்றாலும், வளங்களைப் பாதுகாத்து, புத்தியோடு பயன்படுத்துங்கள்.

இதை நீங்கள் தொடர்ந்து செய்தால், அது உங்களுக்கு கெட்ட கர்மாவை விளைவிக்கும். எடுத்துக்காட்டாக, எதை வேண்டுமானாலும் வாங்கும் அளவுக்கு பணம் இருந்தாலும், நீங்கள் உண்ண முடியாத அளவுக்கு ஏதேனும் ஒரு நோய் உங்களுக்கு இருப்பது கண்டுபிடிக்கப்படலாம். உண்மையிலேயே மனிதர்கள், சிலவற்றைத் தான் சாப்பிட முடியும் என்றாலும், பெரிய மனிதரின் கல்யாண வீடுகளில், அவர்களது தகுதியை காட்டுவதற்காக, எண்ணிலடங்காத வகை உணவுகளை வைப்பதை நான் பார்த்திருக்கிறேன். இதனால் நிறைய உணவு வீணாகிறது. ஒரு வேளை உணவு சாப்பிடக்கூட பணம் இல்லாதவர்களுக்கு, இவ்வாறு மீதமானவை பகிர்ந்து அளிக்கப்படுவதில்லை. இதை உணர்ந்து தேவையான அளவு மட்டுமே செலவழியுங்கள். உணவில்லாதவர்க்கு அதை கொடுங்கள். இதை செய்வதன் மூலம், நீங்கள் இல்லாத மக்களுக்கு மட்டும் நன்மை செய்யவில்லை, இந்த உலகமே மகிழ்ச்சியாக வாழ உதவுகிறீர்கள்.

மற்றவருக்கு உதவாமலும், கொடுக்காமலும், இருப்பவர்கள் உண்மையான உணர்வுகள் இல்லாமல் இருப்பவர்கள். இது அவர்கள் குற்றமில்லை. நிறைய பணம் இல்லை என்றால், அவர்கள் பாதுகாப்பாக உணர மாட்டார்கள். வெவ்வேறான சந்தர்ப்ப சூழ்நிலைகளுக்கு ஏற்ப, ஒவ்வொருவரின் யோசனையும் அமைகிறது. தங்களுடைய நலனே தங்களுக்கு முக்கியம் என்று எண்ணும் வகையில் அவர்கள் வளர்க்கப்பட்டிருக்கலாம். தங்களுடைய மேம்பாட்டில் மட்டுமே அவர்கள் மகிழ்ச்சி அடையலாம். மற்றவர்களுக்குக் கொடுப்பவர்கள், கொடுப்பதில் இன்பம் காண்கிறார்கள்.

ஒவ்வொருவரின் மகிழ்ச்சியின் அளவுகளும், அவரவர் இயல்பைப் பொறுத்தது. ஒரு சிலருக்கு அவர்களின் இன்பமே முக்கியம்; பாராட்டோ, புகழோ தேவையில்லை. அவர்கள் தங்களது செயல்களை இறுதிவரை நியாயப்படுத்திக் கொண்டிருப்பார்கள். நாம் செய்யும்

நல்ல செயல்களும், நமது நல்ல மனநிலையும் கூட, அவரவரது சூழ்நிலைகள், சந்தர்ப்பங்கள், வாய்ப்புகளைப் பொறுத்தது.

கொடுப்பவரைப் பாராட்டவும், கொடுக்காதவரை கடிந்து கொள்ளவும், எந்த காரணமும் இல்லை, ஒருவரையும், நாம் புகழவோ, இகழவோ முடியாது. சரியான வசதி, வாய்ப்புகள், சூழ்நிலைகள் அமைந்தால், கொடுக்காதவரும் கொடுக்க தொடங்கலாம். நிச்சயமாக, கொடுப்பவர்கள் நல்ல கர்மாவையும், கொடுக்காதவர்கள் கெட்ட கர்மாவையும் சேர்த்துக் கொள்கிறார்கள். அவர்கள் இடத்தில் நாம் இருந்து அவர்களைப் புரிந்து கொண்டு, யாரையும் மதிப்பிட்டு, கடிந்து கொண்டு, மக்களுக்கிடையே வேறுபாடு காட்டாமல் இருப்பது நல்லது.

வெற்றியை உருவாக்குதல்

15. மாற்றத்தை எதிர்கொள்ளுதல்

- தொடக்க காலத்தில் மாணவராகவும், அலுவலக வாழ்விலும் மாற்றங்களை எதிர் கொள்ளுதல்
- நிலையான மனநிலை நடைமுறைகள் மற்றும் மாற்றத்தை எதிர்த்தல்
- நமக்கு வசதியான இடங்கள் - மாற்றத்துக்கு தடை
- நெகிழ்வான மனநிலையை உருவாக்கவும், மாற்றத்தை வரவேற்கவும் தேவையான மந்திரங்கள்

வாழ்க்கை என்பது, மாற்றங்கள் மற்றும் அந்த மாற்றங்களை ஏற்றுக் கொண்டு, அதிலிருந்து கற்றுக்கொண்டு, வளரும் நமது மனப்பான்மை தான்.

பொதுவாக, உங்கள் கல்லூரி படிப்பை முடித்து முதல் வேலையில் சேர்வது தான் உங்கள் வாழ்க்கையில் ஏற்படக்கூடிய திடீர், பெரிய மாற்றமாகும். கல்லூரியில் படிக்கும் வரை, உங்கள் பெற்றோரோடு இருந்திருப்பீர்கள்; உங்களுடைய பெற்றோர், அண்ணன், தம்பி, அக்கா, தங்கை, நண்பர்கள் ஆகியோரால் செல்லமாகக் கவனிக்கப்பட்டிருப்பீர்கள். இதுவரை, உங்களுக்கு யாரும் தடை போட்டிருக்க மாட்டார்கள். ஆனால், தற்போது, புதிய மனிதர்கள் உங்களைக் கட்டுப்படுத்த முயல்வார்கள். உங்கள் மேல் அன்பு காட்ட யாரும் இருக்க மாட்டார்கள்.

இந்த வயதில், இளமை துடிப்பால், பெரும்பாலான இளைஞர்கள், எச்சரிக்கையைக் காற்றில் பறக்க விட்டு, தங்கள் உணர்ச்சிகளை முழுவதுமாக அனுபவித்து, ஓர் அரசன் அல்லது அரசி போல் வாழ விரும்புவார்கள். வேலையில் இருக்கும் சூழ்நிலைகள், தங்களைக் கட்டுப்படுத்துவதாக உணர்வார்கள். இது வாழ்க்கையில் 360 டிகிரி மாற்றமாக அமைந்துவிட்டால், சவால் ஆகி விடுகிறது. இது சமூகத்திலிருந்து வரும் அழுத்தமாக தோன்றும். வேலையை ராஜினாமா செய்துவிட்டு, சொந்தமாக ஏதாவது செய்யலாம் என்று அவர்களுக்குத் தோன்றும். ஆனால், தனிப்பட்ட எந்த வேலையிலும் வெற்றி பெற நேரமும், அனுபவமும் வேண்டும்; இவை இளம் பட்டதாரிகளிடம் இதுவரை இருக்காது; எனவே இது நடைமுறையில் சாத்தியமாகாது.

இதற்கிடையில், சில நண்பர்களுக்கு இந்த மனநிலை இல்லாமல் அவர்கள், நண்பர்கள், பீர் திரைப்படங்கள் என வாழ்க்கையை அனுபவித்துக் கொண்டிருப்பார்கள். நீங்கள் அப்படி இருக்க வேண்டும் என்று விரும்பலாம்; ஆனால் உங்கள் வேலையை விலையாகக் கொடுத்து அதைச் செய்வதால், குற்ற உணர்ச்சி தான் மிஞ்சும். வேலைக்கு போகாமல், பார்களுக்கும், திரைப்படங்களுக்கும் தங்களுடன் வருமாறு உங்கள் நண்பர்கள் உங்களை அழைக்கலாம்; நீங்கள் ஒரு நாள் அவர்களுடன் போனால், அடுத்த நாள் வேலைக்கு செல்லப் பிடிக்காது; இது பயம் மற்றும் குற்ற உணர்ச்சி போன்ற விளைவுகளை ஏற்படுத்தும்.

பாடல்கள் கேட்பதும், திரைப்படங்கள் பார்ப்பதும் உங்களை ஒரு சுதந்திரமான பறவை போல உணர வைக்கும்; அது எரியும் நெருப்பில் எண்ணெய் ஊற்றியது போல் ஆகும். திரைப்படங்கள், உண்மையில்லாத பல விஷயங்களைக் காட்டுகின்றன: கதாநாயகன் ஒரே நிமிடத்தில் பணக்காரர் ஆகிவிடுவார்; பலமும், புகழும் சேர்ந்த மனிதர் ஆகிவிடுவார். நீங்கள் அது போல நடந்து கொள்ளத் தூண்டப்படுவீர்கள். நீங்கள் அதை சாதித்து விட்டது போல் மகிழ்ச்சி அடைவீர்கள்; ஒரு நிமிடத்தில் பெரிய மனிதராவதை கற்பனை செய்து பாருங்கள்! ஆனால் நடைமுறையில், அதில் 10% கூட உங்களால் சாதிக்க முடியாது. இதனால் நீங்கள் குழப்பமடைந்து, ஊக்கம் குறைந்து, மனச்சோர்வுக்கு கூட ஆளாகிவிடலாம். இரவில் ஒரு திரைப்படத்தைப் பார்த்த பிறகு, நீங்கள் பெரிய விஷயங்களைச் செய்து பெரிய மனிதராக ஆகப் போகிறீர்கள் என்று நீங்கள் உணரலாம். ஆனால் காலையில் எழுந்தவுடன், உங்கள் பெற்றோரும், உங்கள் முதலாளிகளும், உங்களைத் திட்டவும், கட்டுப்படுத்தவும் ஆரம்பித்தவுடன், அந்த உற்சாகம் எல்லாம் வடிந்து விடும். சுதந்திரம், நண்பர்கள், வெற்றி, பொருளாதார உறுதி அனைத்தும் உடனே கிடைத்துவிட வேண்டும் என்பது உங்கள் விருப்பமாக இருக்கலாம்.

இவை அனைத்தும் வாழ்க்கையில் திடீரென்று நடந்த 360 டிகிரி மாற்றத்தால் ஏற்பட்டவை. தங்கள் குழந்தைகள் மெதுவாகத்தான் விஷயங்களைச் சாதிக்க முடியும் என்பதை பெற்றோரும் உணர்ந்து கொள்ள வேண்டும். எனவே, இருக்கும் வசதிகளிலிருந்து, ஒரு திடீர் மாற்றம் வரப்போகிறது என்பதால் அவர்களிடம் உட்கார்ந்து பேசலாம். புதிய நிலைக்குப் பழகுவது கடினமாக இருக்கும். இதை அவர்களுக்கு உணர்த்தத் தக்கவாறு, அவர்களிடம் அமர்ந்து பேசுங்கள்; அவர்கள் மீது நீங்கள் எதையும் திணிக்கக் கூடாது. நண்பர்கள் மற்றும் சமூகத்தின் கட்டாயங்களுக்காக எதையும் செய்யாதீர்கள். அவர்களுக்கு வேண்டிய நேரத்தை எடுத்துக்கொண்டு திட்டமிட்டு, எல்லாவற்றையும் செய்யச்

சொல்லுங்கள். அவர்கள் விருப்பம் மற்றும் அதற்காக அவர்கள் முன்னுரிமையின் அடிப்படையில் எடுக்க வேண்டிய முயற்சிகள் ஆகியவற்றை ஒரு தாளில் எழுதி, அவற்றைத் தினமும் முடிக்கிறார்களா என்று பார்க்கச் சொல்லுங்கள்.

தொடக்க காலத்தில், படிப்பு மற்றும் வேலையில் ஏற்படும் இத்தகைய மாற்றங்களுக்கு, ஈடு கொடுப்பதற்காக, கீழ்க்காணுமாறு செயல்பட வேண்டும்.

- வாழ்க்கையில் திடீரென்று திருப்பங்கள் ஏற்படுவது போல் தோன்றினாலும், அதில் தொடரும் பொறுமை உங்களுக்கு வேண்டும். சிறிது காலத்திற்குப் பிறகு, அது உங்களுக்கு பழகிவிடும்.

- மெதுவாக, நிறுத்தி, நிதானமாக சாதிக்கலாம். ஒவ்வொருவருடைய இயல்பும், சந்தர்ப்பங்களும், சூழ்நிலைகளும் வெவ்வேறானவை என்பதால், மற்றவருடைய சாதனைகளை ஒப்பு நோக்காதீர்கள்.

- திட்டமிட்டு, பொறுமையாக, முறையான வழியில், முயற்சி செய்ய வேண்டும். முயன்றும் நடக்கவில்லை என்றால், அதை ஏற்றுக் கொள்ள வேண்டும். திரைப்படங்கள் மற்றும் பாடல்களின் மூலமாக நீங்கள் உத்வேகம் பெறலாம்; ஆனால், அந்த இரண்டு மணி நேர திரைப்படம், 20 வருட கடின உழைப்பு மற்றும் முயற்சியால் உருவானது என்பதை நினைவில் கொள்ள வேண்டும்.

- நீங்கள் மட்டும் இதை அனுபவிக்கவில்லை; உங்கள் பெற்றோர், நண்பர்கள், உறவினர்கள் என ஒவ்வொருவரும் இம்மாற்றங்களை எதிர்கொண்டிருக்கிறார்கள்.

- பல கடினமான சூழ்நிலைகளை எளிதாக கடப்பதற்கு, உதவி செய்யக்கூடிய ஒரு மாற்றமாக, இந்த துன்பத்தை ஏற்றுக் கொள்ளுங்கள். இதை இப்போது எதிர் கொள்ளவில்லை என்றால், வருங்காலத்தில் ஏதேனும் ஒரு கட்டத்தில் இதை நீங்கள் எதிர்கொண்டு தான் ஆக வேண்டும். அதை இளம் பருவத்திலேயே எதிர்கொண்டு, கற்று உறுதியாவது நல்லது.

- நீங்கள் எப்போதும் விரும்பும் விடுதலையைப் பெறுவதென்பது, உங்கள் மனதில் தான் உள்ளது என்பதை உணர வேண்டும். எழுதுதல், அந்த நாளை, மாதத்தை, வாழ்க்கையைத்திட்டமிடுதல் உங்களுக்கு நிறைய நேரத்தையும், விடுதலையையும் கொடுக்கும். எதையும் ஏற்றுக் கொள்வது உங்களுக்கு மிகுந்த

விடுதலையைக் கொடுக்கும். ஏற்றுக் கொள்வது, அந்த விஷயங்களை வசதியாகவும், சுவாரசியமாகவும் செய்வதாக உணரச் செய்யும்.

- உங்களுக்கு ஆர்வம் இருக்கும் துறையில் வாய்ப்புகள் உள்ளதா என்று பார்த்து முடிந்தால் அந்த வாய்ப்புகளை எடுத்துக் கொள்ளவும். வாழ்க்கை அற்புதமாக மாறிவிடும்.

- உங்கள் மேலதிகாரிகளுடன் நட்பாக இருக்க முயற்சி செய்யலாம். அவர்கள் நட்பாக இல்லையென்றால், உங்களுக்கு நெருக்கமாக ஆகிவிட்டதாக காட்சிப்படுத்திக் கொள்ளுங்கள். உங்கள் மேலதிகாரி எவ்வாறெல்லாம் இருக்க வேண்டும் என்று நீங்கள் விரும்புகிறீர்களோ, அவ்வாறே இருப்பதாக காட்சிப்படுத்திக் கொள்ளுங்கள். நீங்கள் விரும்பியவாறே உங்கள் மேலதிகாரி மாறுவதற்கு, சரியான பாதைகள் அமைந்து விடும்.

நம் கடந்த காலத்திலிருந்து வரும் வாழ்வு முறைகள் மற்றும் எண்ணங்களின் வழியில், நமது மனம் உருவேற்றப்பட்டு, நிலை கொண்டு விடும். இந்த வேடிக்கையான உதாரணத்தைக் காண்போம். நாம் கழிவறையைப் பயன்படுத்தும் போது, அதை தாழிட்டுக் கொள்வோம். சில நேரங்களில், நம் படுக்கையறைக்குள் யாரும் வர வேண்டாம் என்று நினைத்தால், நாம் படுக்கையறை கதவைச் சாத்தி, யாரும் நம் அனுமதியின்றி உள்ளே வராதவாறு தாழிட்டுக் கொள்கிறோம் திடீரென்று, தாழிட்ட படுக்கையறைக்குள் இருக்கும் கழிவறையைப் பயன்படுத்த விரும்பினால் படுக்கையறையின் கதவை நீங்கள் ஏற்கனவே மூடி தாழிட்டிருப்பதால், கழிவறை கதவை மூட வேண்டிய அவசியம் இல்லை. ஆனால், ஒருவரும் உள்ளே நுழைய முடியாது என்றாலும் கூட, கதவைத் திறந்து வைத்துக் கொண்டு, கழிவறையை பயன்படுத்துவதற்கு அசௌகரியமாக உணர்கிறீர்கள். பெரும்பாலும் நீங்கள் சௌகரியமாக உணர வேண்டும் என்பதற்காக கதவை மூடி விடுவீர்கள்.

உங்கள் மனம் கழிவறை கதவை மூடிக்கொண்டுதான், அதை பயன்படுத்த வேண்டும் என்ற பழக்கத்துக்கு வந்து விட்டதால், வேறு எதையும் அது ஒப்புக் கொள்ளாது. நீங்கள் மாதக்கணக்கில் வீட்டில் தனியாக இருந்து, வீட்டின் முன் கதவை மூடிவிட்டு, வீட்டில் வேறு ஒருவரும் இல்லாததால், கழிப்பறை கதவை திறந்து வைத்துக் கொண்டு பயன்படுத்த தொடங்கினால், உங்கள் மனம் புதிய வாழ்க்கை முறைக்குப் பழகிவிடும்.

இதேபோல் பெரும்பாலானோர், ஒரு வழக்கத்திற்கு பழகி, ஒரு நிலையான மனநிலையை உருவாக்கிக் கொள்கிறார்கள். அவர்கள்

நிலையான வழக்கம், எண்ணங்கள் மற்றும் மனநிலையில் சிக்கிக் கொள்கிறார்கள்; எதையும் மாற்றுவதற்கோ, புதிய சவால்கள், வேறு விஷயங்கள் வேறு சிந்தனைகள் ஆகியவற்றை ஏற்றுக்கொள்வதற்கோ அவர்கள் மனம் பயப்படுகிறது. வேறு வழி இல்லை என்றால் அல்லது அவர்கள் கட்டாயப்படுத்தப்பட்டால் தான் மக்களில் பெரும்பாலானோர், புதிய வழிகள், சவால்கள் மற்றும் சிந்தனைகளை ஏற்றுக் கொள்கிறார்கள். அவர்கள் புதிய சூழ்நிலைகளுக்குப் பழகிவிட்டால், அதுவும் அவர்களுக்கு சௌகரியம் ஆகிவிடும் என்று உணர தவறுகிறார்கள். வித்தியாசமான விஷயங்கள் மற்றும் சிந்தனைகளில், நல்ல பலன் விளையக்கூடும் என்று உங்களுக்குத் தோன்றினால், அதை ஏற்றுக் கொண்டு திட்டமிட்டு சாதனை படைக்க வேண்டும்; அவ்வளவே தான். நீங்கள் விரைவாக அதற்குப் பழகி வசதியாக உணர்வீர்கள்.

நம்மைச் சுற்றி என்ன நடக்கிறது என்பதை அறிந்து புரிந்து கொள்வது மிகவும் நல்லது. நல்ல துடிப்பான, கூர்மையான, முழுமையான செயல்பாடு உடைய, ஞாபக சக்தி உள்ள மூளையை உடையவர் தான் எல்லாவற்றையும் பற்றிய உணர்வுடன் இருக்க முடியும். அப்படிப்பட்ட மனிதர்கள், நடந்த சின்ன சின்ன விஷயங்கள், சந்தித்த எல்லா மனிதர்கள் என அனைத்தையும் நினைவில் வைத்திருப்பார்கள். மனிதர்களைச் சிறிது நேரத்திற்கு மட்டுமே சந்தித்து, பேசி, தகவல் திரட்டி இருந்தாலும், அவர்களை சந்திக்கும் போது அதை நினைவுப்படுத்தி சொல்ல அவர்களால் முடியும். அதைப்போன்று மிகப்பெரிய உணர்வும், ஞாபக சக்தியும் உள்ளவர்கள் மற்றவர்களுடன் நெருக்கமாகவும், சுவாரசியமாகவும் பேச முடியும். மற்றவர்கள் அவர்களிடம் சுலபமாக நெருக்கமாகி விடுவார்கள். மக்கள் பாராட்டப்படுவதையும், கவனம் பெறுவதையும் விரும்புகின்றனர். அவர்களை மற்றவர்கள் மட்டமாக நினைத்து விடுவார்கள் என்று எண்ணி, மற்றவரிடம் முழு விஷயத்தையும் கூற தயங்குவார்கள். இப்படி எல்லாம் செய்ய அடுத்தவருக்கு நேரம் இருக்கிறதா என்ன?

நம்மை சுற்றி நடக்கும் எல்லாவற்றையும் கவனித்து, உடனே ஏதாவது செய்ய வேண்டும் என்று நினைத்தாலும் கூட அதை செய்யாமலே விட்டுவிடுவோம். நாம் எதையாவது செய்ய வேண்டும் என்று உத்வேகம் அடைவோம்; ஆனால், சிறிது நேரத்துக்குப் பிறகு, அதை மறந்து சாதாரண நடவடிக்கைகளில் ஈடுபட ஆரம்பித்து விடுகிறோம். எதுவும் செய்யாமல் இருப்பதற்கான காரணங்கள் பின்வருமாறு:

பொறுப்பு குறித்த பயம், எதிர்மறையான எண்ணங்களுக்கு எதிரான பயம், பாதிக்கப்படுவோம் என்ற பயம், சாதாரணமாக செய்யக்கூடிய சலிப்பு தட்டும் விஷயங்களுக்கு அடிமையாக இருத்தல். இந்த

பயங்களால் மக்கள் அவர்களின் மகிழ்ச்சியை இழக்கிறார்கள். இது அவர்களை, அவர்களது வசதியான இடத்தில் இருந்து வெளிவராமல் தடுக்கிறது. இப்போது அவர் மகிழ்ச்சியாக இருக்கும் இடம் ஒரு காலத்தில் அவருக்கு பழகாத இடமாகத்தான் இருந்தது. இது அவருக்கு அவர் மேல் வலுக்கட்டாயமாகவோ, அல்லது தானாகவோ படர்ந்து கொண்டதுதான். ஒரு காலத்திற்குப் பிறகு அது பழக ஆரம்பித்து அவருக்கு வசதியான இடமாக மாறிவிட்டது. நம் முன்னேற்றத்திற்காக, கடமைக்காக, மகிழ்ச்சிக்காக எதையெதைச் செய்ய வேண்டும் என்பது மனதிற்கு தெரியும். நமக்கு வசதியான இடத்தை இழந்து விடுவோம் என்ற பயத்தின் காரணமாக அதைத் தவிர்க்க கூடாது. முதலில், அது மிகவும் கடினமாகத் தான் இருக்கும். ஆனால் நாட்கள் செல்ல செல்ல, அது பழகி, அதுவும் நமக்கு வசதியான இடம் ஆகிவிடும்.

இதற்கு ஒரு உதாரணத்தைப் பார்ப்போம். நான் 1990 இல் இருந்து வீட்டில் இருந்து வேலை (work from home) செய்து கொண்டிருக்கிறேன். தொலைபேசி அழைப்புகள் மூலமே வேலையை முடித்து விடலாம் என்னும்போது மக்கள் ஏன் அலுவலகம் செல்கிறார்கள் என்று நான் வியந்ததுண்டு. அதை அவர்கள் வீட்டில் இருந்தே செய்யலாம். ஒரு வியாபாரத்தை முடிப்பதற்காக, ஏன் மக்கள் இறுக்கமான கோட்டு சூட்டையும், காலணியையும், அணிந்து கொண்டு பேச வேண்டும்? சிந்திக்கும் மனமும், பேசும் நாக்கும் தான் அந்த வியாபாரத்தை முடிக்கப் போகின்றன. மக்கள் சாதாரண உடை அணிந்து கொண்டால், இன்னும் வசதியாக உணர்ந்து அமைதியான, சாதாரணமான மனநிலையில் இருப்பார்கள். மக்கள் அனைத்தையும் வீட்டிலிருந்தே செய்ய முடியும் என்பதை புரிந்து கொள்ள ஒரு பேரழிவு தொற்று நோய் தேவையாக இருந்தது; இதன் மூலம் போக்குவரத்து செலவு, அலுவலக வாடகை, உடைகள், சாலையில் போக்குவரத்து என எல்லாமே குறையும்.

நாம் நிலையான மனநிலையிலிருந்தும், சலிப்பூட்டக்கூடிய வேலைகளையே மீண்டும் மீண்டும் செய்வதிலிருந்தும் வெளிவருதல் மிகவும் முக்கியமானது. சூழ்நிலைக்ககேற்ப, உங்கள் பங்களிப்பு தேவையென்றால், தயக்கம் இல்லாமல் அதில் ஈடுபடுங்கள். நீங்கள் ஒரு நல்ல வேலையைச் செய்வதால், அதற்கான பலன் உங்களுக்கு இரட்டிப்பாக கிடைக்கும். எதையாவது கவனித்து விட்டு, அதற்காக எதுவுமே செய்யாமல் இருந்தால், அது கெட்ட கர்மாவைக் கொண்டு வரும். அது போன்ற மனநிலையில் இருந்தால், நீங்கள் துன்பத்தில் இருக்கும் போது, கவனிக்கப்பட மாட்டீர்கள்; உதவி கிடைக்காது. சலிப்பு தரும் உங்கள் தினசரி வேலையை அது பாதிப்பதாக இருந்தால், பாதிக்கட்டும். முடிவில் மீதம் இருக்கும் வேலையை, நீங்கள் செய்து முடிக்க, இன்னும் அதிக நேரம் உங்களுக்கு வழங்கப்படுவதை நீங்கள்

தெரிந்து கொள்வீர்கள். உங்களது நற்செயலுக்காக உங்களுக்கு வெகுமதி கிடைப்பது குறித்து நீங்கள் ஆச்சரியப்படுவீர்கள். நீங்கள் இதைத்தொடர்ந்து செய்ய ஆரம்பித்தால், உங்களுக்கு பழகிப் போய், இதைச் செய்வதும் உங்களுக்கு வசதியாகிவிடும். இது உங்கள் மனதில் இருந்து வருவதால், இதைச் செய்வதில் பேரார்வம் கொண்டு விடுவீர்கள்.

வெற்றியடைந்தவர்களும், பணக்காரர்களும் கூட இந்த நிலையான மனநிலையால் துன்பப்படுகிறார்கள். கோடி கோடியாக சொத்து வைத்திருப்பவர்கள் கூட மிகவும் கஞ்சமாக இருப்பதை நான் பார்க்கிறேன். அவர்களுக்குச் சொந்தமாக இருக்கும் சொத்துக்களைக் கூட அவர்கள் உருவாக்கி இருக்க மாட்டார்கள்; அவற்றை அவர்களது தாத்தா, கொள்ளு தாத்தா ஆகியோரிடம் இருந்து பரம்பரையாகப் பெற்று இருப்பார்கள்; அவர்கள் தங்கள் பெற்றோருடன் எளிமையான வாழ்க்கையை வாழ்ந்திருப்பார்கள். அதேபோல் இன்றும் வாழ்க்கையைத் தொடர்வார்கள். தங்கள் சொத்தில் ஒரு பகுதியை விற்று அவர்கள் வசதியாக வாழ முடியும் அல்லது அடுத்தவருக்கு உதவ முடியும். ஆனால் அவர்கள் வளர்ந்த விதத்தினால், அவ்வாறு செய்ய மாட்டார்கள். மற்றவர்களின் விமர்சனத்திற்குப் பயந்து சில பேர் கார் வாங்க கூட தயக்கம் காட்டுவார்கள். சிக்கனமாக வாழ வேண்டும்; சொத்துக்களை விற்கக் கூடாது என்ற மனநிலையில் அவர்கள் சிக்குண்டு கிடப்பார்கள். தாம் வாழ இன்னும் சில வருடங்களே உள்ளது என்பதை அவர்கள் உணர தவறி விடுகின்றனர். வாழ்க்கை என்பது உங்கள் குழந்தைகளுக்கு சொத்துக்கள் சேர்ப்பதற்காக ஏற்பட்டதல்ல; இத்தகைய நிலையான மனநிலையில் சிக்குண்டு கிடப்பதற்காகவும் அல்ல.

விளையாட்டில் கூட, மிக நன்றாக விளையாடும் சிலர், சிறந்த வீரர்களான ரஃபேல் நடால் அல்லது ஜோகோவிக் ஆகியோருடன் மிகப்பெரிய போட்டிகளில் விளையாடும் போது, "நான் அவர்களை வெல்ல முடியாது" என்ற மனநிலைக்குள் மாட்டிக் கொள்கிறார்கள். சிறிய போட்டிகளில், வெற்றிக்கு முக்கியத்துவம் அளிக்காத தரப்பட்டியலில் பின்னால் இருக்கும் சில வீரர்கள், இந்த பெரிய வீரர்களை வெல்வதை பார்த்திருக்கிறேன். இதிலிருந்து, வெற்றியைப் பற்றி பெரிய எதிர்பார்ப்புகள் இல்லாமல் இருப்பது, அல்லது வெற்றிக்குப் பெரிய முக்கியத்துவம் அளிக்காமல் இருப்பது மனதை அழுத்தமில்லாமலும், சுதந்திரமாகவும் இருக்க அனுமதிக்கும் என்று நாம் புரிந்து கொள்ளலாம். வெற்றி பெறுவதற்கு முக்கியமான விஷயமாக இருக்கும் சரியான மனநிலையை உருவாக்க அழுத்தம் உதவி செய்யாது. கிராண்ட்ஸ்லாம் போன்ற மிகப்பெரிய போட்டிகளில்,

பெரிய எதிர்பார்ப்புகள் இருக்கும்; அவற்றை வெல்வதற்கு மிகுந்த முக்கியத்துவம் தரப்படும். இப்போது மனதில் அழுத்தம் உருவாகி, "நான் பெரிய வீரர்களை வெல்ல முடியாது" என்னும் நம்பிக்கையும், உளவியல் பிரச்சனையும் சேர்ந்து, வீரர்களைத் தன்னம்பிக்கை இழக்க செய்கின்றன.

வெற்றியைப் பற்றி கனவு காண்பதும், காட்சிப்படுத்துவதும் பயத்தின் அடிப்படையில் ஆன எண்ணங்களை வளர்த்துக் கொள்ளாமல், வெறுமையாக்குவதும் இந்த நிலையான மனநிலையை வெல்ல உதவும். மாற்றத்தை எதிர்கொண்டு பணியிடத்தில் சிறக்கவோ, ஏதேனும் ஒரு வியாபாரத்தைத் தொடங்கவோ, அல்லது சுந்தர் பிச்சை அல்லது நாராயணமூர்த்தி போல் ஒரு நிலையை அடையவோ, ஒரு நெகிழ்வான மனநிலை தேவையாக இருக்கிறது. இந்தப் பெரிய மனிதர்களைப் போல் நீங்கள் ஆக முடியாது என்று நினைத்தால், நீங்கள் வெற்றி அடைய முடியாது. இந்த மனநிலையால் தான், பெரிய திறமைகள் இருக்கும் மனிதர்கள் கூட வாழ்க்கையில் தோல்வி அடைகிறார்கள்.

பெரும்பான்மையான, நிலையான மனநிலை கொண்ட மனங்கள் "நான் தான் சரி" என்று நினைக்கும். நம்மை நாம் மிகவும் விரும்புவதால் இத்தகைய நிலையான மனநிலை கொண்டுள்ளோம். இதனால் நாம் என்ன செய்கிறோமோ அது மட்டும் தான் சரி என்று குருட்டுத்தனமாக நியாயப்படுத்துகிறோம். இதற்கு பதில் நாம் அனைவரையும் சமமாக நேசிக்க வேண்டும். நாம் நம்மை மட்டுமே நேசிக்கும் போது, நாம் தான் மிகவும் புத்திசாலி என்று நினைத்துக் கொள்கிறோம். இது நம்மை நமது எண்ணங்கள், நோக்குகள் மற்றும் முடிவுகளில் பிடிவாதமாக இருக்கச் செய்கிறது. மற்றவரின் புத்திசாலித்தனத்தை மதிக்க ஆரம்பியுங்கள்.

ஏதோ ஒரு காலகட்டத்தில், நீங்கள் செய்தது தவறு என்று நீங்கள் ஒப்புக் கொள்வதால் மற்றவர் பார்வையில், நீங்கள் கீழே இறங்கி விடப் போவதில்லை. எல்லோரும் ஏதோ ஒரு காலகட்டத்தில் தவறுகள் செய்கிறார்கள். தவறுகளை ஒப்புக் கொள்வதால் உங்களுடைய முக்கியத்துவம் குறைந்து விடப் போவதில்லை. உண்மையில், மற்றவர்கள் உங்களைப் பாராட்ட தொடங்குவார்கள்; நீங்கள் பாரபட்சம் இல்லாதவர் என்று அறியப்படுவீர்கள். உங்கள் இயல்பு, பார்வைகள் மற்றும் சுவை மற்றவர்களிடமிருந்து வேறுபட்டது என்பதை அறிவது முக்கியமாகும். எல்லாவற்றையும் உங்கள் தரப்பில் இருந்து பார்த்துக் கொண்டிருக்கும் வரையில், உங்கள் தரப்பு மட்டுமே சரியாகத் தோன்றும். மற்றவர்களுக்கு வேறு இயல்பு, பார்வை மற்றும் சுவை உள்ளது. அவர்கள் பக்கத்தில் இருந்து பார்க்கும்போது, அவர்களுக்கும் தாங்கள் செய்வதே சரி என்று தோன்றும். நீங்கள் தவறு

செய்திருக்கலாம் என்பதை ஒப்புக்கொள்ள இதை உணர்வது மிகவும் அவசியமாகும்.

சந்தர்ப்ப சூழ்நிலைகளுக்கு ஏற்ப மாறும் நெகிழ்வுத் தன்மை கொண்ட மனநிலை இருப்பது மிகவும் அவசியமானது. நிலையான மனநிலை நம்மை ஈகோ உள்ளவராகவும், சோம்பேறியாகவும் மாற்றிவிடும். ஒவ்வொரு நாளும் உலகம் மாறிக் கொண்டிருக்கிறது. ஒவ்வொரு யோசனையும், ஸ்டைலும், செயல்திட்டமும் ஃபேஷனும் முறையான இடைவெளிகளில் காலாவதியாகி, மாறிக்கொண்டே இருக்கின்றன. தொழில்நுட்ப முன்னேற்றங்களைக் கொண்டு, எது வேண்டுமானாலும் காப்பியடிக்கப்படலாம். எனவே இந்த விளையாட்டில் நாம் நீடிக்க வேண்டுமானால், நம் மனநிலையை மாற்றிக் கொள்ள வேண்டும்.

வளர்ச்சி இருக்க வேண்டும் தான்; ஆனால் அது நெறி முறையுடன் கூடியதாக இருக்க வேண்டும். தனிப்பட்ட வாழ்க்கையை விலையாக அளித்து பெறப்பட்டதாக இருக்கக் கூடாது வாழ்க்கை வளர்ச்சியைப் பற்றியது மட்டுமல்ல; அது தனிப்பட்ட திருப்தி, தியாகம், மற்றவருக்காக பணியாற்றுதல், ஆர்வம் அனைத்தையும் பற்றியது. வாழ்க்கை சமச்சீராக இருக்க வேண்டும். எனவே சமச்சீரான வாழ்க்கையை நிலைநிறுத்தக்கூடிய, தனிப்பட்ட திருப்தி தரவல்ல, நல்ல, நெறிமுறையான, வளர்ச்சி அடைவதற்காக மாறக்கூடிய நெகிழ்வான மனநிலை தான் சிறந்தது.

நம்மில் சிலர் மனதாங்கல்களோடு வாழ்கிறோம்; நம்முடைய கடந்த காலம், நாம் பார்க்க எவ்வாறு இருக்கிறோம் போன்ற பல விஷயங்களை நமது வாழ்க்கையில் மாற்ற நினைக்கிறோம். வளர்ச்சிக்கு மாற்றம் அவசியம் என்றாலும் சில விஷயங்களை நம்மால் மாற்ற முடியாது. நாம் அவற்றை ஒப்புக்கொண்டு, விட்டுச் செல்ல கற்றுக்கொள்ள வேண்டும். எடுத்துக்காட்டாக, நம் தோற்றம் நமக்கு பிடிக்காமல் இருக்கலாம். நம்மால் அதை மாற்ற முடியாது என்பதை ஒப்புக்கொண்டு தான் ஆக வேண்டும். அதை ஏற்றுக் கொள்ள வேண்டும். தோற்றம் பற்றிய கருத்து ஒவ்வொருவருக்கும் மாறுபடும். எனக்கு அழகாக தெரிவது உங்களுக்கு அழகாக தெரியாமல் போகலாம். நீங்கள் அடுத்தவருக்கு அழகாக தெரியலாம். அணுகுமுறையும், பாணியும் தான் முக்கியம். நடிகர் விஜயகாந்த், முதலமைச்சர் காமராஜ், நடிகர் தனுஷ் மற்றும் மிகவும் பிரபலமான டாக்டர் கலாம் ஆகியோர் பார்ப்பதற்கு மிகவும் அழகாக இல்லை என்றாலும், அவர்களை அனைவருக்கும் பிடிக்கும். நீங்கள் உங்களை எவ்வாறு வெளிக்காட்டிக் கொள்கிறீர்கள் என்பது முக்கியம். பாணியும், புத்திசாலித்தனமும் மக்களைக் கவரும். புத்திசாலித்தனமாகவும், ஸ்டைலாகவும், தன்னம்பிக்கையுடனும் இருந்தால், இன்னும் அழகாக தெரிவோம்.

நம் கடந்த காலத்தை நம்மால் மாற்ற முடியாது. மக்கள் 50 களில் கூட தங்கள் வாழ்க்கையை தொடங்குகிறார்கள். நீங்கள் கடந்த காலத்தில் எதையாவது சரியாக செய்யவில்லை என்றால் அதை மறந்து விடுங்கள். இன்றிலிருந்து உங்கள் வாழ்க்கையைத் திட்டமிடத் தொடங்குங்கள்; உங்கள் இலக்குகளையும், லட்சியத்தையும் திட்டமிடுங்கள். அதை அடைவதற்கு உண்டான படிநிலைகளையும், செயல்முறைகளையும் எழுதுங்கள். முடிவுகளைப் பற்றி கவலைப்படாமல் அவற்றைச் செயல்படுத்த தொடங்குங்கள். இடைவிடாமல் அதை செயல்படுத்தி வந்தால் 99 சதவீதம் அது நடந்து விடும்; நடக்கவில்லையென்றால் அதை ஏற்றுக் கொள்ளுங்கள். ஏற்றுக் கொள்ளுதலே அனைத்து பிரச்சனைகளுக்கும் மிகப்பெரிய தீர்வாகும்.

சில பேர் 50 - 60 வயது வரை மிகவும் வெற்றிகரமான வாழ்க்கை வாழ்ந்திருப்பார்கள். ஆனால், அதற்குப் பிறகு, உடல் நிலை காரணமாகவோ அல்லது வேறு ஏதாவது விஷயத்தாலோ ஒரு திடீர் பின்னடைவை அனுபவித்து இருப்பார்கள். அவர்கள் கட்டுப்பட்ட, ஏற்றுக் கொள்ளும் மனநிலையைப் பெற்றிருந்தாலொழிய, மனதளவில் துன்பப்பட ஆரம்பிக்கிறார்கள். அவர்களால் மாற்றங்களை ஏற்றுக் கொள்ள முடிவதில்லை. 90 சதவீதம் மக்களுக்கு இதுதான் நடக்கிறது. மாற்றத்தினால் அவர்கள் துன்பப்பட ஆரம்பித்தவுடன் அவர்கள் தங்கள் வாழ்க்கையின் வெற்றிகரமான பகுதிகளை மறந்து விடுகிறார்கள். துன்பங்கள் மட்டுமே கணக்கில் சேர்க்கின்றன. வெற்றி பெற அவர்கள் எடுத்த முயற்சிகள் எல்லாம் விழலுக்கு இறைத்த நீராக தோன்றுகிறது.

வெற்றி என்பது பெரும்பணம் சம்பாதிப்பதோ, அதிகாரத்தை அடைவதோ, புகழ்பெறுவதோ இல்லை என்பதை நாம் நினைவில் கொள்ள வேண்டும். எளிய, நெறி முறையான வாழ்க்கை வாழ்வது, அடுத்தவருக்கு உதவி செய்வது, நம் கடமைகளைத் தவறாமல் செய்வது இவையெல்லாம் கூட வெற்றி தான். எனவே நிகழ்கணத்தில் கவனம் செலுத்தி, தேவையில்லாத சிந்தனைகளை, அவை வரும்போது எல்லாம் வெறுமையாக்க வேண்டும். மாற்றங்களை மனதார ஏற்றுக்கொண்டு, இன்றைய வாழ்க்கையை மகிழ்ச்சியாக வாழ வேண்டும்.

மாற்றத்தை ஒப்புக்கொள்ளும் நெகிழ்வான மனநிலை முக்கியம் தான்; ஆனால் ஒரு சிலரிடம் எளிதாக தாக்கத்தை ஏற்படுத்தி விட முடியும். ஒரு நொடியில் மாறக்கூடிய உறுதியில்லாத மனதை உடையவர்களாக அவர்கள் இருப்பார்கள். அவ்வாறான மனநிலையும், மாற்றங்களும் ஆபத்தானவை. அந்த மனநிலை உடைய மனிதர்கள் வேண்டாத விஷயங்களுக்கு எதிர்வினை புரிவார்கள். அவர்களிடம் நீங்கள் ஏதாவது சொன்னால் அதைப்பற்றி ஆராய்ந்து பாராமல் ஆத்திரமடைவார்கள். அவர்களை உங்கள் தாளத்திற்கு ஆட்டுவிக்க நீங்கள் விரும்பினால்,

ஏதாவது மோசமாக விமர்சிக்க வேண்டும்; உடனே அவர்கள் ஆத்திரமடைந்து விடுவார்கள்; அவர்கள் மற்றவர்களுடைய செய்கை மற்றும் எதிர்பார்ப்பின் அடிப்படையில் மகிழ்ச்சி அடைபவர்கள்; அவர்கள் பாராட்டு தேவைப்படுபவர்கள்; அதன் அடிப்படையில் மகிழ்ச்சி அடைபவர்கள். அவர்களை பாராட்டுவதன் மூலம் நீங்கள் அவர்களை உங்கள் பக்கம் இழுத்து விடலாம். அவர்கள் உணர்ச்சிமயமானவர்கள்; ஏதேனும் உணர்ச்சிகரமாக கூறி, நீங்கள் உங்கள் தாளத்திற்கு அவர்களை ஆட வைக்கலாம்.

எதிர்வினை, மற்றும் பதிலுணர்வு இரண்டுக்கும் உள்ள வித்தியாசத்தை அறிந்து, உள்நோக்கி கவனம் செலுத்தும், நிலையான, உறுதியான மனம் படைத்திருப்பது மிகவும் முக்கியமாகும். வாழ்க்கை என்பது, நிலைத்து விட்ட மனநிலையை வெல்வதற்கு வேண்டிய கீழ்கண்ட மந்திரங்களை பற்றியதாகும்.

- **கவனம்** - நிகழ்காலத்தில் கவனம் செலுத்தவும்.
- **சிந்திக்கவும்** - நேர்மறையாக சிந்தித்து, காட்சிப்படுத்தவும். தொல்லை தரும், எதிர்மறையான, வேண்டாத எண்ணங்களை வளர்க்காமல், வெறுமையாக்க வேண்டும்.
- **திட்டமிடுங்கள்** - உங்கள் வெற்றியை அமைதியான மனதோடு திட்டமிட்டு, எந்த குழப்பமும் இல்லாமல் அதை செயல்படுத்துங்கள்.
- **ஒப்புக் கொள்ளுங்கள்** - முயற்சி செய்யுங்கள்; செயல்கள் நடக்க அனுமதியுங்கள். அது நடக்கவில்லை என்றால் ஏற்றுக் கொள்ளுங்கள்.
- **அடுத்தவர் இடத்தில் இருந்து புரிந்து கொள்ளுங்கள்** - மக்கள் அனைவரும் சமம் என்பதை நினைவில் கொள்ளுங்கள். வாய்ப்புகள், சூழ்நிலைகள், ஓரளவுக்கு பரம்பரை காரணிகள் இவை மனிதர்களைப் பெரிய மனிதர்களாக ஆக்குகின்றன. உங்களுக்கும் அவைகள் கிடைத்தால் அல்லது சூழ்நிலைகள் மாறினால், நீங்களும் வெற்றி அடையலாம்.

16. தன்னம்பிக்கையை வளர்த்துக் கொள்ளுதல்

➡ நுண்ணறிவும் நம்பிக்கையும்
➡ வெற்றி பெற நம்பிக்கையை எப்படி வளர்த்துக் கொள்வது
➡ அதீத நம்பிக்கையின் எதிர்மறை விளைவுகள்
➡ நம்பிக்கை வளர்த்துக் கொள்ளவும், அதைத் தக்க வைத்துக் கொள்ளவும், நினைவில் கொள்ள வேண்டிய முக்கியமான அம்சங்கள்

குறைந்த ஈகோவும், நிறைந்த நம்பிக்கையும் கொண்ட நுண்ணறிவு நிறைந்த மக்கள் தான் சிறப்பான வெற்றியடைந்தவர்களாக இருக்கிறார்கள். உங்கள் மனம் அமைதியாக, அலைபாயாமல் இருக்கும்போது, அது பயனுள்ள வகையில் வேலை செய்கிறது; புதுமையாக சிந்திக்கிறது. நீங்கள் செயல்படுவதற்கு பல யோசனைகளைக் கண்டறியலாம். வேறு வகையில், தனித்துவமாக, புதுமையாக, பயனுள்ள வகையில் சிந்திக்கலாம். இவை நுண்ணறிவின் விளைவுகள் என்பதால், இந்த செயல்கள் நேர்மறையான, வெற்றிகரமான, முடிவுகளை அளிக்கும். நுண்ணறிவு உள்ளவர்கள், நல்ல முடிவு எடுக்கும் திறன் படைத்தவர்கள்; ஆனால் சோம்பேறித்தனத்தினால் செயல்படாமல் இருக்கலாம். நுண்ணறிவு மற்றொரு வகையிலும் செயல் புரியும்; எதிர்மறையான வழிகளில், வெற்றிகரமான விஷயங்களைச் செய்ய அது பயன்படுத்தப்படலாம். ஒருமுறை எதிர்மறையான விஷயங்களுக்கு அடிமையாகி விட்டால், அதிலிருந்து வெளிவருவது மிகவும் கடினம். எனவே நுண்ணறிவு, நற்பண்புகளோடு இயைந்து இருக்க வேண்டும்.

நுண்ணறிவு மிக்கவர்கள், சில சமயங்களில் ஆணவம் மிக்கவர்களாக இருக்கலாம். அவர்கள் சில விஷயங்களைப் பற்றி மிகவும் உறுதியாக இருப்பார்கள்; நெகிழ்வாக இருக்க மாட்டார்கள். நுண்ணறிவு மிக்க சிலர் நடைமுறைக்கு ஒவ்வாதவர்களாக இருப்பார்கள்; எந்த விஷயத்திலும் அடி ஆழம் வரை செல்வார்கள். இது அதீத சிந்தனைக்கு வழிவகுத்து, விரைவான செயல்பாட்டினைத் தடுத்து, விஷயங்களைத் தள்ளிப் போட வழி வகுக்கும். நுண்ணறிவு மிக்கவர்கள் வெற்றி பெறவில்லை என்றால், அவர்கள் ஊக்கமிழந்து, அதிகமாக சிந்தனை செய்து, மனச்சோர்வுக்கு கூட ஆளாகி விடுவார்கள்.

சில விஷயங்களை அடைவதற்கு ஒருவர் தன்னுடைய ஈகோவை குறைத்துக் கொள்ள வேண்டும். கண்டிப்பாக வெற்றி பெற வேண்டும் என்றால் நுண்ணறிவோடு, நடைமுறை சாத்தியங்களையும் சேர்த்துக் கொள்ள வேண்டும். நீங்கள் தவறு செய்தவராக இருப்பதால் யாரும் உங்களை இழிவாக கருதப் போவதில்லை. தவறுகளை ஒத்துக் கொள்வது நல்ல ஆளுமையின் அடையாளம். விமர்சனங்களை எடுத்துக் கொள்வது, மற்றவர்களோடு ஒத்துப் போகும் விதமாக ஈகோவை விட்டுவிடுவது உங்களைத் திறனற்றவராக முத்திரை குத்தப் போவதில்லை. வெற்றியடைய ஒருவர் இதனை அடக்கத்தோடு ஏற்றுக்கொள்ள வேண்டும்.

நம்பிக்கை என்பது, தொடர்ந்த பயிற்சி, ஒழுக்கம், குணம் ஆகியவற்றிலிருந்து வருவது. உங்களுக்கு நுண்ணறிவு இல்லாவிட்டாலும், கடின உழைப்பால் நீங்கள் வெற்றி அடையலாம். நல்ல குணத்துடன் கூடிய கடின உழைப்பு, பயிற்சி மற்றும் ஒழுக்கத்தால் நீங்கள் நம்பிக்கை மிக்கவராக மாறலாம்.

பயனுள்ள வகையிலும், இடைவிடாமலும், எதையாவது செய்ய ஆழ்மனதைப் பழக்குவது பயிற்சி எனப்படும். ஆழ்மனம் பயிற்சியால் செயல்படும். எடுத்துக்காட்டாக, நீங்கள் கார் ஓட்டும்போது வேறு எதையாவது பற்றி சிந்தித்து கொண்டு இருந்தாலும், உங்கள் பயிற்சியும், அனுபவமும், நீங்கள் முழுவதும் கவனம் செலுத்தவில்லை என்றாலும், சரியான முறையில் ஓட்ட வைத்துவிடும். அந்த செயலில், இது உங்களுக்கு நம்பிக்கை அளிக்கிறது. சில பேருக்கு இயல்பாகவே கவனம் செலுத்தக்கூடிய தன்மை இருக்கும். இது உயிரியல் மற்றும் சூழ்நிலை காரணிகளைப் பொறுத்தது. சிலரால் இயல்பாக கவனம் செலுத்த முடியாது. அவர்கள் இத்தகைய மனநிலையை உருவாக்கிக் கொள்ள தியானம் மற்றும் மற்ற நுட்பங்களைப் பயன்படுத்தி கடினமாக உழைக்க வேண்டும்.

தொடர் வெற்றிகளைச் சந்திக்கும்போது, நம்பிக்கை அடைவது மனதின் இயல்பு. இந்த நம்பிக்கை சில நேரங்களில் அதீத நம்பிக்கை ஆகிவிடலாம். தொடர் வெற்றிகள், நீங்கள் தனித்துவமானவர் என்று உங்களை நினைக்க வைக்கும். சிலர் தாங்கள் இறைவன் என்று கூட நினைத்து விடுகிறார்கள். நீங்கள் எது செய்தாலும் வெற்றி தான், எப்படி சிந்தித்தாலும் சிறப்பான சிந்தனை தான் என்ற அர்த்தமில்லாத சிந்தனைக்கு இது வழி வகுத்து விடும். அவ்வாறு சிந்திப்பவர்கள் வெற்றியாளர்களாக ஆக முடியாது. இந்த அகங்காரமான சிந்தனைக்கான கர்மாவை அவர்கள் எதிர்கொள்ள வேண்டி வரும்.

பிறந்ததிலிருந்து எதிர்மறை விஷயங்கள் எதையுமே அனுபவிக்காமல்,

தொடர் வெற்றிகளை மட்டுமே அனுபவித்து வரும் மக்கள், இத்தகைய அதிக நம்பிக்கையோடும் அகங்காரத்துடனும் சிந்திப்பார்கள். தோல்வியின் வடிவில் அவர்கள் எதிர்மறை விஷயங்களை எதிர்கொள்ள ஆரம்பித்தவுடன், தங்கள் நம்பிக்கையை இழக்க ஆரம்பிப்பார்கள். ஒரு முறை அவர்களது நம்பிக்கை போய்விட்டால், அவர்கள் அடுத்தடுத்து தோல்விகளைச் சந்திக்க கூடியவர்களாக ஆகிவிடுகிறார்கள். தொடர் வெற்றிகளை அனுபவிக்கும் போது மனம் நம்பிக்கை அடையும்; அதே போல் தொடர் தோல்விகளைச் சந்திக்கும் போது நம்பிக்கை இழக்கும். உங்களைப் பாதிக்கப்பட கூடியவராக செய்யும் பயத்தையும், கவலையையும் அது உண்டாக்கும்.

கிரிக்கெட் வீரர்கள் சரியாக விளையாடாத போது அல்லது அவர்கள் பார்மில் இல்லாத போது இருப்பது இதற்கு எடுத்துக்காட்டு. அதை பற்றியே மீண்டும் மீண்டும் சிந்திப்பது, அவர்களை மேலும் தவறுகள் செய்ய வைக்கும். ஒருவர் தொடர்ந்து தவறுகள் செய்தால் அவரது மனம் கவலையடைந்து, அந்த கவலை மற்றும் பயத்தாலேயே அந்த தவறுகள் தொடரும். உறவுகள் பிரியும் போதும் நாம் இதைக் காண முடியும். மக்களுக்கு தம்மை பற்றிய நேர்மறை பிம்பம் மறைந்து, அதனால் அவர்கள் நம்பிக்கை இழப்பார்கள்.

அமைதியான, அலை பாயாத மனம் கொண்டிருந்தால் நம்பிக்கை ஏற்படும். அதே சமயம், அதீத நம்பிக்கை என்பது அடக்கமிழந்து, அடுத்தவரை மோசமாக நடத்துவதாகும். மற்றவருக்கு நம்பிக்கை வளரும் தருணமும் வரும்; அப்போது நாம் மோசமாக நடத்தப்படுவோமா என்று நீங்கள் பயப்படுவீர்கள். அலைபாயாத மனதுடன் கூடிய கடினப் பயிற்சி உங்களை நம்பிக்கை உடையவராக்கும். ஆனால் நீங்கள் அதைப் புரிந்து கொள்ள வேண்டும். உங்கள் சந்தர்ப்பங்களும், சூழ்நிலைகளும் உங்களை நம்பிக்கை உடையவராக ஆக்குகின்றன. அதீத நம்பிக்கை உங்கள் கண்களைக் குருடாக்கி, நடப்பதை நீங்கள் அறியாமல் செய்துவிடும். அது உங்களைத் திடீரென்று விழ வைக்கும். நீங்கள் அதீத நம்பிக்கையுடன் இருந்தால், வீழ்ச்சி விரைவாகும்.

விஷயங்கள் நன்றாகப் போய்க் கொண்டிருக்கும் போது, உங்கள் நம்பிக்கை உயர் அளவில் இருக்கும். பயம் மற்றும் பதற்றத்தில் முடியும் எந்த ஒரு தோல்வியும், உங்களை நம்பிக்கை இழக்க வைக்கும். திடீர் தோல்வி, தொடர் எதிர்மறை சூழ்நிலைகள், உங்கள் நம்பிக்கையின் அளவைப் பாதிக்கலாம். தோல்விகளை ஏற்றுக் கொள்ளுதல் கொண்டாட்டங்களின் போது உற்சாகமடைந்து விடாமல், மனதை அமைதியாக வைத்துக் கொள்ளுதல், நிகழ்கணத்தில் கவனம் செலுத்துதல், முடிவை எதிர் நோக்காமல் உங்கள் பணிகளில் உள்ள படிநிலைகள் மீது கவனம் செலுத்துதல், அதீத நம்பிக்கை கொண்டு

விடாமல் இருத்தல் ஆகியவை உங்களின் நம்பிக்கையின் அளவை ஒரே நிலையாக வைக்கும்.

நம்பிக்கையை வளர்த்துக் கொண்டு பராமரிக்கும் போது, கீழ்க்காண்பவைகளை நினைவில் கொள்ள வேண்டும்.

1. தவறுகள் செய்ய மாட்டோம் என்ற நம்பிக்கை கடினப் பயிற்சியால் வருவது. நன்றாக பயிற்சி செய்ய ஆரம்பியுங்கள். அது ஆழ் மனதின் வழியாக நன்றாக செயல்படும். எல்லாவற்றையும் உணர்வுடன் செய்யுங்கள். எந்தவித கவனசிதறலும் இல்லாமல், நீங்கள் எது செய்கிறீர்களோ அதன் மீது முழு கவனத்தையும் செலுத்துங்கள். இது நம்பிக்கையும், திறனும் வளர உதவும்.

2. நீங்கள் எது செய்கிறீர்களோ, அதிலும், நிகழ்காலத்திலும் மட்டும் கவனம் செலுத்தத் தொடங்குங்கள். பதற்றமான எண்ணங்கள் வந்தால் அவற்றை வளர்த்துக் கொள்ளாமல், வெறுமையாக்குங்கள்; நீங்கள் அனைத்தையும் மிகச் சரியாக செய்கிறீர்கள் என்று காட்சிப்படுத்திக் கொள்வது உங்கள் நம்பிக்கையைக் காப்பாற்றி கொள்ள உதவும்.

3. எல்லா மக்களும் சமமான திறமை கொண்டவர்கள் என்பதை நினைவில் கொள்ள வேண்டும். உங்கள் சூழ்நிலைகள், சந்தர்ப்பங்கள் மற்றும் உயரியல் காரணிகள் மட்டுமே நீங்கள் வெற்றி பெறுவதற்குக் காரணம் என்பதை நினைவில் கொள்ள வேண்டும். இவை அனைத்தும் கடவுளால் கொடுக்கப்பட்டவை. மற்றவர்களுக்கும் இதே போன்ற சந்தர்ப்பங்களும், சூழ்நிலைகளும் அமைந்திருந்தால் அவர்களும் சுலபமாக வென்றிருப்பார்கள்.

4. நீங்கள் நம்பிக்கை இழக்கும்போதெல்லாம் எண்ணங்களே உங்களை அவ்வாறு நம்பிக்கை இழக்க செய்கிறது என்பதை ஞாபகப்படுத்திக் கொள்ளுங்கள். அத்தகைய எண்ணங்கள் வரும் போதெல்லாம், அவை உங்கள் மனதை விட்டுப் போகும் வரை, அவற்றை வெறுமையாக்கிக் கொண்டே இருக்க வேண்டும். இந்த எண்ணங்கள் போனவுடன் பயிற்சியை மீண்டும் ஆரம்பித்து, கடினமாக உழைக்கவும். இது உங்கள் நம்பிக்கையை மீட்டுக் கொண்டு வரும்.

5. "என்னால் எதுவும் முடியும்" என்ற மனநிலை, நம்பிக்கையைப் பொறுத்தது. விஷயங்கள் நன்றாக நடக்கும் வரை, ஒருவர் நம்பிக்கையுடன் இருக்கலாம். இந்த வெற்றி, பல பேரின் உதவியாலும், சூழ்நிலைகளின் உதவியாலும், வாய்ப்புகளின்

உதவியால் மட்டுமே கிடைத்தது என்பதை நினைவில் கொள்வது முக்கியமாகும்.

6. கடினமான பயிற்சி மேற்கொள்ள தகுந்த மனநிலையை உருவாக்கிக் கொள்வது சூழ்நிலைகளையும், வாய்ப்புகளையும் பொறுத்தது. தகுந்த மனநிலை, சூழ்நிலைகள், வாய்ப்புகள் ஆகியவற்றை உருவாக்கும் திறமையை இறைவன் தான் நமக்கு அளிக்கிறார். நாம் தான் அதை உருவாக்குகிறோம் என்று நாம் நினைத்துக் கொள்ள கூடாது. எனக்கு பெரிய சக்திகள் இருக்கின்றன என்று எப்போதும் நினைத்துக் கொள்ள கூடாது. ஆன்மீக குருக்கள், சுவாமிஜிகள் போன்ற சில ஆசீர்வதிக்கப்பட்ட மக்கள், அவர்கள் சிறப்பாகப் படைக்கப்பட்டிருக்கிறார்கள் என்றும், அவர்கள் இறைவனுக்கு நிகரானவர்கள் என்றும் நினைத்துக் கொள்கிறார்கள். இந்த நினைப்பே வீழ்ச்சிக்கு காரணமாக அமையும்.

7. தியானத்தின் மூலம், அமைதியான சலனம் இல்லாத மனதை உருவாக்கிக் கொள்ளுங்கள். அமைதியான மனம், வேண்டாத நினைவுகளை நீக்கி, கவனம் செலுத்துவதில் உதவி செய்யும். நீங்கள் விமர்சிக்கப்படும் போது அல்லது விஷயங்கள் உங்கள் எதிர்பார்ப்புக்கு எதிராக போகும் போது, அவற்றைச் சுலபமாக எடுத்துக் கொள்ள உதவுகிறது. நீங்கள் எதிர்பார்த்தபடி காரியங்கள் நடக்காத போது, நம்பிக்கை இழக்காமல் இருக்க அது வழி வகுக்கும்.

8. உங்களுக்கு கிடைத்திருக்கும் ஆசீர்வாதங்களைப் பற்றி பெருமை கொள்ளாதீர்கள்; அதனால் அதீத நம்பிக்கை பெற்று விடாதீர்கள். உங்களுடைய வெற்றிகளையும், ஆசீர்வாதங்களையும், கடவுளுக்கு அர்ப்பணித்து அமைதியாக இருங்கள். தற்போது, "என்னால் எதுவும் முடியும்" என்ற மனநிலையில் நீங்கள் இருந்தால், அமைதியாக இருங்கள்; அது பற்றி அதிக உற்சாகமடையாதீர்கள்; அதை இறைவனுக்கு அர்பணியுங்கள்; அப்போது, எதிர்மறை விஷயங்கள் நடக்கும் போது உங்கள் நம்பிக்கை குறைந்தால், நீங்கள் அதை ஏற்றுக் கொண்டு அப்போதும் அமைதியாக இருப்பீர்கள்.

9. சமநிலை கோட்பாட்டைப் பயன்படுத்த வேண்டும் – நல்ல நேரத்தில் நீங்கள் அமைதியாகவும், சலனம் இல்லாமலும் இருந்தால், குறைந்த நம்பிக்கை இருக்கும் காலத்திலும், நீங்கள் அமைதியாக இருக்கலாம். இவ்வாறு இதை நீங்கள் பயன்படுத்தத் தொடங்கினால், அது நல்லது.

17. கவனத்தை வளர்த்துக் கொள்ளுதல்

- கவனம் செலுத்துதல் ஒரு கலை
- எப்படி மனம் கவனம் இழக்கிறது
- கவனத்தை வளர்க்கும் வழிகள்
- படிக்கும் போது இன்னும் கவனம் செலுத்த உதவும் நடைமுறை குறிப்புகள்
- நாம் ஏன் ஒத்தி போடுகிறோம்; அதை எவ்வாறு நிறுத்துவது?
- நமது இலக்குகளில் கவனம் செலுத்த உதவும், வாழ்க்கையை மாற்றும் பழக்கங்கள்

சலனப்படுவது மனதின் இயல்பு. அது சுலபமாக கவனம் இழக்கும். கட்டாயமாகவோ, கட்டாயமின்றியோ ஏதேனும் ஒன்றில் கவனம் செலுத்துவது நமது பணியை மேலும் மேம்படுத்தி, நமது மனதை அமைதியாக்கும். நுண்ணறிவு மிக்கவர்கள் தான் கவனத்தோடு இருப்பார்கள் என்று நாம் சுலபமாகச் சொல்லி விட முடியாது. வெற்றி பெற விரும்பும் ஒவ்வொருவரும், வளர்த்துக் கொள்ள வேண்டிய முக்கியமான குணம், கவனம். இதைச் செய்வதற்கு என்ன முயற்சிகள் செய்ய வேண்டும், அதை எவ்வாறு செய்ய வேண்டும் என்று தெரிந்து கொள்பவர்களைப் புத்திசாலிகள் என கருதலாம். வேண்டிய விஷயங்களில் கவனம் செலுத்துவது நல்லது. கவனம் செலுத்துவது ஒரு கலை. இந்த கலையை நீங்கள் கற்றுத் தேர்ந்தால், உங்கள் மனம் எப்போதும் வேலை செய்து கொண்டிருக்கும். அதனால் வேண்டாத நினைவுகளோ, சலனங்களோ, உங்கள் மனதில் நுழைய முடியாது.

எனவே மனித மனம் எவ்வாறு கவனத்தை இழக்கிறது? மனித மனங்கள் வாழ்க்கையே சுவாரசியமாக்க, எப்போதுமே புதிய விஷயங்களைத் தேடிக் கொண்டிருக்கும் அல்லது புதிய அனுபவங்களை நோக்கி போய்க் கொண்டிருக்கும். புதிதாக ஒரு காதலனையோ, காதலியையோ முதல் தடவையாக சந்திப்பது, திருமணத்தின் ஆரம்ப நாட்கள், சுவையான உணவு, சுவாரசியமான விளையாட்டை விளையாடுவது, ஏன், புதிய கல்லூரியில் படிப்பது கூட சுவாரஸ்யமாக கருதப்படுகிறது. ஆனால் சில காலத்திற்குப் பிறகு அனைத்துமே சுவாரஸ்யமற்றதாக ஆகிவிடுகிறது. அனைத்தும் சலிப்பூட்டுவதாக மாறும்போது, வாழ்க்கையைச் சலிப்பாக்கி, மனம் கவனத்தை இழக்கிறது. மீண்டும்,

மீண்டும், சுவாரஸ்யமான விஷயங்களை அனுபவிப்பதாலும், அடைவதாலும் வாழ்க்கை 24/7 சுவாரஸ்யமாக இருக்கும் என்று நாம் நினைக்கிறோம். ஆனால் ஒரு கட்டத்திற்கு மேல், வாழ்க்கையில் எதுவுமே சுவாரஸ்யமாக இருக்காது என்பதை நாம் உணர தவறிவிடுகிறோம். இதனால், மனம் மந்தமாகி, அதன் கவனத்தை இழக்கிறது.

மனம் எவ்வாறு கவனத்தை இழக்கிறது என்பதை ஒரு எடுத்துக்காட்டின் மூலமாக பார்க்கலாம். என் நண்பன் முற்றிலும் புதிய ஒரு துறையில் ஆறு மாதமாக பணி செய்து வந்தான். அவன் தவறுகள் செய்ததால், அவனுடைய பணி அவனது மேலதிகாரியால் தினமும் சரிபார்க்கப்பட்டது. இதனால் அவன் குற்ற உணர்வு மேலிட்டு, தன்னுடைய வேலை இழந்து விடுவோமோ என்று பயந்தான். இது மனித மனதை பொறுத்தவரை சாதாரணம் என்பதை அவன் தெரிந்து கொண்டிருக்க வேண்டும். நாம் நமது வாழ்க்கையில் முக்கியமான கட்டங்களில் நுழையும் போதெல்லாம், நாம் இதை சரியாக செய்வோமா என்ற பயத்துக்கு ஆளாகிறோம். இது பதற்றமாக மாறி, அதனால் நிறைய தவறுகள் செய்கிறோம். தவறுகள் செய்வதால், குற்ற உணர்வு மேலிட்டு, இந்த சுழற்சி தொடர்கிறது. அதனால் அதைப் பற்றி கவலைப்படுவதை நிறுத்திவிட்டு, கையில் இருக்கும் வேலையில் கவனம் செலுத்தி, பணியைச் சிறப்பாக செய்ய முயற்சி எடுக்க வேண்டும். தவறுகள் செய்வது பரவாயில்லை. அதைப் பற்றி கவலைப்பட வேண்டியதில்லை.

நம் சுதந்திரத்தை இழந்து விடுவதாக உணர்வதால், பெரும்பாலானோருக்கு முதல் வேலை உணர்வு ரீதியிலான தொல்லையை ஏற்படுத்துவதை காண்கிறோம். நமக்கு யாரோ தளையிடுவது போலவும், நாம் கட்டுப்படுத்தப்படுவது போலவும் உணர்கிறோம். நமது பெற்றோரோடு நாம் மிகுந்த சுதந்திரத்தை அனுபவித்து, வெளியார் யாராலும் கட்டுப்படுத்தப்படாமல் வாழ்ந்திருப்போம். கட்டுப்படுத்தப்பட்டால், அதற்கு எதிரானதை மனம் செய்ய விரும்பும். நாம் கட்டுப்படுத்தப்படுகிறோம் என உணர்ந்தால், அதைத் தாண்டிப் புரட்சி செய்வதற்கு நாம் வழிகளைக் கண்டுபிடிப்போம். அதேபோல், நாம் யாரிடமாவது வேலை செய்தால் நாம் ஒரு அடிமையைப் போல் உணர்கிறோம். இது தவிர அனுபவமின்மை, பயம், பதற்றம், ஆகியவை இத்துடன் சேர்ந்து, கவனமின்மைக்கும், தவறுகள் செய்வதற்கும் வழி கோலுகிறது. இத்தகைய எண்ணங்களை விலக்கி, நாம் என்ன செய்து கொண்டிருக்கிறோமோ அதன் மேல் கவனம் செலுத்துவது தான் இதற்கான தீர்வு.

மனமும் செய்ய வேண்டிய பல விஷயங்களை உருவாக்கி, புதுமையான மற்றும் வேண்டாத எண்ணங்களுள் செல்கிறது. ஒரு வியாபாரத்தைத் தொடங்கலாம் என்று நினைத்துக் கொண்டிருக்கும் போதே, இன்னொரு ஆர்வம் சம்பந்தப்பட்ட மற்றொரு திட்டம் தலை தூக்கும். உங்கள் ஆர்வம், ஆசைகள், உடல் ரீதியான ஆசைகள், பொருள் ரீதியான ஆசைகள், பொறாமை, ஒப்பீடு, பாதுகாப்பின்மை அனைத்தும் சேர்ந்து உங்கள் மனதில் முரண்பட்ட பல எண்ணங்களைத் தோற்றுவிக்கும். நீங்கள் சில இலக்குகளை அடைந்திருந்தாலும், இத்தகைய பல்வேறு சிந்தனைகளின் அடிப்படையில் எழுகின்ற எல்லா இலக்குகளையும் அடைய முடியவில்லை என்றால் எதையுமே முடிக்காதது போன்ற எண்ணத்தை உங்கள் மனதில் ஏற்படுத்தும். இதனால் உங்கள் மனம் திருப்தியடையாமல், எதையும் முழுதாக முடிக்காதது போல உணரும்.

பல விஷயங்களை செய்வதில் உங்கள் கவனமும், சக்தியும் சிதறுண்டு போகும். நமது பெற்றோர், குழந்தைகள், நண்பர்கள் ஆகியோரைப் பார்த்துக் கொள்வது போன்ற பொறுப்புகளில் நமது நேரம் செலவிடப்படுகிறது. அதேபோல், உங்கள் குடும்பத்தை பேணிப் பாதுகாக்க பணம் சம்பாதிக்கவும், நேரம் செலவிடப்படுகிறது. உங்கள் உடல் நலத்தைப் பாதுகாக்க, பயிற்சிகள் மற்றும் விளையாட்டு இவற்றில் சிறிது நேரம் செலவழிகிறது. நமது நண்பர்களைச் சந்திப்பது, ஆர்வத்தைப் பின்பற்றுவது, இசை கேட்பது போன்ற நமக்கு மகிழ்ச்சி தரும் விஷயங்களுக்காக, சிறிது நேரத்தைச் செலவழிக்கிறோம். அடுத்தவருக்கு உதவி செய்வதற்காக கூட நேரம் செலவிடப்படுகிறது. எல்லாவற்றுக்கும் செலவழித்த நேரம் போக, மீதி நேரத்தை, உங்கள் ஆர்வத்தின் அடிப்படையிலான வியாபாரம் அல்லது செயல்கள், சில சொத்துக்களை அடைய உங்களது பணியை மேம்படுத்துதல், உங்களது வாழ்க்கையின் நிஜமான குறிக்கோளைக் கண்டடைதல் ஆகியவற்றிற்கும் செலவிடலாம்.

நீங்கள் அமைதியான மனதுடன் இருக்கும் போது, உங்களுக்கு இருக்கும் நேரத்தின் அடிப்படையில், நீங்கள் அடைய வேண்டிய இலக்குகளை நிர்ணயித்து எழுதிக் கொள்ளுங்கள். நீங்கள் இதைத் திட்டமிட்டு எழுதிவிட்டால், தேவையான சில இலக்குகளை மட்டும் நீங்கள் தேர்ந்தெடுப்பீர்கள். சில விஷயங்களில், உங்களுக்கு சிறந்த கட்டுப்பாடும், நம்பிக்கையும் இருக்கும். இந்த விஷயங்களைக் கண்டுபிடித்து, இறுதி செய்து, அவற்றின் மீது மட்டும் கவனம் செலுத்தவும். இவ்வாறு அவசியமான தேவைக்கேற்ற பொறுப்புகள் மற்றும் இலக்குகளுடன், நீங்கள் புதுமையாகச் செய்ய விரும்பும் இலக்குகளையும் தேர்ந்தெடுத்து, உருவாக்கி, வளரச் செய்து, கவனம்

செலுத்தி, அவற்றையும் நிறைவேற்றுங்கள். இது, வாழ்க்கையில் உங்களுக்கு மிகச் சிறந்த திருப்தியையும், முழுமையையும், அளிக்கும்.

நமக்கு பிடித்த ஏதாவது ஒன்றை செய்யும்போது, முயற்சியே இல்லாமல், மனம் அதில் ஒன்றி விடும். எடுத்துக்காட்டாக, உங்களுக்குப் பிடித்த நடிகரின் திரைப்படம் ஒன்றை நீங்கள் பார்த்துக் கொண்டிருந்தால், உங்கள் மனம் தானாகவே அதில் முழுமையாக மூழ்கி கவனம் செலுத்தும். உங்களுக்குச் சில விஷயங்கள் பிடிக்கவில்லை என்றாலும், அதைக் கட்டாயமாக செய்தே ஆக வேண்டும் என்ற நிலை ஏற்பட்டால், அதன் மீது கட்டாயமாகக் கவனம் செலுத்துங்கள் அல்லது அதன் மேல் சிறிது ஆர்வம் காட்ட தொடங்குங்கள். சிறிது காலத்திற்குப் பிறகு, உங்களுக்கு அது பிடித்து போய், அதன் மீது கவனம் செலுத்த ஆரம்பித்து விடுவீர்கள்.

நமக்கு எது வேண்டாம் என்று நினைக்கிறோமோ, அதற்கு எதிராகத் தான் நாம் எப்போதும் போராடுகிறோம் என்பதை உணர்வது முக்கியம். நீங்கள் ஒரு சில விஷயங்கள் உங்கள் மனதுக்குள் வரக்கூடாது என்று நினைத்தால் அது கட்டாயமாக வரும். எனவே, அந்த எண்ணங்கள் எல்லோருக்கும் ஏற்படும் என்று அவற்றை இயல்பாக ஏற்றுக் கொள்ள வேண்டும். நீங்கள் அவற்றை வளர்த்து, அதற்குள்ளேயே மூழ்கிக் கிடந்தால், பாதிக்கப்படுவீர்கள். மனச்சோர்வுக்கு ஆளாக்கும் பல்வேறு எண்ணங்களில் மனிதர்கள் மூழ்கி விடுகிறார்கள். அவர்கள் அதை நியாயப்படுத்தி, தீர்க்கவோ அல்லது அவற்றை வளர்க்கவோ, முயற்சி செய்கிறார்கள். இது சில நேரங்களில் வேலை செய்யும். ஆனால், முடிவில், குழப்பத்துக்கும், எரிச்சலுக்கும், வழி வகுக்கும். வேண்டாத எண்ணங்களை விலக்கி, கவனம் செலுத்தும் கலையில் நாம் தேர்ச்சி பெற வேண்டும். தியானம் இதை சுலபமாக அடைய உங்களுக்கு உதவும். அது உங்கள் மனதை கவனம் சிதறாமல், கட்டுப்பாட்டுக்குள் கொண்டு வர உதவும். கவனம் சிதறினாலும், நீங்களாக அதை விட்டு உடனே வெளியில் வந்து, சுலபமாக வேறு எதன் மீதாவது கவனம் செலுத்த முடியும்.

பல மாணவர்கள், அவர்கள் படிப்பதெல்லாம் மறந்து போகிறது என்று புகார் செய்கிறார்கள். தேவைப்படும் வேளைகளில், சில விஷயங்களை ஞாபகப்படுத்திக் கொள்ள முடியுமா என்று பலர் பயப்படுகிறார்கள். உங்கள் மனம் சில நேரங்களில் முற்றிலுமாக வெற்றிடமாகிவிடும். இந்த பயத்தைத் தீர்க்க அதைப் பற்றி சிந்தித்து அவ்வாறு நடக்குமோ என்ற கவலையைச் சுமந்து திரிந்தால், நிஜமாகவே உங்களுக்கு ஒன்றும் தெரியாமல் போய்விடலாம். அதைத் தீர்க்கவோ, வளர்க்கவோ முயன்றால் இன்னும் மோசமாகி விடும். எனவே இத்தகைய எண்ணங்களை வளர்த்துக் கொள்ளாமல் இருப்பதே நல்லது. இந்த

எண்ணங்கள் வந்தால் அதற்கு அப்படியே முடிவு கட்டி, அதன் இடத்தில் தேவையான இன்னொரு யோசனையை அதற்கு பதிலாக வைக்கவும். இந்த பயத்தின் அடிப்படையிலான எண்ணங்களை வெறுமையாக்கினால், தேவையான போது, நீங்கள் பயிற்சி செய்ததும், உங்கள் ஆழ்மனதில் பதிவானதும் தானாக வெளியில் வரும்.

நினைவில் கொள்ள வேண்டிய மற்றொரு விஷயம் என்னவென்றால், நீங்கள் கவனத்துடன் இல்லாமல், உணர்வுடன் படித்தால் நீங்கள் படித்தது அப்படியே உங்களிடம் நிற்கும். வேண்டிய கவனத்தையும் முடிவுகளையும் அடைய சில செயல்முறை வழிகள் கீழே கொடுக்கப்பட்டுள்ளன.

- சொற்களை மனப்பாடம் செய்யும்போது: ஒரு கேள்விக்கு பத்து வாக்கியங்களைப், விடையாகப் படிக்க வேண்டியதாக இருந்தால், அவற்றை ஐந்து அல்லது ஆறு முக்கியமான அம்சங்களாக, ஒன்று அல்லது இரண்டு சொற்களில் சுருக்கி கொள்ள வேண்டும். பத்து நீளமான வாக்கியங்களை விட ஒற்றைச் சொல் பாயிண்ட்டுகளை ஞாபகம் வைத்துக் கொள்வது சுலபம். இந்த முறையில் மனப்பாடம் செய்தால், ஒரு பாயிண்டை ஞாபகம் வைத்துக் கொண்டால், அதோடு தொடர்புடைய ஒன்று அல்லது இரண்டு பெரிய வாக்கியங்கள் உங்கள் மனதில் வரும்.

- நீங்கள் ஐம்பது அத்தியாயங்களை முடிக்க வேண்டி இருந்தால், கடைசி மூன்று, நான்கு வாரங்களில் அதை முடிப்பதற்கு பதில், எட்டு வாரங்களில் அதை முடிக்க திட்டமிடுங்கள். தினமும் நான்கு அல்லது ஆறு மணி நேரம் அதற்கு செலவிடுவதற்குப் பதில், நீங்கள் இரண்டு அல்லது மூன்று மணி நேரம் செலவிட்டாலே, எல்லாவற்றையும் நிதானமாக முடித்து விடலாம். இது, ஒரு நாளில், மற்ற செயல்களுக்கும், உங்கள் குடும்பம், நண்பர்கள், விளையாட்டு, இசை ஆகியவற்றில் நேரம் செலவிடுவதற்கும் உங்களை அனுமதிக்கிறது.

- நீங்கள் நன்றாக படித்து, பயிற்சி செய்தால், அதன் சாரம் உங்கள் ஆழ்மனதில் இருக்கும். நீங்கள் கார் ஓட்டுவதைப் போன்றது தான் அது. உங்களுக்கு கவனச்சிதறல் இருந்தாலும், கார் போக வேண்டிய இடத்திற்கு கரெக்டாக போய் சேர்ந்துவிடும். அந்த ரூட்டில் சரியாக செல்வதற்கான பயிற்சியும், அனுபவமும் ஆழ்மனதில் பதிந்து இருக்கின்றன.

- நீங்கள் படிக்க வேண்டிய பகுதிகளைத் திட்டமிட்டு, படிப்பில் சிறிது நேரம் மட்டும் செலவிடுவது மிகவும் நல்லது. குடும்பம்,

விளையாட்டு மற்றும் நண்பர்களுக்கு நேரம் ஒதுக்கும் வகையில், நாளைச் சமச்சீராக வைத்துக் கொள்ள வேண்டும். தொடர்ந்துப் படிப்பதற்கு பதில், உங்கள் நாளில், அல்லது நாட்களுக்கிடையில் சில இடைவெளிகள் விட்டு படிக்கலாம். மற்ற விஷயங்களில் சிறிது நேரம் செலவிட்ட பின்னர், நீங்கள் படிப்பிற்குத் திரும்பி வந்தால், அது சுவாரஸ்யமானதாக தெரியும்; அதன் மேல் உங்களால் கவனம் செலுத்த முடியும்.

- தெரிந்து கொள்ள வேண்டிய இன்னொரு விஷயம், நாம் படித்ததை ஏன் மறக்கிறோம் என்பது. மறந்து போதல் பற்றிய பயம், பாடத்திட்டத்தில் இருந்து வராத கேள்விகளுக்கு விடை அளிப்பது குறித்த பயம், தேர்வு மையத்திற்கு சரியான நேரத்திற்கு போக மாட்டோமோ என்ற பயம், உங்கள் குறைந்த மதிப்பெண்களைக் குறித்து மற்றவர்கள் செய்யும் விமர்சனம் குறித்த பயம் போன்ற பல்வேறு பயங்கள் மற்றும் மன அழுத்தத்தால் இது நடக்கிறது. அத்தகைய பயங்கள் இருக்கும்போது, நீங்கள் படித்தது மறந்து போவது இயற்கை தான். நீங்கள் பல விஷயங்களை ஒரே நேரத்தில் ஞாபகம் வைத்துக் கொள்ள விரும்பினால், அதை சரியாக ஞாபகம் வைத்துக் கொள்ள முடியுமா என்ற பயம் அல்லது கவலையே உங்களைச் சுலபமாக எல்லாவற்றையும் மறக்க வைத்து விடும். "மறந்து விடுவோமோ" என்ற இந்த பயம் வரும் போதெல்லாம் நீங்கள் அதை வளர்ப்பதற்கு பதில், வெறுமையாக்க வேண்டும். அவை வரும்போதெல்லாம், அவற்றை வெறுமையாக்கினால், மறதி அடிப்படையில் தோன்றும் எண்ணங்கள் உங்கள் மனதிலிருந்து மறைந்து விடும். இந்த எண்ணங்களும், அழுத்தங்களும் இல்லாவிட்டால், நீங்கள் படித்ததும், பயிற்சி பெற்றதும், முயற்சி இல்லாமலே உங்கள் மனதிற்கு வரும்.

நன்றாக படிக்கவும், கவனம் செலுத்தவும், அமைதியான, சுற்றுப்புற சூழ்நிலையில் வசிக்க வேண்டும் என்று சிலர் நினைக்கிறார்கள். தங்களைச் சுற்றி அமைதியான சூழ்நிலை இருந்தாலும், கவனம் செலுத்த முடியாத, நன்றாக படிக்க முடியாத மக்கள் இருக்கிறார்கள், என்பதே உண்மை. இது சத்தத்தைப் பொறுத்தது அல்ல. இது மனதை பொறுத்தது. அமைதியான சூழ்நிலையில் தான் நன்றாக படிக்க முடியும், என்பதெல்லாம் வெறும் பேச்சு. உண்மை என்னவென்றால், கவனமான மனம் இருந்தால், சத்தமான சூழ்நிலை கூட பிரச்சினையாக இருக்காது. காலம் செல்லச் செல்ல, சூழ்நிலைக்கு மக்கள் பழக்கப்பட்டு, அதுவே அவர்களுக்கு வசதியானதாகிவிடும். இதில் ஆச்சரியம் என்னவென்றால், ரயில்வே தண்டவாளங்களுக்கு அருகில்

வசிக்கும் சில பேருக்கு பந்த் அல்லது ஸ்ட்ரைக் நடந்து, ரயில்கள் ஓடாத போது மிகவும் கஷ்டமாக இருக்கும். அவர்களுக்கு மௌனம் வசதியின்மையாக தோன்றுகிறது.

அவரவர் சூழ்நிலையைத் தமது மனங்களில் ஏற்றுக்கொள்ள வேண்டும். உங்கள் மனதில், “எனக்கு ஏன் இவ்வாறான சூழ்நிலை?” என்ற கேள்வி இருக்கக் கூடாது. கவனம் செலுத்த முடியாததற்கு, சூழ்நிலையை ஒரு சாக்காக பயன்படுத்தாதீர்கள். நீங்கள் சூழ்நிலையை ஏற்றுக் கொண்டால் அது பற்றி கவலைப்படாமல் அந்த சூழ்நிலையுடன் ஒத்துப் போய் விடுவீர்கள். அவ்வாறு ஒத்து போனவுடன், உங்கள் படிப்பில் உங்களால் கவனம் செலுத்த முடியும்.

படித்துக் கொண்டிருக்கும் போதோ அல்லது ஏதாவது வேலை செய்து கொண்டிருக்கும் போதோ ஒத்தி போட வேண்டும் என்று ஒரு அவசரமான எண்ணம் தோன்றும். இதுவும் உங்களைத் திசை திருப்ப, மனம் பயன்படுத்தும் ஒரு உத்தி தான். சாதாரணமாக, ஒரு வேலையை ஒத்தி போட்ட பின்னர், எதிர்மறையாக ஏதேனும் நடந்தால், அதைப் பற்றி நீங்கள் மகிழ்ச்சி அடைவீர்கள். அதிலிருந்து தப்பி விட்டோம் என்று உங்கள் மனம் திருப்தி அடைந்து விடும். ஆனால் இது உங்கள் ஒத்திப்போடும் போக்கை, உறுதி செய்கிறது. நீங்கள் மேலும் மேலும் விஷயங்களை ஒத்தி போட ஆரம்பிப்பீர்கள். நன்மைக்காக சில விஷயங்களைச் சற்று பின்னால் முடிவு செய்து கொள்ளலாம் என்றால் அப்போதுதான் அதனைத் தள்ளி போட வேண்டும். ஆனால் ஒரு முடிவை அல்லது செயல்படுத்துதலைத் தாமதப்படுத்துவதற்காக ஒத்தி போடுவது சரியில்லை. ஒத்தி போடுவதால் நன்மை நடந்தால், அது தானாக நடக்க வேண்டும். உங்கள் ஒத்தி போடும் குணத்தால் நடக்கக்கூடாது.

வாழ்க்கையின் இலக்குகளைக் குறித்து கவனமாக இருந்து, அவற்றை அடைய, நாம் உருவாக்கிக் கொள்ள வேண்டிய, வாழ்க்கையை மாற்றும் சில பழக்கங்கள் உள்ளன.

1. ஏதோ ஒன்றைச் செய்யும்போது, செயலூக்கத்தை இழந்து விடாமல் இருக்க, கடந்த காலத்தில் நடந்த வேண்டாத விஷயங்களையும், வருங்காலத்தைப் பற்றிய கற்பனையையும் விட்டுவிட்டு, நிகழ்கணத்தில் கவனம் செலுத்த வேண்டும். எதிர்மறைஎண்ணங்களைவளர்த்துக்கொள்வதுதான்ஊக்கத்தை இழப்பதற்கு முதல் காரணமாகும். ஏதாவது எதிர்மறையாக நடந்தால், நாம் ஊக்கத்தை இழந்து விடுகிறோம். அதனால் இத்தகைய எதிர்மறை எண்ணங்களை வளர்த்துக் கொள்ளாமல், நிகழ்கணத்தில் கவனத்துடனும், செயலூக்கத்துடனும்

இருப்பதும் முக்கியம். அதனால் நிகழ்கணத்தில் கவனமாக இருக்க, உங்களை நீங்களே கட்டாயப்படுத்திக் கொள்ளுங்கள். உங்களை உணர்ச்சிபூர்வமாக ஆக்கக்கூடிய வேண்டாத நினைவுகளை வளர்த்துக் கொள்ளாதீர்கள். இது வேண்டாத எண்ணங்களை தவிர்க்கவும், நீங்கள் உணர்ச்சியளவில் வலிமை இல்லாதவராக, உணராமல் இருக்கவும் உதவி செய்யும்.

2. நீங்கள் நிகழ்கணத்தில் கவனம் செலுத்துவதால், அதிகமாக சிந்திக்காமல் கூட, நீங்கள் அற்புதங்களை நிகழ்த்தலாம் என்பதே உண்மை. நீங்களோ, மற்றவரோ, எடுத்துச் சொல்லாமலேயே, இது உங்களுக்குத் தக்க புகழை ஈட்டித் தரும். நீங்கள் சாதிக்கும் போதும், புதிய சுவாரசியமான விஷயங்களை அனுபவிக்கும் போதும், மிகுந்த உற்சாகம் அடையாமல் இருக்க வேண்டியது முக்கியம் என்பதை நினைவில் கொள்ள வேண்டும். மனதை அமைதியாக இருக்கும் படி செய்து, சலனம் இல்லாமலும், சமச்சீராகவும் இருக்கப் பழக்கி, நீங்கள் செய்வதில் கவனம் செலுத்த வேண்டும்.

3. விளைவுகளைப் பற்றி யோசிப்பதை விட நம் இலக்குகளை நோக்கி மேற்கொள்ளும் பயணத்தின் மீது கவனம் செலுத்த கற்றுக்கொள்ள வேண்டும். நம் எதிர்பார்ப்புகளும், பேராசையும், எல்லாவற்றையும் சுலபமாக அடைய வேண்டும் என்று நம்மை விரும்ப செய்கிறது. விளைவுகள் மீது கவனம் வைப்பதால், பாதகங்கள் ஏற்படும். அழுத்தத்திற்கு மூலக் காரணமான எதிர்பார்ப்புகளை அது ஏற்படுத்தும். இது செயல்முறையின் மேல் நமக்கு இருக்கும் கவனத்தை இழக்க செய்யும். விளைவுகளைப் பற்றி, நமக்கு அதிக கவலை, பயம் மற்றும் எதிர்மறை எண்ணங்கள் எழுந்து அவை தோல்வியில் முடியலாம். ஒருமுறை எதிர்மறை விளைவு ஏற்பட்டாலும், அது அடுத்த முறைக்கான முயற்சிகளை நீர்த்துப் போக செய்து, மேலும் அதிகமான அழுத்தத்தை உண்டாக்கும். அடுத்தடுத்தத் தோல்விகள், நம்மை ஆர்வம் இழக்க செய்து மனச்சோர்வுக்கு உள்ளாக்கும். இந்த நிமிடத்தில் கவனத்தை வைப்பது தான் வாழ்க்கையில் மகிழ்ச்சிக்கான ஊற்றுக்கண்.

4. இதற்கான செயல்முறை, அணுகுமுறை ஒன்றே ஒன்றுதான். நன்றாக திட்டமிடுங்கள்; செயல்முறைகளை எழுதுங்கள்; பிறகு கையில் இருக்கும் நிகழ் செயல்முறை மீது மட்டுமே கவனம் செலுத்துங்கள். ஒவ்வொரு செயல்முறையின் வெற்றியையும் கொண்டாடுங்கள். பெரும்பாலும் அதன் முடிவுகள் நேர்மறையாகவே இருக்கும். அப்படியில்லை என்றாலும்,

வெற்றிகளை நினைவில் கொண்டு நீங்கள் தோல்வியடைந்த அந்த செயல்முறை பற்றி மிகவும் குறைவாக எண்ணுங்கள்; அப்படி செய்தால் அது உங்கள் மனதின் மீது மிகப்பெரிய தாக்கத்தை உருவாக்காது. அது கஷ்டமாகவே இருந்தாலும், நீங்கள் அதை ஏற்றுக் கொள்வீர்கள். அடுத்த முறை நீங்கள் துணிந்து சென்று, பெரும்பாலும் வெற்றியும் அடைவீர்கள்.

5. மூச்சுப்பயிற்சி அடிப்படையிலான கிரியாக்களைச் செய்ய பழகுவது, அமைதியான மனதை நீங்கள் பெறவும் உணர்ச்சிகளைக் கட்டுப்படுத்தவும் உதவும். நமது உணர்ச்சிகள், சிந்தனை ஆகியவற்றைக் கட்டுப்படுத்தவும், அமைதியான மனதைப் பெறவும், மூச்சுப் பயிற்சி மிகப்பெரிய கருவியாகும். நீங்கள் அமைதியான மனதுடன் இருந்தால், எல்லாமே சுலபமாக தெரியும். எல்லாவற்றையும், சுலபமாக எடுத்துக் கொள்ளலாம். நீங்கள் மன அழுத்தத்திலோ, கோபத்திலோ இருக்கும்போது, மூச்சு விடுவதில் ஏதோ ஒரு சிரமம் இருப்பதை உணர்வீர்கள். ஆழ்ந்து, மூச்சை இழுத்து வெளியே விட்டு, உங்கள் மூச்சை, உணர்வுடன், நிதானமான அளவுக்கு குறைத்தால், நீங்கள் மன அழுத்தம் மற்றும் கோபத்திலிருந்து வெளிவரலாம்.

6. உங்கள் மனதை அமைதியாக வைத்துக் கொள்ள சிறந்த வழி நீங்கள் செய்து கொண்டிருப்பதைக் கவனத்துடன் செய்வது தான். சாப்பிடுவது, நடப்பது, பயிற்சி செய்வது, பேசுவது, கேட்பது, விளையாடுவது அல்லது அந்த நிமிடத்தில் செய்யும் எந்த செயல்பாடாகவும் இருக்கலாம். தியானம் என்பது வேறு விஷயங்களால் கவனம் சிதறி போகாமல் என்ன செய்கிறோமோ அதிலேயே முழு கவனத்தையும் செலுத்தும் பயிற்சியாகும். எனவே தியான பயிற்சி செய்யுங்கள். நீங்கள் கவனம் செலுத்தும்போது, உங்கள் மனம் அமைதியை நோக்கி செல்லும். எல்லாவித கவனசிதறல்களும் நீக்கப்படும்.

18. வெற்றியை உருவாக்கி அடைதல்

- வெற்றியின் வரையறை
- மாணவர்கள் மற்றும் பணியிடத்திலும் வெற்றிக்கான மனநிலையை உருவாக்குதல்
- தோல்விகளையும், நஷ்டங்களையும் வேறு கோணத்திலிருந்து பார்த்தல்
- புறவுலகத்தில் சாதனை அகவுலகத்தில் திருப்தி
- வெற்றியை உருவாக்கும் பழக்கங்கள்

மனிதர்கள், பெரும்பணம், புகழ் மற்றும் அதிகாரம் என்று வெற்றியை வரையறை செய்கிறார்கள். இவற்றின் தேவை, நம்மை வெற்றிக்கான ஓட்டப்பந்தயத்தில் கலந்து கொள்ள செய்கிறது. நாம் இந்த ஓட்டப்பந்தயத்தில் கலந்து கொண்வுடன், ஒப்பீடு துவங்குகிறது. ஆனால் அனைவரும் வெற்றியடையவும், முதலில் இருக்கவும் முடியாது. அனைத்தையும் ஏற்றுக்கொள்ளும், திருப்தியான இயல்புடையவர்கள், இந்த எண்ணத்தினால் பாதிப்படைய மாட்டார்கள். ஆனால் பாதுகாப்பில்லாமல் உணரும், சிக்கலான இயல்புடையவர்கள் இந்த மனநிலையால் துன்பமடைவார்கள். ஆனால் வெற்றி பெற்றவர்களும், தங்கள் வெற்றிக்கு பிறகு துன்பப்படவே செய்கிறார்கள். சாதனைகளுக்கும், வெற்றிகளுக்கும் பிறகு, ஒருவர் துன்பமடைகிறார் என்றால், அதனை வெற்றி என்று கூற முடியுமா?, பயம், பதற்றம், எதிர்மறை எண்ணங்கள், பாதுகாப்பின்மை, சிக்கலான இயல்பு, பொறாமை ஆகியவற்றை வெற்றி உருவாக்குகிறது. இதை வெற்றி என்றோ, சாதனை என்றோ கூற இயலாது.

அதனால், வெளியுலக வாழ்க்கையில் வெற்றி தேவையென்றால், "வெற்றிக்குரிய மனநிலையை" நாம் உருவாக்க வேண்டும். ஏதாவது ஒரு விளையாட்டில் வெற்றி பெறுவது, பள்ளி, கல்லூரி, போட்டி தேர்வுகள் ஆகியவற்றில் முதல் ரேங்க் வாங்குவது, ஊரில் நாட்டில், சமூகத்தில், குடும்பத்தில், மிகப்பெரிய பணக்காரராக இருப்பது, ஊரிலோ, நாட்டிலோ மிகுந்த சக்தி வாய்ந்த அல்லது புகழ் மிக்க ஒருவராக இருப்பது, இவையெல்லாம் தான் வெற்றிக்குரிய மனநிலை என கருதப்படுகிறது. இவற்றையெல்லாம் அடைபவர் பெரிய மனிதராக கருதப்படுகிறார்; மக்கள் அவரை பாராட்டி, பின்பற்றுகிறார்கள்.

ஆனால் நாம் உண்மையிலேயே அவர்களை வெற்றி பெற்றவர்களாகக் கருத முடியுமா?

படிப்பில் வெற்றி, தேர்வில் வெற்றி பெறுவது அல்லது ஒரு புகழ்மிக்க படிப்பு அல்லது கல்லூரியில் இடம் பிடிப்பது ஆகியவை மாணவர்கள் மத்தியில் மிகப்பெரிய அழுத்தத்தை ஏற்படுத்துகிறது. இந்த அழுத்தம், IIT JEE மற்றும் NEET போன்ற தேர்வுகளுக்காகப் பெற்றோர் மற்றும் சமூகத்தால் ஏற்படுத்தப்படுகிறது. என்னுடைய நண்பர் ஜெகதீஷ், இதற்கான எடுத்துக்காட்டு.

அவருடைய மகன் எட்டாம் வகுப்பில் இருந்து, நீட் தேர்வுக்காக தயார் செய்து கொண்டிருந்தான். அவனுடைய வாழ்வில் அந்த நான்கு வருடங்கள் மிகவும் கொடுமையானவை; அவன் விளையாட அனுமதிக்கப்படவில்லை; அவனுடைய நண்பர்களுடன் பேச அனுமதிக்கப்படவில்லை. அவனுடைய பெற்றோர்கள், நண்பர்கள் மற்றும் உறவினர் வீட்டு விசேஷங்களுக்குக் கூட செல்ல முடியாததால், மிகுந்த மன அழுத்தத்திற்கு ஆளானார்கள். எல்லா விஷயமும், நீட் தேர்வு மற்றும் அதன் முடிவு என்பதைச் சுற்றியே அமைந்தன. அந்தப் பையன், கேள்விகள் பாடத்திட்டத்தில் இருந்து வருமா, தான் படித்ததெல்லாம் தனக்கு நினைவு இருக்குமா, மறந்து போய்விடுமா, அவனுடைய பெற்றோர் அவனைத் தேர்வு மையத்துக்கு சரியான நேரத்துக்கு அழைத்து சென்று விடுவார்களா என்ற பல்வேறு பயங்களால் மிகுந்த பதற்றமும், பயமும் அடைந்தான். பெற்றோருக்கும் அவர்களுடைய பயங்கள் இருந்தன; எல்லோரும் நரகத்தில் வாழ்ந்தார்கள்.

அவனுடைய இந்த பதற்றத்தால், அவனால் தேர்வு சரியாக எழுத முடியவில்லை. நான்கு வருடங்கள் மிகவும் கஷ்டப்பட்ட பிறகு தேர்வு அவனுக்கு சரியாக அமையவில்லை. அவர்கள் அந்த நான்கு வருடங்கள் அனுபவித்த அழுத்தத்தின் அளவை எண்ணி பாருங்கள்; அனைத்தும் ஒரு நாள் தேர்வுக்காக! முடிவுகள் வந்தன; அவன் நீட் தேர்வில் தேர்ச்சி பெறவில்லை. அவனும், அவனுடைய பெற்றோரும், மிகுந்த ஏமாற்றத்துக்கு உள்ளாகி, அந்த தோல்வியிலிருந்து வெளிவர முடியாமல் பல நாட்கள் தவித்தார்கள்.

பிறகு, அவனை ஒரு சாதாரண கல்லூரியில் சேர்க்க முடிவு செய்தார்கள். அவன் அழுத்தம் இல்லாமல் நன்றாக படித்தான். கல்லூரி வாழ்க்கையைச் சந்தோஷமாக அனுபவிக்கத் தொடங்கினான். மற்ற விஷயங்களில் கவனம் செலுத்த அவனுக்கு நிறைய நேரம் இருந்தது; அவன் ஒரு தனியார் இசைக்கல்லூரியில், ஒலிப்பொறியியல் பகுதி நேர வகுப்பில் சேர்ந்தான். அவனுக்கு இருந்த ஆர்வத்தால், அழகாக கற்றுக் கொண்டான். அவனுடைய இசை அமைப்புகள் நன்றாக இருந்ததால்,

ஒரு திரைப்படத்தில் இசை அமைக்கும் வாய்ப்பு அவனுக்கு கிடைத்தது. பாடல்கள் மிகப்பெரிய ஹிட் ஆகின; அவன் ஒரு நாள் இரவில் பெரிய நட்சத்திரம் ஆகிவிட்டான். ஜெகதீஷ் மகனின் கதையிலிருந்து நாம் பலவற்றைக் கற்றுக் கொள்ளலாம். தோல்வி அவன் வாழ்வின் மிகப்பெரிய திருப்புமுனையாக அமைந்தது. அவன் நீட் தேர்வில் பெற்றிருந்தால் கூட இந்த அளவுக்கு வெற்றி அடைந்திருக்க முடியாது. எனவே எல்லாமே நம் நன்மைக்காக தான் நடக்கிறது.

ஒரு நாள் கூத்துக்காக, இவ்வளவு வருடங்கள் அழுத்தத்தை ஏற்றுக் கொள்ளாமல் இருப்பது முக்கியமாகும். அதிக அழுத்தம் மோசமான விளைவுகளைத் தான் தரும். இதைவிட, ஒருவர் ஒரு நாளில் செய்ய வேண்டிய வேலையை எழுதி வைத்து, அதைத் திட்டப்படி செயல்படுத்த வேண்டும். நீங்கள் எழுதி வைத்துவிட்டால், அதன் பிறகு, அதன் மீது அதிக நேரம் செலவிட வேண்டியது இல்லை. அதற்கு சிறிது நேரம் செலவழித்துவிட்டு, மீதி நேரத்தை உங்கள் குடும்பம், நண்பர்கள், விளையாட்டு ஆகியவற்றுக்குச் செலவு செய்யலாம். எல்லாவற்றிற்கும் நேரம் ஒதுக்கி, வாழ்க்கை சமச்சீராகச் செல்ல வேண்டும். உங்கள் மெனுவில் எல்லாவற்றையும் சேர்த்துக் கொள்ள வாழ்க்கை இடம் தர வேண்டும்.

வெற்றி அடையவும், அதைத் தக்க வைத்துக் கொள்ளவும், "தோல்விகள்" எனப்படுபவற்றை சமாளிக்கவும், ஒருவிதமான மனநிலை வேண்டும். எடுத்துக்காட்டாக, நம் நண்பர்களையோ, பெற்றோரையோ, சில விஷயங்களைச் செய்யுமாறு கேட்டுக் கொள்கிறோம்; அவர்கள் அதற்கு, "முடியாது" என்று பதில் அளித்தால் நாம் அதை ஏற்றுக்கொண்டு, கடந்து சென்று விடுகிறோம். நாம் எந்த எதிர்பார்ப்புகளும், உணர்ச்சியும் இல்லாமல், அவர்களைக் கேட்டால், அதை நம்மால் ஏற்றுக் கொள்ள முடியும். நம் தேவைகளுடன், எதிர்பார்ப்புகளையும், உணர்ச்சிகளையும் கலந்து விட்டால், அது நாம் நினைத்தபடி நடக்க வேண்டும் என்று நினைப்போம். அப்படி நடக்காவிட்டால், நாம் கோபப்பட்டு, நிராசை அடைந்து, அதை தோல்வியாக நினைத்து, தோற்றவரைப் போல் உணர்கிறோம். எதிர்பார்ப்புகள் இருக்கலாம்; ஆனால் நாம் தெளிவாக இருக்க வேண்டும். நாம் எதிர்பார்த்தபடி ஒரு விஷயம் நடக்கவில்லை என்றால் நாம் ஆத்திரமடைய கூடாது. ஏற்றுக்கொள்ளும் குணத்தை உருவாக்கிக் கொள்வது, தோல்விகளையும், நஷ்டங்களையும் தாண்டி வெற்றியடைவதற்கு மிகவும் முக்கியமானதாகும்.

அதேபோல், நாம் ஒரு இலக்கு அல்லது லட்சியத்தை அடைய திட்டமிட்டால், அதற்கான திட்டங்களைச் சரியாக வகுத்து, அந்தத் திட்டத்தின் ஒவ்வொரு பகுதியிலும் நாம் கவனம் செலுத்த வேண்டும். ஒவ்வொன்றாகச் செய்யும் போது, ஒவ்வொன்றின் மீதும் நாம் கவனம்

செலுத்த வேண்டும். விளைவுகள் மற்றும் முடிவுகளைப் பற்றி மட்டும் நாம் கவலைப்பட்டுக் கொண்டிருக்கக் கூடாது. அதன் ஒவ்வொரு படிநிலையையும் கவனத்தோடும், சீரான ஒழுங்கோடும், முடிவைப் பற்றி கவலைப்படாமல் செய்ய வேண்டும். இப்படி செய்தால் நாம் வெற்றி பெற 99 சதவீதம் வாய்ப்புள்ளது. நடக்கவில்லை என்றாலும், நீங்கள் அதை ஏற்றுக் கொண்டு விடுவீர்கள்.

வெற்றி, வாய்ப்புகள் தகுந்த மனநிலை சூழ்நிலைகள் மற்றும் பரம்பரை காரணிகள் போன்ற பல காரணிகளைப் பொறுத்தது என்பதையும் நாம் மறந்து விடுகிறோம். யாரோ ஒருவர் ஒன்றைச் சாதித்து விட்டார் என்பதற்காக மற்றவரை விட அவர் மேம்பட்டவர் என்பது இல்லை. அதே போல், நீங்களும் எதையாவது சாதித்து விட்டால், அடுத்தவரை விட மேம்பட்டவராக ஆகிவிட முடியாது. சூழ்நிலைகள், சந்தர்ப்பங்கள், உயிரியல் காரணிகள், அதிர்ஷ்டம் ஆகியவை மக்கள் சாதிக்க உதவி செய்கிறது. இவை உங்களுக்கும் கிடைத்திருந்தால், நீங்களும் சாதிக்கலாம். அதனால் சாதித்தவர்கள் தான் சிறந்தவர்கள், சாதிக்காதவர்கள் தாழ்ந்தவர்கள் என்று சொல்வது தவறு.

ஒருவருக்கு சரியான வாய்ப்புகள், சரியான சூழ்நிலைகள், சரியான உடல் ரீதியான மன ரீதியான அமைப்புகள் இதெல்லாம் அமைந்துவிட்டால் அந்த மனிதர் வெற்றி பெறுவது வியப்புக்குரியது அல்ல. ஒருவரிடம் இவையெல்லாம் இல்லாவிட்டால், அவர் எப்படி வெற்றி அடைவார்? நீங்கள் வாதிட்டு, போராடி, அவற்றில் சிலவற்றைப் பெற முயலலாம். ஆனால், பரம்பரை காரணிகள் சண்டையிட்டு பெறக்கூடியவை அல்ல; நீங்கள் உங்கள் பெற்றோர் யார் என்று தீர்மானிக்க முடியாது; நீங்கள் எந்த சூழ்நிலையில் வளர்க்கப்பட போகிறீர்கள் என்று தீர்மானிக்க முடியாது; உங்கள் பெற்றோரின் உடல் மற்றும் மன இயல்புகளை தீர்மானிக்க முடியாது; ஒருவருக்கு இந்த சாதகங்கள் இருந்தால் 100 மீட்டர் ஓட்டப்பந்தயத்தில் அவர் 50 மீட்டரில் தொடங்குவதாக கருதலாம். அப்படி இருக்க, 0 மீட்டரில் தொடங்கும் ஒருவர் எப்படி வெற்றி பெற முடியும்?

வெற்றி என்பது, பணியிடத்தில் சிறப்பு, பெரும் பணம், பதவி, புகழ் ஆகியவற்றை அடைவது மட்டுமல்ல; நெறிமுறையான வாழ்க்கை வாழ்ந்து, அடுத்தவருக்கு உங்களால் முடிந்த உதவியைச் செய்வதும் தான்; பணம், புகழ், பதவி ஆகியவற்றை அடைந்தவர்கள் தான் பெரிதாக எதுவும் சாதித்து விடவில்லை என்பதை உணர்ந்து, மற்றவர்க்கு சமமாக நடந்து கொள்ள வேண்டும். பெரும் பணக்காரர்களும், பெரும் அதிகாரம் படைத்தவர்களும், புகழ் மிக்கவர்களும் சமமாக நடந்து கொள்ள தொடங்கினால் தான் அவர்களை வெற்றி பெற்றவர்கள் என்று அழைக்க முடியும்.

வெற்றி என்பது, எல்லோரும் வேண்டி விரும்பும் ஒன்றாக இருந்தாலும், தோல்விகளும், எதிர்மறை நிகழ்வாக கருதப்படக் கூடாது. ஒருவர் சாதம் சமைக்க வேண்டுமென்றால், அவருக்கு அரிசி, தண்ணீர், கேஸ் அடுப்பு, சிறிது உப்பு போன்ற உள்ளிடும் பொருட்கள் வேண்டும்; அப்போதுதான் அரிசியை நன்றாக சமைத்து சோறாக்க முடியும். இந்த வேலையில் நீங்கள் வெற்றி பெற, உள்ளிடும் பொருட்கள் அனைத்தும் உங்களுக்குத் தேவை. சிலருக்கு இந்த உள்ளிடும் பொருள்கள் கிடைக்கின்றன; சிலருக்கு கிடைப்பதில்லை. அதேபோல் நீங்கள் ஒரு இலக்கை அடைய, வாய்ப்புகள், சூழ்நிலைகள், பணம், அதிர்ஷ்டம், சரியான மனநிலை போன்ற சரியான உள்ளிடும் பொருட்கள் தேவை. இத்தகைய சரியான உள்ளிடும் பொருட்களை முயற்சி செய்து அடைய வேண்டும். அதுவரை நீங்கள் அரிசியைச் சமைக்க முடியாது; இலக்கையும் அடைய முடியாது. சரியான உள்ளிடும் பொருட்கள் கிடைக்கும் வரை மனிதர்களை நாம் தோல்வியடைந்தவர்கள் என்றோ தோற்றவர்கள் என்றோ பெயரிடக்கூடாது. வெற்றி பெற, தகுந்த உள்ளிடும் பொருட்கள் கிடைத்தவர்கள், அந்த பொருட்கள் கிடைக்காத மற்றவர்களை விட, தங்களைப் பெருமையாகவும், மேலானவர்களாகவும் கருதிக் கொள்ளக்கூடாது; அது நியாயமற்ற ஒப்பீடு.

நீங்கள் எதையாவது முயன்று அது தோல்வியில் முடிந்தால் அதை தோல்வியாகக் கொள்ளக் கூடாது. அது மற்றொரு நிகழ்வு. அவ்வளவுதான். அதில் எடுக்கும் முயற்சிகள் தான் முக்கியம். கர்ம விதியின்படி, நீங்கள் ஏதோ ஒரு காலத்தில் அதற்கான நன்மையை அடைவீர்கள். நெறிமுறைகளுடன் வாழ்ந்து, நமது கடமையைச் செய்தல், முயற்சி செய்தல் இவையே முக்கியம். இப்படி வாழ்ந்தால், பெரும்பாலும் முடிவுகள் நேர்மறையாகவே இருக்கும்.

நாம் வெற்றி பெறும்போது, அனைவருக்கும் மேலே இருப்பதை மகிழ்ச்சியாக அனுபவிப்போம். ஆனால் அந்த நிலையைத் தக்கவைத்துக் கொள்ள வேண்டும் என்ற அழுத்தமும் அதோடு உருவாகும் என்பதை நாம் நினைவில் கொள்ள வேண்டும். போட்டியால், பொறாமை மற்றும் வெறுப்பு உருவாகின்றன. உங்களைச் சுற்றி இருப்பவர்கள், யார் சாதிக்கிறார்களோ, அவர்களைப் பாராட்டுகிறார்கள். எல்லோரும் நம்பர் ஒன்னாக இருக்க ஆசைப்படுகிறார்கள். மற்றவரை விட தாங்கள் உயர வேண்டும்; மேலும் பாராட்டப்பட வேண்டும் என்று நினைக்கிறார்கள். சாதிக்காத மனிதர்களை அவர்கள் விமர்சிக்கிறார்கள். நம்பர் ஒன் ஆக அவர்களும் கடினமாக உழைக்கிறார்கள். சாதிக்காதவர்கள், இதனால் மேலும் பாதிக்கப்பட்டு, தீவிரமாக இந்த போட்டிக்குள் இழுக்கப்படுகிறார்கள்.

நீங்கள் வாழ்க்கையில் பல எதிர்மறை விஷயங்களையும் தோல்விகளையும் சந்தித்திருந்தால், அனைத்தும் உங்களுக்கு எதிராகவே நடக்கும் என்ற எதிர்மறை மனப்பான்மையும், பதற்றமும் கொண்டிருக்கலாம். நீங்கள் இதனால் எந்த காரியத்தையும் துவங்குவதற்கே துணியாமல் இருக்கலாம். எதையுமே தொடங்காமல் இருப்பதும், பயணத்தில் எல்லாவற்றையும் பற்றி கவலைப்பட்டுக் கொண்டிருப்பதும் தேவையற்றது. ஒருவர் தொடங்குவதற்கு முன்னால், எந்த ஒரு புதிய விஷயமுமே பெரிதாகவும், முடியாதது போலவும் தோன்றும் உங்களை நீங்களே கட்டாயப்படுத்திக் கொண்டு துவங்குங்கள் திடீரென்று அது சுலபமாகி, உங்களுக்குப் பழகி விடும்.

நீங்கள் ஒரு செயலை ஆரம்பித்தவுடன், நேர்மறை விஷயங்கள் நடக்க தொடங்கினாலும், வேண்டாத விஷயங்கள் நடந்து விடுமோ என்ற பதற்றம் உங்களுக்கு இருக்கலாம். நீங்கள் எதிர்மறை விஷயங்களைப் பற்றி அதிகமாக நினைக்க, நினைக்க அது நடக்கும் வகையில், சில வழிகள் உருவாக, நாமே வாய்ப்புகளை அதிகரிக்கிறோம். தோல்வி பற்றிய பதற்றம், தோற்று விடுவோமா என்ற பயம், மற்றவர் விமர்சனத்தைப் பற்றிய பயம், எதிர்மறை எண்ணங்கள் பற்றிய பயம் ஆகியவற்றை மக்கள் சுமந்து கொண்டு இருக்கிறார்கள். இது உங்களைச் செயல் புரியாதவராகவும், எந்த எண்ணங்களையும் செயலாக்க தெரியாதவராகவும், எதையும் நம்பாதவராகவும் செய்துவிடும்.

ஒரு உண்மை என்னவென்றால், எதைச் சாதித்தாலும், எவ்வளவு வெற்றி அடைந்தாலும், தனிப்பட்ட முறையில் சில விஷயங்கள் தான் திருப்தி அளிக்கின்றன. நமக்கு பல்வேறுபட்ட, சிந்தனைகள் மிக்க, தரமான, பல நிறைவேறாத ஆசைகள் இருக்கும். மக்கள் எப்போதும் திருப்தி அடையாதவர்கள் தான். அவர்களிடம் இருப்பதைக் கொண்டு மகிழ்ச்சியாக இருக்கத் தெரியாது. அவர்களிடம் எது இல்லையோ, அதை நினைத்துத் துன்பப்பட்டுக் கொண்டிருப்பார்கள். ஒன்றை அடைய நாம் கடினமாக உழைக்கிறோம்; பல முயற்சிகள் செய்கிறோம்; ஆனால் பிறகு, அதை மறந்து விடுகிறோம்; ஏதோ ஒன்று கிடைத்துவிட்டால் அது நமக்கு சலிப்பூட்ட ஆரம்பித்து விடுகிறது.

சிலர் மற்றவரிடம் என்ன இருக்கிறது என்று பார்த்து, அது தங்களிடம் இல்லையே, என்று அதிருப்தி அடைகிறார்கள். நமது இயல்பு, அதை நாம் அடைவதை கடினமாக்கலாம். நாம் இதை உணராமல், மற்றவர் சாதித்ததை நம்மால் சாதிக்க முடியவில்லையே என்று கவலைப்பட ஆரம்பித்து விடுகிறோம். மேலும் சிலர், அவர்களை விட மற்றவர்கள் அதிகமாகப் பாராட்டப்படுகிறார்கள் என்பதால் பாதுகாப்பின்மையை உணர்கிறார்கள். இது பொறாமைக்கு வழிவகுத்து, மேலும்

பயனற்றதாக்குகிறது. ஒவ்வொரு சாதனையும் சிறிது நேரம் தான் பாராட்டப்படும் என்று நாம் உணர வேண்டும். சில நாட்களுக்குப் பிறகு பாராட்டு கூட சலிப்பூட்ட தொடங்கிவிடும்; பாராட்டுபவர்களும் சலிப்படைந்து, புதியவர்களையும், புதிய பொருட்களையும் பாராட்ட தொடங்கி விடுவார்கள். இதனால் உங்கள் சாதனைகள் சிறிதென்றோ, அடுத்தவரது சாதனைகள் பெரிதென்றோ அர்த்தம் இல்லை. நீங்கள் இப்போது சாதித்த ஏதோ ஒன்றை வைத்து நீங்கள் அடுத்தவரை விட பெரியவர் இல்லை என்பது இதன் பொருள். மக்கள் சாதித்தாலும், சாதிக்காவிட்டாலும் ஒருவரை விட ஒருவர் உயர்ந்தவர் அல்ல.

அடுத்தவருக்கு சேவை செய்வதாலும், உதவி செய்வதாலும் தான் வாழ்க்கையில் உண்மையான திருப்தியை அடைய முடியும். அதைச் செய்ய தொடங்குங்கள். நீங்கள் பெறும் வெற்றியில், ஏதோ குறைவது போல உணர மாட்டீர்கள். இருப்பதை வைத்து நீங்கள் திருப்தியாகவும், சந்தோஷமாகவும் இருப்பதும் முக்கியம்.

எவராலும், எல்லா செயல்களையும் நிறுத்தி விட முடியாது. வெற்றி பெற்றவர்கள் என்று அழைக்கப்படுபவர்களும், கட்டுப்படுத்தப்பட்ட, திருப்தியான, மனம் இல்லை என்றால் அமைதியாக இருக்க முடியாது. எது கிடைக்கவில்லையோ அதுவே மனதுக்கு எப்போதும் வேண்டும். 99% அவர்களுக்கு வேண்டிய விஷயங்கள் கிடைத்துவிடும். கிடைக்காத ஒரே ஒன்றைப் பற்றி தான் அவர்கள் கவலைப்பட்டுக் கொண்டிருப்பார்கள். வெற்றி என்பது நியாயமான முயற்சிகள் எடுப்பது தானே தவிர முடிவுகளைச் சாதிப்பது இல்லை. நீங்கள் நியாயமான முயற்சிகள் செய்தால், பெரும்பாலும் விஷயங்கள் நடந்துவிடும். அப்படி உங்கள் விருப்பப்படி எதுவும் நடக்கவில்லை என்றாலும், ஏற்றுக் கொள்ளுதல் மிகப்பெரிய தீர்வாகும்.

இடைவிடாத முயற்சிக்கும், வெற்றிக்குமிடையே நிரூபிக்கப்பட்ட நரம்பியல் விஞ்ஞானம் ஒன்று உள்ளது. உங்கள் மனதில் பொருளாதார ரீதியிலான ஆசைகள், ஆன்மீக சிந்தனைகள், அடுத்தவருக்கு உதவி புரிவது போன்ற நிறைய நேர்மறையான எண்ணங்கள் தோன்றினால், நீங்கள் அவற்றையெல்லாம் செய்ய வேண்டும் என்று நினைப்பீர்கள். நீங்கள் இவை எல்லாவற்றையும் செய்ய நினைக்கலாம்; ஆனால் உங்களால் எல்லாவற்றையும் செய்ய முடியாது. அவற்றை நீங்கள் முன்னிலைப்படுத்தி, வரிசையாகச் செய்ய ஆரம்பிக்க வேண்டும். இதை நீங்கள் செய்ய, பலகாலத்துக்கு, எதையும் இடைவிடாமல் தொடர்ந்து செய்பவராக நீங்கள் இருக்க வேண்டும். நீங்கள் திட்டமிட்டு, எழுதி, முன்னிலைப்படுத்தி, இறுதியில் செயல்படுத்த வேண்டும். இவ்வாறு செய்தால், நிறைய நேரம், கவனம், ஆகியவை சேமிக்கப்படுவதால், உங்கள் தனிப்பட்ட ஆர்வங்களுக்கும், பொழுதுபோக்குக்கும்

நேரம் கிடைக்கும். திட்டமிட்ட முறையில், செயல்களைச் செய்து பழகிவிட்டால், மேலும், மேலும், சீராகப் பல செயல்களைச் செய்பவர்கள் ஆகிவிடுவோம்.

இந்த மனநிலை உருவாக, முதலில் நீங்கள் மனதில் பல்வேறு நேர்மறை எண்ணங்களை உருவாக்க வேண்டும். அமைதியான, சலனமில்லாத மனம் இருந்தால் தான் நேர்மறை எண்ணங்கள் உருவாகும். எனவே அமைதியான, சலனமில்லாத மனதை முதலில் உருவாக்க வேண்டும். நேர்மறை முடிவுகள் வந்தால், வெற்றிகள் உங்களைத் தொட்டால், துளி குதிக்காதீர்கள்; அமைதியாக இருங்கள். எதிர்மறை விளைவுகள் ஏற்பட்டாலும், நீங்கள் அமைதியாக இருக்க இது உதவும். பாராட்டிற்கு மயங்காதீர்கள். யாராவது உங்களைப் பாராட்டினால் அதைத் தலைக்கு எடுத்துச் செல்லாதீர்கள்.

எதிர்மறையான முடிவுகளையும் ஏற்றுக் கொள்ளுங்கள். ஏற்றுக் கொள்வது உங்கள் எல்லா பிரச்சனைகளுக்கும் மிகப்பெரிய தீர்வாகும். ஒருவரும் மற்றவரை விட உயர்ந்தவர் இல்லை என்பதே மிகப் பெரிய உணர்தல் என்பதை நினைவில் கொள்ளுங்கள். இறைவன் முன்னால் யாவரும் சமம். இந்த உலகத்தில், பெரும் பணக்காரர்களும், புகழடைந்தவர்களும், அதிகாரம் மிக்கவர்களும் கூட, ஏழைகளையும், தெரியாதவர்களையும் விட எந்த வகையிலும் உயர்ந்தவர்கள் இல்லை. அவரவர்கள் கடமையைச் செய்ய ஒவ்வொருவருக்கும் ஒரு கதாபாத்திரம் கொடுக்கப்பட்டிருக்கிறது. அதில், அவர்கள் எவ்வாறு நடந்து கொள்கிறார்கள் என்பது இறைவனால் கண்காணிக்கப்படுகிறது.

வெளியுலகில், வெற்றியடைந்தவர்களாக இருக்கும் மக்களும், தங்களது அகவுலகில் வெற்றியடைய, மிகவும் கஷ்டப்பட வேண்டியுள்ளது. மக்கள் அமைதியான மனதை அடைய உதவி செய்யும் என்னுடைய பணியில், என்னுடன் இணைந்து பணி புரியும் பாஸ்கர், ராஜா, ருக்மணி ஆகியோரின் தனிப்பட்ட எடுத்துக்காட்டை நான் பகிர்ந்து கொள்ள விரும்புகிறேன். அவர்கள், மற்றவர்கள் அவர்களைப் பற்றி என்ன நினைப்பார்கள் என்பதைப் பற்றி கவலைப்படுவதில்லை. அவர்கள் என்ன செய்கிறார்களோ, அந்த வேலையில் கவனத்துடன் நியாயமாக நடக்கிறார்கள். அடுத்தவர்களுக்கு உதவி செய்ய மட்டுமே அவர்களுக்குத் தெரியும். அவர்கள் செய்வதற்கு எந்த விதமான பாராட்டும் அவர்கள் எதிர்பார்ப்பதில்லை. அவர்கள் புகழ், அதிகாரம் அல்லது பணம் இவற்றை அடைவதில் அக்கறை காட்டுவதில்லை. சந்தேகத்துக்கு இடமில்லாமல் அவர்கள் வெற்றியடைந்தவர்கள் தான். ஏனெனில் அவர்கள் அவர்களது உள் மனதுக்கு மட்டும் முக்கியத்துவம் அளிக்கிறார்கள். அவர்கள் இறைவன் உறையும் தங்கள் உள் குரலை

கேட்டு, அடுத்தவருக்கு நல்லது மட்டுமே செய்ய விரும்புகிறார்கள். அவர்கள் கடவுளுக்குச் சேவை செய்கிறார்கள். தங்களுடைய மனசாட்சிக்கு மட்டுமே தங்களது செய்கைகளை நியாயப்படுத்த வேண்டும் என்று அவர்கள் விரும்புகிறார்கள். அவர்களை அம்பானி, அதானி, ரஜினிகாந்த் அல்லது தோனி போன்று வெற்றி அடைந்தவர்களாகக் கருதலாம்.

பிரபலமானவர்களைப் பொறுத்தவரை, அகவுலகில் அவர்கள் வெற்றி பெற்றவர்கள் தானா என்ற சந்தேகம் ஏற்படும். அவர்கள் புற உலகில் வெற்றி கரமானவர்கள். அகவுலகில் வெற்றிகரமானவர்கள் தானா என்பதை அவர்களுடன் நெருக்கமாக பழகினால் தான் அறிந்து கொள்ள முடியும். பாஸ்கர், ருக்மணி மற்றும் ராஜா அகவுலகில் வெற்றி அடைந்தவர்கள் என்று என்னால் நிச்சயமாகச் சொல்ல முடியும். ஏனென்றால், அவர்கள் தங்கள் உள் மனதையும், கடவுளையும் திருப்தி செய்கிறார்கள். மற்ற பிரபலமானவர்களைப் பற்றி என்னால் இவ்வாறு சொல்ல இயலாது.

அகவுலகிலும், புறவுலகிலும் வெற்றி பெற கீழ்காண்பவற்றை உங்கள் தினசரி பழக்கங்களாகக் கொள்ள வேண்டும்:

1. உங்கள் மனதில் எது முக்கியமானது என்று தோன்றுகிறதோ அதை ஒரு டைரியிலோ, அல்லது மொபைலின் நோட் பேடிலோ எழுதுங்கள். அது தனிப்பட்டதாகவோ, பணியிடம் குறித்தோ, அல்லது தொழில் தொடர்பானதாகவோ இருக்கலாம். அது உங்கள் நேரத்தைக் குடும்பம், நண்பர்கள், விளையாட்டு, இசை கேட்பது, உங்கள் பணியைச் செய்வது, உங்கள் படிப்பு, ஆர்வத்தைத் தொடர்தல், அல்லது சமூக சேவை ஆகியவற்றில் செலவிடுவது குறித்ததாகவும் இருக்கலாம்.

2. 50 வேலைகள் செய்ய வேண்டி இருந்தால், ஒவ்வொரு நாள் காலையிலும், அந்த பட்டியலுக்குச் சென்று, வேலைகளை முன்னிலைப்படுத்தி, அந்த நாளில் செய்ய வேண்டிய முக்கியமான வேலைகளைத் தேர்ந்தெடுங்கள். தேர்ந்தெடுக்கப்பட்ட அந்த வேலைகளை மட்டும் செய்ய தொடங்குங்கள். அதைச் செய்வதற்கான முயற்சி செய்தால் கூட போதும். இதைத் தினசரி செய்ய ஆரம்பித்தால், நீங்கள் ஒரு ஒழுங்கு முறைக்கு வருவது மட்டுமின்றி நிறைய நேரத்தை சேமிப்பீர்கள். உங்களுக்கு நிறைய நேரம் இருப்பது போலவும், விடுதலையாகவும் உணர்வீர்கள். நீங்கள் எல்லா வேலைகளையும் முடித்து விட்டதால், உளவியல் ரீதியாக திருப்தியாக உணர்வீர்கள்.

3. ஒவ்வொரு நாளும் சில நிமிடங்கள் உங்கள் வேலைகளை நீங்கள் சரியாக முடித்து விட்டதாக காட்சிப்படுத்திப் பாருங்கள். நீங்கள் திட்டமிட்டபடி, எல்லா வேலைகளையும், முடித்து விட்டதாக நினைத்துக் கொள்ளுங்கள். இது சரியான வழிகளையும், வாய்ப்புகளையும் ஏற்படுத்தி, அவற்றை அடைய உதவும். மிக முக்கியமாக, உங்களை நேர்மறையாகவும் உணர வைக்கும்.

4. நீங்கள் ஒழுக்கமாக, முறையாக மாறி, நேர ஆளுமையைக் கற்றுக் கொண்டு விட்டதால், இந்த நுட்பத்தை நீங்கள் பயன்படுத்துவது பெரும்பாலான விஷயங்களில் உங்களை 100% வெற்றியாளராக ஆக்கும். நீங்கள் உங்கள் ஒழுக்கமான மற்றும் வெற்றிகரமான வாழ்விற்காக அனைவராலும் பாராட்டப்படுவீர்கள்.

5. மூச்சுப் பயிற்சிகளைத் தினந்தோறும் செய்வது உங்கள் உணர்ச்சிகளைக் கட்டுப்படுத்தவும், நாள் முழுக்க சக்தியோடு இருக்கவும் உதவும். உணர்வுடன் உங்கள் மூச்சை நிதானமாக்குவது, உங்களை மன அழுத்தத்தில் இருந்தும், கோபத்தில் இருந்தும், வெளிக்கொண்டு வரும்.

6. தினசரி தியானப் பயிற்சியால், நீங்கள் நிகழ்கணத்தில் கவனம் செலுத்த ஆரம்பித்து, வேண்டாத எதிர்மறை எண்ணங்களை விட்டு விட தொடங்குவீர்கள். தியானம், உங்களது இலக்குகளை, நீங்கள் சுலபமாக அடைய உதவி செய்யும்.

7. கடைசியாக ஊக்கம் இல்லாத, தன்னைப் பற்றியே தாழ்வாக எண்ணும் எண்ணங்களும் வந்தால், அவற்றை உடனே வெறுமையாக்க வேண்டும். அவற்றை வளர்ப்பதற்கு பதில் வெறுமையாக்கிக் கொண்டே இருங்கள். நிகழ்கணத்தில் கவனம் செலுத்துங்கள். அவை விரைவில், உங்கள் மனதை விட்டு போய்விடும்.

மக்களும் உறவுமுறைகளும்

19. மனோபாவங்கள், மனப்பான்மைகள் மற்றும் நடத்தை

- மக்களின் விதவிதமான மனோபாவங்களை அறிந்து கொள்ளுதல்
- சமூகத்தில் ஒரு பிம்பத்தை உருவாக்குதல்; அதைத் தக்க வைத்துக் கொள்ளுதல் குறித்த பயம்
- சொந்தம் என்ற உணர்வு மற்றும் மனோபாவங்கள், நடத்தைகள் ஆகியவற்றின் மீது பாதிப்பு
- நண்பர்கள் மற்றும் உறவினர் – அவர்களிடம் மனோபாவங்கள் மற்றும் நடத்தை
- உயர்வு மற்றும் தாழ்வு மனப்பான்மைகள்

மக்களிடம் விதவிதமான மனோபாவங்கள் இருக்கின்றன. பாதுகாப்பின்மை மற்றும் முக்கியத்துவம் குறைந்துவிடும் என்ற பயத்தினால் ஒரு வகையான மனோபாவம் உருவாகிறது. மனிதர்கள், பெரிய மனிதர்கள் போல் எல்லாம் தெரிந்தது போல் நடந்து கொள்வார்கள். அவர்கள்தான் மிகப்பெரியவர்கள், அவர்களுக்குத்தான் எது நல்லது என்று தெரியும் என்ற நினைப்பில், அடுத்தவரை ஆள முயல்வார்கள். மற்றவர்கள் மேலே வந்தால் தாம் தாழ்ந்து விட்டதாக உணர்வார்கள். இது பொறாமையையும் உண்டாக்கும்.

பாதுகாப்பின்மையோடு, தொடர்வெற்றியும் கலந்து விடும் போது, மக்கள் அகங்காரம் மிக்கவர்களாக மாறி, மற்றொரு விதமான மனோபாவத்தைக் கடைப்பிடிப்பார்கள். அவர்கள் தங்களுக்கு தான் மிகப்பெரிய திறமை உள்ளது என்றும், அவர்கள் ஜொலிக்கவே பிறந்திருக்கிறார்கள் என்றும், நினைத்துக் கொள்வார்கள். அவர்கள் தங்கள் தவறுகளை ஒருபோதும் ஒப்புக்கொள்ள மாட்டார்கள். மற்றவர்களின் திறமையையும், வெற்றியையும் கூட அவர்களால் ஏற்றுக் கொள்ள முடியாது. வாழ்க்கையில், பல எதிர்மறை விஷயங்களை எதிர்கொண்டவர்களும் அகங்காரம் மிக்கவர்கள் ஆகிவிடுவார்கள். அவர்கள் இந்த முழு உலகமும் அவர்களுக்கு எதிராக தான் உள்ளது என்று நினைப்பார்கள். அவர்கள், சட்டத்தைத் தங்கள் கைகளில் எடுத்துக் கொண்டு, குரூரமாகவும், கொடுமையாகவும் நடந்து கொள்வார்கள். இவ்வாறு தான் கொள்ளையர்களும்,

கொலைகாரர்களும் பிறக்கிறார்கள், தங்களது செயல்களை நியாயப்படுத்தவும் செய்கிறார்கள்.

நல்ல சூழ்நிலை, நல்ல சந்தர்ப்பங்கள், நல்ல பெற்றோர் மற்றும் நல்ல நண்பர்கள், மக்களை நல்லவிதமாக செயல்பட வைப்பார்கள். அத்தகைய மக்கள் பல்வேறு அனுபவங்களைப் பெற்று, மரியாதையாகவும், நெறி முறையுடனும், ஒழுக்கமாகவும் இருப்பார்கள். அவர்கள் ஒழுக்கம், கொள்கைகள், இவற்றில் உறுதியாகவும் சமரசம் செய்து கொள்ளாதவர்களாகவும், இருப்பார்கள். ஆனால், இந்த ஒழுக்கத்தினாலும், உறுதியாலும், அவர்கள் கருணை இல்லாதவர்களாகவும், அடுத்தவரை அவர் இடத்தில் இருந்து பார்த்து புரிந்து கொள்ளும் தன்மை இல்லாதவராகவும் செய்து விடும். நடைமுறை சாத்தியம் இல்லாதவராகவும் அவர் மாறிவிட வாய்ப்புள்ளது. இவர்கள் நல்ல மனிதர்கள் தான். ஆனால் அவர்கள் தியாகம் செய்யவும், பெரிய சேவையாற்றவும் மாட்டார்கள். இது இன்னொரு வகையான மனோபாவம்.

"துன்பமான காலம்" அல்லது "கடினமான நேரம்" என்று மக்களின் வாழ்க்கையில் அழைக்கப்படும் காலங்களில், அவர்கள் தங்களுக்கு நடக்கும் எதிர்மறையான விஷயங்களைப் பற்றி மட்டும் நினைத்து, அவற்றை எப்படி வெல்லலாம் என்ற எண்ணத்திலேயே பொழுதைக் கழிப்பார்கள். துரதிர்ஷ்டவசமாக, இந்த நிலையில் அவர்களுடைய மனம் குழப்பமும், எரிச்சலும் அடைந்து, பீடிக்கப்பட்ட நிலையில் இருப்பதால், அவர்களால் எந்த தீர்வுக்கும் வர முடியாது. தானாக ஏதோ ஒன்று நடந்தாலொழிய, யாருடைய மனதாலும் இதற்குத் தீர்வு கண்டுபிடிக்க முடியாது. அவர்களுக்கு எது சொன்னாலும், எது செய்தாலும், அவர்கள் அந்த நேரத்தில், அதை எதிர்மறையாகத் தான் எடுத்துக் கொள்வார்கள். இருக்கும் பிரச்சனையைச் சரி செய்து விட்டால், அவர்கள் மகிழ்ச்சியாக இருக்கலாம் என்று நினைக்கிறார்கள். எல்லாமே தங்களுக்கு எதிராகத்தான் நடக்கிறது என்று அவர்கள் நினைப்பார்கள்.

அந்த எரிச்சலான மனநிலையில் அவர்கள் இருக்கும் போது, நீங்கள் அவர்களிடம் போய் பேசினாலும், ஏதாவது சொன்னாலும், அவர்கள் உங்களிடம் கத்தலாம் அல்லது வேறு வகையாக நடந்து கொள்ளலாம். யாரிடமாவது கத்துவதாலும், அவர்களை காயப்படுத்துவதாலும் தங்களுடைய கோபத்தையும், ஈகோவையும் போக்கிக் கொள்ளலாம் என்று அவர்கள் நினைப்பார்கள். அவர்கள் தங்கள் திமிர் அல்லது ஆத்திரத்தை மற்றவர் மீது காட்டும் போது ஒரு சிறு திருப்தியை உணரலாம். அவர்கள் அடுத்தவர்களைக் காயப்படுத்தும் போது, தாங்களே காயப்பட்டு விடுகிறார்கள். அடுத்தவர்களிடம் கோபம்

அல்லது திமிரை காட்டும்போது அவர்களுக்கு ஒரு சிறு ஆறுதல் கிடைக்கும். இது தற்காலிகமானது; மேலும் பிரச்சினைகளை கூட்டும் என்று அவர்களுக்கு தெரிவதில்லை; அவர்கள் கோபத்தை அல்லது திமிரைக் காட்டுவதால் வென்று விட்டதாக நினைக்கிறார்கள். ஆனால் அவர்கள், தங்களது நிராசைக்கு ஒரு வடிகால் தான் தேடிக் கொள்கிறார்கள்.

எந்த ஒரு சூழ்நிலையிலும், வெகு சிலர் அமைதியான, சலனம் இல்லாத மனதை கொண்டிருப்பார்கள். அவர்கள் கடினமான நேரத்திலும், அதை ஏற்றுக் கொண்டு அமைதியாக இருப்பார்கள். மனம் அமைதியாக இருந்தால், நாம் கையில் இருக்கும் சூழ்நிலைகளை உணர்ந்து, அதை கையாள்வதற்கு பல புதுமையான, பயனுள்ள வழிகளை கண்டறிய முடியும். அவர்கள் நல்ல நேரத்தில், கடினமான நேரத்தில், என்று எல்லா நேரங்களிலும், அமைதியாக இருப்பதால், அவர்களது மனோபாவமும், நடத்தையும், கடினமான நேரங்களால் பாதிக்கப்படாது.

வெகு சிலரே, தாங்கள் வளர்க்கப்பட்ட சூழ்நிலைகளையும், சந்தர்ப்பங்களையும் தாண்டி, பெரிய உணர்தல், மரியாதை, ஒழுக்கம், அடுத்தவர் இடத்தில் தம்மை இருத்திப் பார்த்தல் ஆகிய குணங்களோடு பிறக்கிறார்கள். அத்தகையவர்கள், புகழ் அதிகாரம், பணம், இவற்றை எதிர்பாராமல், தியாகம் செய்கிறார்கள். இத்தகைய மக்கள் அடுத்தவர்களுக்கு எந்த விதமான எதிர்பார்ப்பும் இல்லாமல் சேவை செய்வார்கள். இத்தகைய மனோபாவம் கொண்ட மக்கள் மகாத்மாக்கள்; அவர்களைக் கடவுளுக்கு நிகராக கருதலாம்.

நீங்கள் நல்லவர் என்றும், அடுத்தவருக்கு நன்மை செய்கிறீர்கள் என்று நினைப்பதில் கூட சில ஆபத்துகள் உள்ளன. நீங்கள் நல்லவர் என்ற பிம்பத்தை உருவாக்கி விட்டீர்கள் என்று வைத்துக் கொள்வோம். இந்த பிம்பத்தைத் தக்க வைத்துக் கொள்ள வேண்டுமே என்ற அழுத்தம் உங்களுக்கும் இருக்கும். யாராவது உங்களது இந்த பிம்பத்தை எதிர்த்தால், உணர்வு ரீதியாக நீங்கள் சுலபமாக பாதிக்கப்பட்டு விடுவீர்கள். நீங்கள் கோபப்பட்டு, அதை வெளி காண்பிக்க மாட்டேன் என்று சொன்னால், நீங்கள் அனைத்தையும் வெளியே சொல்லாமல் உள்ளுக்குள் வைத்துக் கொண்டிருப்பீர்கள். இது உங்களுக்கு நல்லதல்ல. நீங்கள் நல்லவர் என்று உங்களுக்கு தெரியும். மற்றவர்களும் நீங்கள் நல்லவர் என்று தான் நினைப்பார்கள். ஆனால் சந்தர்ப்பங்கள், வசதிகள், சூழ்நிலைகள் ஆகியவை ஏதோ ஒரு கால கட்டத்தில், மற்றவர்களை அவர்களது சொந்த நலனுக்காக, உங்களுக்கு எதிராக, நினைக்கவும், செயல்படவும் தூண்டும்.

இங்கே நீங்கள் மனிதர்களை, அவர்களது சூழ்நிலைகளை, அவர்கள் இடத்தில் இருந்து புரிந்து கொள்ள வேண்டும். நீங்கள் 100 சதவீதம் சரியானவர்களாக இருந்தாலும் மக்கள் உங்களிடம் இருந்து வேறுபடும்படியாக சூழ்நிலைகள் உருவாகும். அடுத்தவரிடம் விமர்சனத்தைப் பொருத்தவரை, உங்களது பிம்பத்தைப் பாதுகாக்க வேண்டும் என்று உறுதியாக இருப்பது முக்கியமல்ல. உங்கள் மனசாட்சி அல்லது இறைவன் கொடுக்கும் சான்றிதழைக் கொண்டு மகிழ்ச்சியாக இருங்கள். அவர் உங்களைக் கவனித்துக் கொண்டிருக்கிறார் என்னும் அளவில், உங்களுக்கும், கடவுளுக்கும் இடையே ஒரு தொடர்பு ஏற்படுத்திக் கொள்ளுங்கள்; அவருக்கும், உங்கள் மனசாட்சிக்கும் மட்டும் தான் நீங்கள் பதில் சொல்ல வேண்டும்.

நீங்கள் சிறு வயதில், உங்கள் பெற்றோரின் பராமரிப்பில், இருக்கிறீர்கள். நம்மை வளர்க்கும் போது நாம் அவர்களுக்குச் சொந்தம் என்று அவர்கள் நினைக்கிறார்கள். இதனால் தான் அவர்கள் நம்மிடம் எந்தவிதமான கடுமையான நடத்தையும் காட்டுவதில்லை. நாமும் அவர்களை நமது சொந்தமாக கருதுகிறோம். அதனால் தான் நாமும் கடுமையாக நடந்து கொள்வதில்லை. எந்த வித எதிர்பார்ப்புகளும், தடைகளும் இல்லாமல் யாராவது நமக்கு நெருக்கமாகிவிட்டால், அவர்கள் நமக்கு சொந்தம் என்ற உணர்வு ஏற்பட்டு விடுகிறது. அவர்களிடம் எந்த விதமான எதிர்பார்ப்புகளோ, மன தடைகளோ இருக்காது. எது வேண்டுமானாலும் கேட்கும், கொடுக்கும், எதை வேண்டுமானாலும் செய்ய சொல்லும் அதிகாரம், உரிமை அவர்களிடம் நமக்கு இருக்கும். இது, “அவர்கள் என்னுடையவர்கள்” என்று சொந்தம் கொண்டாடும் மனநிலை ஆகும். இவ்வாறு ஒருவர் நமக்கு சொந்தம் என்று நினைத்தால், அவரிடம் எந்தவிதமான கடுமையான நடத்தையையும் நாம் காண்பிக்க மாட்டோம்.

இதுபோன்ற நெருக்கமும், சொந்தம் கொண்டாடும் தன்மையும் இல்லாத ஒருவரிடம், அவர்கள் செய்ய விரும்பாத செயலைச் செய்ய சொல்வதற்கும், அல்லது அவர்களை எதாவது கேட்பதற்கும் முன், அவர்கள் என்ன நினைப்பார்கள் என்ற எண்ணம் உங்களுக்கு வருவது இயற்கை தான். அவர்கள் உங்கள் எதிர்பார்ப்புகளைப் பூர்த்தி செய்ய முடியுமா என்று உங்களுக்குச் சந்தேகமாக இருக்கும். இந்த சந்தேகம் எப்போதும் இருந்து கொண்டே இருக்கும். முதலில், நீங்கள் மிகவும் நன்றாகவும், நேர்மறையாகவும் தான் நடந்து கொள்ள முயற்சி செய்வீர்கள். இருவருக்குமிடையில் ஒத்து போய்விட்டால், ஒரு நெருங்கிய நட்பு தொடங்கலாம். அப்படி நடந்து விட்டால், அதன் பின்னர், பெரிய எதிர்பார்ப்புகள், தடைகள், ஈகோ ஆகியவை உங்கள் இருவருக்கிடையில் இருக்காது.

இந்த உடன் இருக்கும் உணர்வைப் பெறத்தான் நாம் மக்கள் குழுக்களில் இணைகிறோம். ஆனால், மீண்டும் அங்கிருக்கும் மற்றவர்களோடும் நம்மைநாம் ஒப்பீடு செய்து கொள்கிறோம். மற்றவர்களின் மனோபாவம் மற்றும் நடத்தைகளை மதிப்பீடு செய்து, பின்னர் மற்றவர்களிடமிருந்து விலகிவிட்ட உணர்வை அடைகிறோம். ஒரு குழுவில் சேர்ந்ததற்கான பயன் கிடைக்காமல், உங்களுக்குப் பிரச்சினை உண்டாகிறது என்றால் அந்த குழுவை விட்டு விலகி ஒரு புதிய குழுவில் இணையலாம். உங்களை நீங்கள் அடையாளப்படுத்திக் கொள்ளக்கூடிய வேறொரு குழுவில் இணையக்கூடிய வாய்ப்பிருக்கிறது.

நாம் ஏன் காயப்பட்டதாக கருதுகிறோம், எதனால் அடுத்தவரை மதிப்பிடுகிறோம் என்று, இந்த விஷயங்களில் நம்முடைய சொந்த சிந்தனையைப் பரீட்சித்துப் பார்ப்பது நல்லது. நான் மற்றவர்களுடன் தேவையில்லாத ஒப்பீடு செய்து, அதனால் தாழ்வாக உணர்ந்திருக்கலாம். எடுத்துக்காட்டாக, மற்றவர்கள் பேசும் விதம் உங்களை விட நன்றாக இருந்தால், அவர்கள் சிறந்தவர்கள் என்று நினைக்காதீர்கள். ஒரு குழுவில் நன்றாக பேசக்கூடியவர்கள் கவனிக்கப்படுவார்கள்; உங்களுக்கு சரியாக பேசத் தெரியவில்லை என்று உங்களைப் பற்றிய ஒரு எண்ணம் உங்களுக்கு இருக்கலாம். அதனால் நீங்கள் கண்டுகொள்ளப்படவில்லை என உங்களுக்கு தோன்றலாம்.

மற்றவர்கள் என்ன நினைப்பார்களோ என்ற கவலை இன்றி நீங்கள் பேச தொடங்க வேண்டும். சிறிது காலத்திற்குப் பிறகு, நீங்கள் மற்றவர்களிடம் தொடர்பு கொள்ளும் விதம் மேம்படும். இருவர் நெருக்கமாக இருந்தாலும், ஒருவர் இன்னொருவருடன் நல்ல புரிதலோடும், மற்றவருக்குப் பிடித்த வகையிலும் தொடர்பு கொண்டால் தான் அவர்களின் நெருக்கம் மேலும் இறுக்கமாகும். வேறு பல விஷயங்களால், இந்த புரிதல் மற்றும் தொடர்பின் அளவு குறைந்தால், நெருக்கமும் குறையும்.

ஒரு காலகட்டத்தில், உங்களுடைய எதிர்பார்ப்புகளை மற்றவரால் எப்போதும் பூர்த்தி செய்து கொண்டே இருக்க முடியாது என்பதால், நெருங்கிய உறவுகளில் கூட சில நேரங்களில் எதிர்மறையான விஷயங்கள் நடக்கலாம். அவர்களின் விருப்பு வெறுப்புகள் உங்களுடன் பொருந்தாமல் போகலாம். எதிர்பார்ப்புகள், தோல்வி அடைந்த அந்த கணத்திலேயே, கடுமையான நடத்தை என்ற வடிவில், ஈகோ தலை தூக்கும்.

ஒரு உறவின் இயல்பு உங்களுக்கு உற்சாகத்தை தரலாம். பொதுவாக, நட்பில் பெரிய சம்பிரதாயங்கள் இருக்காது; சம்பிரதாயமற்ற உறவு

என்பதால் நட்பில் ஈகோ தள்ளி வைக்கப்படுகிறது. ஆனால் ஒரு குடும்ப உறுப்பினர் அல்லது உறவினரிடம் உங்களுக்கு மிகுந்த எதிர்பார்ப்புகள் இருக்கலாம். இது போன்ற உறவுமுறைகளில், சம்பிரதாயங்கள், சமூக நிலை இவையெல்லாம் ஈகோ போராட்டங்களை உருவாக்கத் தொடங்குகிறது.

என்னுடைய வாழ்க்கையில் இருந்து இதற்கான ஒரு எடுத்துக்காட்டைப் பார்க்கலாம். என்னுடைய நண்பர்கள் என்றால் எனக்கு மிகவும் பிடிக்கும். என் நண்பர்களைப் பற்றி நினைத்தாலே எனக்கு உற்சாகம் பொங்கும். எனக்கு விஜய் என்ற ஒரு நெருங்கிய நண்பன் இருந்தான். அவனுக்கு என்னை 20 வயதில் இருந்து தெரியும். அவனைப் பார்த்தாலே எனக்கு மகிழ்ச்சியாக இருக்கும். ஆனால், என்னுடைய கசின்ஸ் மற்றும் மாமாக்களிடம் எனக்கு அத்தகைய நெருங்கிய, நல்ல உறவு இல்லை. எப்போது என் உறவினர்களைச் சந்தித்தாலும், சம்பிரதாயமான முறையில் பேசுவோம். விஜய்க்கு ஒரு பெண்ணுடன் நிச்சயதார்த்தம் நடந்தது. அவள் என் கசின் என்று தெரிந்தவுடன், நான் வியப்புக்கும், அதிர்ச்சிக்கும், உள்ளானேன். என் பெற்றோருடன் நல்ல உறவுமுறையில் இல்லாத எனது மாமாவின் மாப்பிள்ளையானான் விஜய். விஜய் இப்போது நெருங்கிய உறவினன் ஆகிவிட்டதால், எங்களுக்கிடையே இருந்த உறவும் சம்பிரதாயமானதாக மாறிவிட்டது. விஜயுடன் நான் பேசுவது என் பெற்றோருக்கு பிடிக்காததால், எங்களுக்கிடையே இருந்த விலகல் பெரிதானது. என்னிடம் பேசுவது, அவனது மாமனார், மாமியாருக்கு பிடிக்காததால் விஜயும் என்னிடமிருந்து விலகத் தொடங்கி விட்டதாகவே எனக்கு தோன்றியது. நாங்கள் ஒருவரை ஒருவர் தவறாகப் புரிந்து கொள்ள தொடங்கினோம்; சந்திப்பதையே கிட்டத்தட்ட நிறுத்தி விட்டோம்.

இதிலிருந்து கற்றுக்கொள்ள வேண்டிய இன்னொரு பாடம் என்னவென்றால், சந்தர்ப்பமும், சூழ்நிலைகளும் எங்கள் உறவின் இயல்பை மாற்றி விட்டன. இது இருவரின் தவறும் அல்ல; இந்த உண்மையை நாங்கள் இருவரும் புரிந்து கொண்டு, ஒருவர் மற்றவரின் செயல் மீது கோபம் கொண்டு, மன அழுத்தத்திற்கு ஆளாகாமல் இருக்க வேண்டும். அதேபோல், மனிதர்களிடம் ஒட்டிக்கொண்டு, உணர்வு ரீதியாகப் பற்று வைக்காமல் இருப்பதும் முக்கியமானது. சந்தர்ப்பமும், சூழ்நிலைகளும் மனிதர்களைக் கண்டிப்பாக மாற்றும்.

நாம் ஒருவருக்கொருவர் தொடர்பு கொள்ளும்போது நாம் சிறந்தவர் என்று காட்ட முயல்கிறோம். நாம் முக்கியமானவர் என்று காட்டும் விதமாக சில வகையான நடத்தைகளையும், மனோபாவங்களையும் வெளிப்படுத்துவோம். இந்த உயர்வு மனப்பான்மை, உள்ளே புதைந்திருக்கும் தாழ்வு மனப்பான்மையால் தான் வெளிப்படுகிறது.

மற்றவரிடம் முற்றிலும் வேறானவர்களாகக் காட்டிக்கொள்ள முயல்வோம். பணக்காரர்களாகவும், அதிகாரம் படைத்தவர்களாகவும் பிறப்பவர்கள் கூட, அவர்களை யாராவது எதிர்த்தால், இதை எதிர்கொள்கிறார்கள். உயர்வு மனப்பான்மை என்று எதுவும் இல்லை; சிலவற்றில் வெற்றி அடைந்தவுடன், உள்ளே இருக்கும் தாழ்வு மனப்பான்மை தான் அவ்வாறு வெளிப்படுகிறது.

சிலரின் வாழ்க்கையில் நடந்த நிகழ்ச்சிகளாலும், சூழ்நிலைகளாலும், அவர்கள் எண்ணவோட்டத்தில் ஏற்பட்ட பாதிப்பு தான் தாழ்வு மனப்பான்மை. அவர்கள் பல விஷயங்களைப் பற்றி பாதுகாப்பு இல்லாமல் உணர்கிறார்கள். சிலர் தங்களின் இயல்பு காரணமாகவும், கூச்ச சுபாவத்தாலும், அதிகம் பேசாமல் இருப்பார்கள். மற்றவர்களின் விமர்சனங்களுக்கு பயந்து அவர்கள் கூச்சப்பட்டு தங்களுக்குள்ளாக முடங்கி இருப்பார்கள். ஆனால் தாழ்வு மனப்பான்மை கொண்ட மக்களைப் போல் அவர்கள் உணர்வு ரீதியாக பாதிக்கப்பட்டிருக்க மாட்டார்கள். செயல்பட வேண்டிய சூழ்நிலைகள் எழும்போது, கூச்ச சுபாவம் கொண்ட மக்கள் புத்திசாலித்தனமாகச் செயல்பட்டு, தாங்கள் அடைய வேண்டிய இலக்குகளை அடைந்து விடுவார்கள். இதற்கு காரணம் என்னவென்றால், அவர்கள் மனதளவில் பாதிக்கப்படவில்லை; ஆனால் மனம் பாதிக்கப்பட்டிருப்பதால், தாழ்வு மனப்பான்மை இருக்கும் மக்கள், பயனுள்ள வகையில் செயல்பட முடியாது.

தொடர் தோல்விகள், குறையும் சுய முக்கியத்துவம் பற்றிய பயம், நிராகரிப்பு பயம், யாராவது உங்களை அலட்சியப்படுத்திய அனுபவம், சந்தர்ப்பவாத உறவுமுறைகள், சந்தர்ப்பவாத நட்புகள் ஆகியவற்றால், மற்றவர்களோடு தங்களை ஒப்பீடு செய்து தங்களைத் தாங்களே தாழ்ந்தவர்களாக எண்ணிக் கொள்வது தான், தாழ்வு மனப்பான்மை. இவை அனைத்துமே, உங்களைத் தாழ்ந்தவராக உணர செய்திருக்கும். நீங்கள் மீண்டு எழுந்து வந்து, சமூகத்தில் நீங்கள் சிறந்தவர் என்று காட்டிக் கொள்ள விரும்புவீர்கள். வாய்ப்புகள் வரும்போது நீங்கள் பெரியவராக நடந்து கொள்ள தொடங்குவீர்கள். உங்களுக்கு எல்லாம் தெரியும், மற்றவர்களை விட நீங்கள் சிறந்தவர் என்று காட்டிக்கொள்ள முயல்வீர்கள். நீங்கள் முரட்டுத்தனமாக மாறிவிடுவீர்கள். உங்களை விட எதையும் பெரிதாகவோ, வெற்றிகரமானதாகவோ உங்களால் ஒப்புக்கொள்ள முடியாது. உங்கள் முக்கியத்துவத்தையும், மேன்மையானவர் என்ற பிம்பத்தையும், இழந்து விடுவோமோ என்று பயப்படுவீர்கள். நீங்கள் தான் மேன்மையானவர் என்று மீண்டும் மீண்டும் உணர்த்தும் வகையில், ஏதாவது செய்து கொண்டோ, சொல்லிக் கொண்டோ இருப்பீர்கள்.

சந்தர்ப்பங்கள், சூழ்நிலைகள் மற்றும் சில உயிரியல் காரணிகள் உங்களை வெற்றிகரமானவராக ஆக்கின. வெற்றி பெறாதவருக்கு அவை கிடைத்திருந்தால் அவர்களும் வெற்றி பெற்றிருப்பார்கள். அதனால் ஒருவர் பெரியவர், மற்றொருவர் சிறியவர் என்று சொல்வதில் எந்த அர்த்தமும் இல்லை. இறைவன் முன்னால் யாவரும் சமம் என்ற உண்மையை நம்புவது முக்கியமானது. பணம், புகழ், அதிகாரம் இவையெல்லாம் ஒரு பொருட்டல்ல. இவற்றை உறுதியாக நம்புவதும், மற்றவற்றைத் தவிர்ப்பதும், இத்தகைய மனப்பான்மைகளிலிருந்து நீங்கள் வெளிவருவதற்கு உங்களுக்கு உதவி செய்யும்.

நம்மில் பலர் இந்த தாழ்வு மனப்பான்மையால் துன்பம் அடைகிறோம். மற்றவர்கள் கீழ்க்கண்ட வகைகளில் நம்மை விட சிறந்தவர் என்று நினைக்கிறோம்.

1. **அறிவு:** வாழ்க்கையில் கிடைத்த வாய்ப்புகள் மற்றும் சூழ்நிலைகளால் அவர்கள், சில விஷயங்களில் நம்மை விட அதிக அறிவு உடையவர்களாக இருக்கலாம்.

2. **தோற்றம்:** அவர்கள் நம்மை விட அழகாக இருக்கலாம்; அழகிய அம்சங்களுடன் கூடிய உடல்தோற்றம் கொண்டிருக்கலாம். அது பரம்பரை சம்பந்தப்பட்டது; நம் கைகளில் இல்லாதது. இதுவே நம்மை பெரிதாகப் பாதிப்பது போல் தோன்றினாலும், குணம், அன்பு மற்றும் மனமே தோற்றத்தை விட முக்கியமானது என்பது அனைவருக்கும் தெரியும் என்பதால் இந்த காரணியைக் கணக்கில் எடுத்துக் கொள்ள வேண்டியது இல்லை.

3. **பணம்:** அவர்களிடம் நம்மை காட்டிலும் அதிக பணமும், பொருளும் இருக்கலாம். பணம் யார் வேண்டுமானாலும் சம்பாதிக்க முடியும். சரியான திட்டமிடுதல், புத்திசாலித்தனம் மற்றும் ஒழுக்கம் இருந்தால் நீங்களும் சுலபமாகப் பணம் சம்பாதிக்க முடியும். ஆனால் உலகின் மிகப்பெரிய பணக்காரர்கள் கூட, மன நிம்மதி தான் முக்கியம் என்று உணர்கிறார்கள். பணம் ஒன்றும் இல்லை.

இவைகளின் அடிப்படையில் மட்டும் தான், மக்கள் அடுத்தவரை விட தாங்கள் தாழ்வு என்னும் மனப்பான்மையை ஏற்படுத்திக் கொள்கிறார்கள். மேற்கூறப்பட்ட முடிவுகளை உணர்ந்துவிட்டால் உங்களைப் பற்றிய நம்பிக்கையை நீங்கள் பெற்றுவிடலாம். யாரும் யாரையும் விட பெரியவர் அல்ல என்பதை உணர்வதும் முக்கியமானதாகும்.

நண்பர்களைப் பெறுவதற்கு நம்பிக்கைதான் ஒரே தடைகல் என்றால் மேற்க்காண் முடிவுகளின் அடிப்படையில், நம்பிக்கையை வளர்த்துக் கொள்ளுங்கள்; இந்த உண்மைகளின் அடிப்படையில் உங்களால் நம்பிக்கையை ஏற்படுத்தி கொள்ள முடிந்தால் அதன் பிறகு நட்பை ஏற்படுத்திக்கொள்ள முயலவும். உங்களால் இந்த தாழ்வு மனப்பான்மையிலிருந்தும் குறைந்த நம்பிக்கையில் இருந்தும், வெளிவர முடியவில்லை என்றால், நட்பு கொள்ள முயல வேண்டாம். இந்த மனநிலையில், ஏற்படுத்திக் கொள்ளும் எந்த உறவு முறையும் சுமுகமாக இருக்காது. முதலில், நம்பிக்கையான மனதை வளர்த்துக் கொண்டு, பின்னர் யாரிடமாவது உறவு ஏற்படுத்திக் கொள்ள முயலுங்கள்.

20. மதிப்பீடுகளும் உணர்தல்களும்

➡ அடுத்தவரை மதிப்பிடும் போக்கு
➡ தனிப்பட்ட சார்பு மற்றும் நிலையான மனநிலை
➡ அடுத்தவரால் கண்காணிக்கப்படுகிறோம் அல்லது மதிப்பிடப்படுகிறோம் என்ற உணர்வு

அடுத்தவரை மதிப்பிடுவது மனித இயல்பு. மற்றவரைப் பற்றி வம்பு பேசுவதும், சுவாரஸ்யமான விஷயங்களைப் பேசுவதும், நமக்கு பிடிப்பது போலவே, அடுத்தவரையும் நம்மையும், மதிப்பிடுவதும் பிடிக்கும். சில விஷயங்களைப் பற்றி பேசாமல், வாயை மூடிக்கொண்டு இருப்பது நமக்கு மிகவும் கஷ்டம். நாம் பார்ப்பதைப் பற்றி மதிப்பிட்டு, விமர்சனம் செய்தே ஆக வேண்டும். அடுத்தவர் வாழ்க்கை பற்றி அறிந்து கொள்ள விரும்புவது மனித இயல்பு. இதனால் தான் திரைப்படங்களும், டிவி சீரியல்களும் மிகப்பெரிய ஹிட் ஆகின்றன. டிவி மற்றும் திரைப்பட தயாரிப்பாளர்கள், மக்களின் எதிர்மறை தன்மை, உணர்வு ரீதியான குறைபாடு, மற்றும் வம்பு பேசும் தன்மையை தங்கள் ஷோக்களை உருவாக்குவதற்கு பயன்படுத்திக் கொள்கிறார்கள்.

அடுத்தவரைப் பற்றி மதிப்பிட்டுக் கொண்டே இருப்பவர்கள், பெரும்பாலும் எதிர்மறை இயல்பு கொண்டவர்களாகவே இருப்பார்கள். தாங்கள் எதிர்கொள்ளும் எல்லாவற்றையும், அடுத்தவர்களும் எதிர்கொள்ள வேண்டும் என்று அவர்கள் விரும்புகிறார்கள். நாம் சூழ்நிலைகளையும், மக்களையும், நல்லவை என்றும், கெட்டவை என்றும், சரி அல்லது தவறு என்றும் மதிப்பிடுகிறோம். அது பற்றி நமக்கு, நம்முடைய சொந்த கருத்துக்களும் சார்புகளும் இருக்கின்றன. நல்லது என்பது குறித்து நாம் ஒரு வரையறை வைத்திருக்கிறோம். நம்முடைய வரையறையின் படி அடுத்தவர்கள் நல்லவர்களாக இருக்க வேண்டும் என்று விரும்புகிறோம். நம்மால் தீமை என்று வரையறுக்கப்பட்டதை, அவர்கள் செய்தால், நாம் அவர்களை விமர்சிக்கிறோம்.

ஆனாலும் நமக்கு பல தனிப்பட்ட சார்புகள் இருக்கின்றன. நமக்கு பிடித்த மனிதரோ, அல்லது நாம் அன்பு செலுத்தும் ஒருவரோ, ஒரு விளையாட்டு வீரர் அல்லது திரைப்பட நட்சத்திரம் தவறுகள் செய்தால், நாம் அதை நியாயப்படுத்த முயல்கிறோம். நமக்கு

அவர்களை மிகவும் பிடிக்கும் என்பதே அதற்கு காரணம். மற்றவர்கள் அவர்களை விமர்சிப்பதை நம்மால் தாங்க முடியாது. நம்முடைய மனதில் அவர்களோடு கண்மூடித்தனமாக இணைந்திருக்கிறோம். நாம் அவர்களைப் பற்றிய எதிர்மறை விஷயங்களைப் பார்க்கும் போதும், கேட்கும்போதும், இது நம் கண்களைக் குருடாக்கி, காதைச் செவிடாக்குகிறது. அவர்கள் செய்யும் அனைத்திற்கும் நாம் காரணம் கற்பிக்கிறோம். குறிப்பிட்ட சிலர் மீது கண்மூடித்தனமான அன்பு கொண்டிருப்பதால், நம் மனம் அவர்களைப் பற்றிய எதிர்மறை செய்திகளை ஏற்றுக்கொள்ள நாம் அனுமதிப்பதில்லை.

நாம் தவறு செய்து விட்டோம் என்று உணரவும், நம்முடைய தவறுகளைச் சுலபமாக ஒப்புக் கொள்ளவும் நாம் விரும்புவதில்லை. நம்மை நாமே மிகவும் விரும்புவதால், கடைசிவரை நமது செய்கைகளை நியாயப்படுத்தவே விரும்புகிறோம். எப்போதும் நாம் செய்வதை சரி என்று நினைத்து, நமது தவறுகளைச் சுட்டிக் காட்டுபவர்களை வெறுக்கிறோம். நமது தனிப்பட்ட விருப்பங்கள் மற்றும் சார்புகளைக் கருத்தில் கொண்டு மாற்றத்திற்குத் தயாராக திறந்த மனதுடன் இருப்பது மிகவும் முக்கியமானதாகும். நமக்கு யாராவது ஒருவரைப் பிடிக்கும் என்றால் அவரது தவறு கண்ணுக்கு தெரியாத அளவுக்கு அவர்கள் மீது கண்மூடித்தனமாக அன்பு செலுத்தக் கூடாது. அவர்கள் நன்மை செய்யும் போது அதை நாம் பாராட்டலாம். ஆனால் கண்மூடித்தனமாக அவர்களைப் பின்பற்றக் கூடாது. இது நாம் சார்பில்லாமல் இருக்கவும், தவறுகள் நடக்கும் போது, அதை உணரவும் வழி வகுக்கிறது.

சில நேரங்களில், மக்கள், தங்களை அடுத்தவர்கள் கவனித்துக் கொண்டும், மதிப்பிட்டுக் கொண்டும் இருக்கிறார்கள் என்று நினைக்கிறார்கள். இந்த நினைப்பு பெரிய ஈகோவினால் விளைகிறது. நீங்கள் அந்த எண்ணங்களை விட்டு தரையிறங்கி வந்தால், அது உங்களுக்குப் பழகிவிடும் நாம் தகுதியிலிருந்தும், அதிகாரத்திலிருந்தும், இறங்கி வந்தால், நாம் மதிக்கப்பட மாட்டோம், நம்முடைய முக்கியத்துவம் குறைந்து விடும் என்றெல்லாம் நாம் கவலைப்படுகிறோம் அதெல்லாம் ஒன்றும் இல்லை. பணம், அதிகாரம், புகழ் இவற்றைத் தாண்டி அனைவரும் சமம்; இதை உறுதியாக நம்புங்கள். அப்போது நீங்கள் பாதுகாப்பாக உணர்வீர்கள். டாக்டர் கலாம், மகாத்மா காந்தி, ஏ. ஆர். ரகுமான், கபில் தேவ் போன்றவர்கள் சரியான வாய்ப்புகள், சூழ்நிலைகள், உயிரியல் காரணிகள் அமைந்ததால் பெரிய மனிதர்களானார்கள். உங்களும் எல்லாம் கிடைத்தால், நீங்களும் சாதிக்கலாம்.

உங்களை ஒருவரும் கவனிக்கவில்லை; அவரவர் தங்கள் வேலைகளில் பிஸியாக இருக்கிறார்கள். எதிர்மறை தன்மையும், சோம்பேறித்தனமும்

கொண்ட மனிதர்கள் தான், உங்களைக் கவனித்துக் கொண்டு இருப்பார்கள். உண்மையில், அப்படி செய்வதற்காக அவர்கள் அந்தந்த கர்மாவை அனுபவிக்க வேண்டும். நீங்கள் அதைப் பற்றி கவலைப்பட வேண்டியது இல்லை. நேர்மையான மக்கள் உங்களைக் கவனித்து உங்களைப் புரிந்து கொள்வார்கள். மக்கள் உங்களைக் கவனிக்கிறார்கள் என்றே வைத்துக் கொண்டாலும், சிறிது நேரம் கழித்து அவர்கள் சலிப்படைய ஆரம்பித்து விடுவார்கள். முதல் முறை அவர்கள் பார்க்கும் போது, ஏதாவது சொல்லும் போது உங்களுக்குத் தர்ம சங்கடமாக இருக்கும். பழகிவிட்டால், அந்த உணர்வு மறைந்துவிடும். முதன் முதலில் நடனம் ஆடும் போது, பேசும்போது, மேடையில் தோன்றும் பயத்தால் நாம் தர்ம சங்கடமாக உணர்வோம். ஆனால் அதையே பலமுறை பயிற்சியுடன் செய்தால், பயம் போய்விடும். இதுவும் அது போன்றது தான்.

முதலில் எதாவது ஒன்றை புதிதாக செய்யும்போது, வெட்கமும், மற்றவரின் மதிப்பீட்டைப் பற்றிய பயமும் இருக்கலாம்; அதனால் நீங்கள் சரியாகச் செய்யாமல் போகலாம். நாளாக ஆக, நீங்கள் அதற்கு பழகி விடுவீர்கள். எதாவது ஒன்றுக்கு நீங்கள் பழகிவிட்டால், அது உங்களுக்கு வசதியான இடம் ஆகிவிடும். ஒன்றை நீங்கள் தினசரி படித்தால், அல்லது பயிற்சி செய்தால், அது உங்களுக்குப் பழகி, அது உங்கள் ஆழ்மனதில் பதிந்து, சுலபமாக வெளிவரும். பயிற்சி ஆழ்மனதைத் தயார் செய்வதால் தினசரி பயிற்சி இந்த பயத்தை வென்று எந்த செயலையும் நன்றாக செய்ய உங்களுக்கு உதவும். நாம் கவனிக்கப் படுகிறோமோ, அடுத்தவரால் மதிப்பிடப்படுகிறோமோ என்ற எண்ணம், உங்கள் அமைதியை கெடுத்தால், அதை வளர்ப்பதற்கு பதில் வெறுமையாக்குங்கள். ஏதோ ஒரு காலகட்டத்தில் அது உங்கள் மனதை விட்டு முழுமையாக வெளியேறிவிடும்.

நமது எல்லா செயல்களும் எதிர் வினைகளும் கர்மாவைப் பொறுத்தது என்று நாம் உணர வேண்டும். நீங்கள் அடுத்தவரை மதிப்பிட்டால், ஏதாவது ஒரு நேரத்தில் நீங்கள் மதிப்பிடப்படுவீர்கள். உடனடியாக எதிர்வினை ஆற்றாமல், அமைதியாக இருப்பது இந்த மதிப்பிடும் குணத்தைக் கட்டுப்படுத்துவதற்கான வழியாகும். சில விஷயங்கள், எந்த சந்தர்ப்ப சூழ்நிலையில் நடந்தது என்று உங்களுக்கு தெரியாது; நீங்கள் அதை பார்க்க வில்லை; அனுபவிக்கவில்லை. அதனால் நீங்கள் மதிப்பிட முடியாது.

நினைவில் கொள்ள வேண்டிய சில முக்கியமான விஷயங்கள்

1. மக்களைப் புரிந்து கொள்ளுங்கள்; அவர்களை மதிப்பிடாதீர்கள். சந்தர்ப்பமும், சூழ்நிலைகளும், மக்களைச் சில வகைகளில்

நடக்க வைக்கின்றன. அவற்றைப் புரிந்து கொள்ளுங்கள். மேற்கண்டவற்றை உணர்ந்து மதிப்பிடுவதைத் தவிருங்கள். நீங்கள் மதிப்பிட வேண்டியது இல்லை, கர்ம விதியின்படி எல்லா காரியங்களும் தானாகவே நடக்கும்

2. இந்த மொத்த உலகமும் உங்களை மட்டுமே பார்த்து மதிப்பிட்டுக் குறி வைப்பதாக உங்களுக்கு தோன்றலாம். ஆனால், அவரவர் தங்கள் வேலையில் பிஸியாக இருக்கிறார்கள் என்பதே உண்மை. ஃப்ரீயாக இருக்க நேரம் கிடைத்தால், இதை அவர்கள் செய்யலாம்

3. எதிர்மறை குணம் கொண்ட மக்கள் தான் இதைச் செய்கிறார்கள். மற்றவர்கள் தங்களைக் குறி வைப்பதை அவர்கள் தவிர்க்க விரும்புகிறார்கள். அதனால் மற்றவர்களைப் பற்றி அவர்கள் விமர்சனங்களையும், மதிப்பீடுகளையும், முன் வைக்கிறார்கள். அவர்கள் தங்கள் கர்மாவை எதிர்கொள்ள வேண்டும். நீங்கள் இதைப் பற்றி நினைக்கவே வேண்டியது இல்லை.

4. நீங்கள் மற்றவர்களின் மதிப்பீடுகளுக்கு மதிப்பளிக்கவில்லை என்றால், சிறிது காலத்திற்குப் பிறகு அவர்களே வாயை மூடிக் கொண்டு விடுவார்கள். வாய்ப்பு இருந்தால், நீங்கள் மற்றவர்களோடு நட்பாக இருக்க தொடங்கலாம். நீங்க அவர்களின் நண்பராகி விட்டால், அவர்கள் இதை செய்ய மாட்டார்கள்.

5. உங்கள் ஈகோ தான் உங்களை இவ்வாறெல்லாம் உணர வைக்கிறது. நீங்கள் பெரியவர் இல்லை என்பதை நினைவில் கொள்ளுங்கள். அனைவரும் சமம் என்பதை உணருங்கள். இந்த மனநிலை உங்கள் ஈகோவை விரட்டி, எல்லாவற்றையும் உங்களுக்கு சுலபமாக்கி விடுகிறது.

உங்களுக்கு தொல்லை தரும் நபரை விரும்ப ஆரம்பியுங்கள். அவர்கள் உங்களுக்கு மிகவும் நெருக்கமாகி விட்டதாக காட்சிப்படுத்துங்கள். அவர்கள் நடத்தையின் இயல்புகளை ஏற்றுக் கொண்டு, மறந்துவிட இது உங்களுக்கு உதவும்.

21. எதிர்மறை மக்களும், எதிர்மறை சிந்தனைகளும்;

- நேர்மறை மற்றும் எதிர்மறை சிந்தனை
- புகழ், பாராட்டு மற்றும் அங்கீகாரத்தின் தேவை
- எதிர்மறை மக்களை எவ்வாறு கையாளுவது
- வம்பும், எதிர்மறை அதிர்வுகளும்
- எதிர்மறை சூழ்நிலைகளிலும் எதாவது நன்மை இருக்க முடியுமா
- வெறி பிடித்த நிலையிலான எதிர்மறை சிந்தனையை வெல்லுதல்

நடக்கப்போகும் ஒரு விஷயத்தைப் பற்றி நேர்மறையாகவோ, எதிர்மறையாகவோ சிந்திப்பது, மனதின் இயல்பு. நமது மனம் எதையாவது பற்றி நேர்மறையாக யோசிக்க ஆரம்பித்தால், உடனே எதிர்திசைக்கு சென்று 'அது நடக்கவில்லை என்றால் என்ன செய்வது' என்ற பயத்தையும் கவலையையும் உண்டாக்குகிறது. அதனால் பெரும்பாலும் தானாகவே உதிப்பது எதிர்மறை சிந்தனைகள் தான். நேர்மறை எண்ணங்களை உருவாக்க நாம் வலிந்து முயற்சி செய்ய வேண்டும். இதனால்தான் நிறைய பேர் எதிர்மறை எண்ணங்களுடன் வாழ்கிறார்கள். இந்த எதிர்மறை எண்ணங்கள், நேர்மறை எண்ணங்களை விட துரிதமாக உருவாவதாக தெரிகிறது.

நாம் வலிந்து ஏற்படுத்திக் கொண்டால்தான் நேர்மறை எண்ணங்கள் உருவாகும்; ஆனால் பெரும்பாலும் எதிர்மறை எண்ணங்கள் நம்மை அறியாமலே நம் மனதில் எழும். நேர்மறையான எண்ணங்களோ, எதிர்மறை எண்ணங்களோ, எந்த ஒன்றிலும், வெகு நேரம் அமிழ்ந்திருப்பது அதற்குரிய விளைவுகளை உருவாக்கும். எதிர்மறை எண்ணங்களிலேயே வெகு நேரம் இருப்பது, மன அழுத்தத்தை உண்டாக்கும். செயலாற்றாமல், நேர்மறை எண்ணங்களை எண்ணிக்கொண்டு மட்டும் இருந்தால், அது தொடர்புடைய எதிர்மறை எண்ணங்களை உருவாக்கிக் கொண்டே இருக்கும்.

தான் உறவு கொண்டவர்கள், தங்களைப் புகழ வேண்டும், பாராட்ட வேண்டும், தன் மீது அன்பு செலுத்த வேண்டும் என்று அனைவரும் விரும்புகிறார்கள். வெற்றிக்கும், மகிழ்ச்சிக்கும், பாராட்டு, புகழ், அன்பு செலுத்தப்படுவது இவற்றையே அளவீட்டு குறிகளாக ஆக்கி

வைத்துள்ளோம். அவற்றை அடைய முடியாதவர்கள், மற்றவர்கள் புகழப்படுவதைப் பார்க்கிறார்கள். அவர்களுக்கும் அது நடக்க வேண்டும் என்று காத்திருக்கிறார்கள். பாராட்டையும், அன்பையும் பெறுபவர்கள் அது பற்றி எண்ணி மகிழ்ந்து, அதைக் காலத்துக்கும் தக்கவைத்துக் கொள்ள வேண்டும் என்று நினைக்கிறார்கள். அவர்கள் அந்த பிம்பத்தைத் தக்க வைத்துக் கொள்ள வேண்டும் என்று அழுத்தத்தில் இருக்கிறார்கள். இந்த இரண்டு நிகழ்வுகளிலும், எதிர்பார்ப்புகள் அழுத்தத்தையே ஏற்படுத்துகின்றன. நாம் எதிர்பார்த்தது நடக்குமா, நடக்காதா என்று அழுத்தத்திலேயே மனம் இருந்து கொண்டே இருக்கிறது. அது நமக்கு கிடைக்காதோ என்ற எண்ணம் தான் மனதில் முதலில் ஏற்படும். அதன் பிறகு அது நடக்குமா, நடக்காதா என்ற பதற்றம். இவை அனைத்துமே நம்மை எதிர்மறை எண்ணங்களுக்கு இட்டு செல்கிறது.

அன்பையும், பாராட்டையும் உங்கள் மகிழ்ச்சிக்கு அளவுகோலாக வைத்திருக்கக் கூடாது. நெறிமுறையுடன் வாழ்வதும், கடமைகளைச் சரிவர செய்வதும் மிகவும் முக்கியமானவை. உங்களுக்கு அன்பும், பாராட்டும் கிடைக்கும். நீங்கள் விரும்பியவாறு எல்லாம் நடந்து, நீங்கள் வெற்றி அடைந்தாலும் உங்கள் மனதை அவை பாதிக்கா வண்ணம், சலனம் இல்லாமல் வைத்துக் கொள்ள வேண்டும். நீங்களோ, மற்றவர்களோ, வெற்றி அடைந்தாலும், அடையாவிட்டாலும், எல்லோரும் சமம் என்பதை நினைவில் வையுங்கள். வாய்ப்புகளும், சூழ்நிலைகளும் சரியான வண்ணம் யாருக்கு அமைகிறதோ அவர்களே வெற்றி பெறுகிறார்கள். மற்றவர்களுக்கும் அவை கிடைத்தால், அவர்களும் சாதிப்பார்கள். மற்றவர்களுக்குச் சாதகமாக விஷயங்கள் நொடியில் மாறி விடும். இந்த மனநிலையை வளர்த்துக் கொண்டால் எதிர்மறை எண்ணங்கள் உங்களிடமிருந்து ஓடி ஒளிந்து கொள்ளும்.

மக்கள் "எதிர்மறை எண்ணம் கொண்ட மனிதர்கள்" எனப்படுபவர்களைக் கையாள போராடுகின்றனர். நீங்கள் மிகவும் நேர்மறையானவராக இருந்தால், எதிர்மறை மனநிலை கொண்ட மக்களிடையே வாழலாம். நீங்கள் எதிர்மறை எண்ணங்களைக் கண்டுபிடித்து, அதற்கு அப்படியே எதிராக நடக்க வேண்டும். உங்களுக்கு அமைதியான மற்றும் தெளிந்த மனநிலை இருந்தால், நீங்கள் "எதிர்மறை மனநிலை கொண்ட மக்கள்" எனப்படுபவரிடையே வாழலாம். உங்களுக்கு உறுதியான மனம் இருந்தால் நீங்கள் அதைப் பற்றி கவலைப்பட வேண்டியதில்லை. நீங்கள் எங்கும் வாழலாம்; உங்கள் மீது தாக்கம் ஏற்படுத்த முடியாது.

நீங்கள் பணிபுரியும் இடத்திலோ, படிக்கும் இடத்திலோ, வசிக்கும் இடத்திலோ யாரோ ஒரு மனிதர் உங்களை தொல்லைப்படுத்துகிறார் என்று வைத்துக் கொள்வோம். அவரை நீங்கள் ஒழித்து விட

எண்ணுகிறீர்கள். நாம் அந்த இடத்தை விட்டு வெளியேறி வேறு இடத்திற்கு போய் விடலாம் என்பது ஒரு வழி. ஆனால் சில நேரங்களில் அத்தகைய ஒரு வழியைத் தேர்ந்தெடுக்கும் சூழல் நமக்கு இல்லாமல் இருக்கலாம். அங்கேயே இருக்க வேண்டிய கட்டாயம் ஏற்படலாம். நாம் இந்த மனிதரை தவிர்ப்பதற்காக, வேறொரு இடத்தில் பணியில் சேர்ந்தாலும், அங்கேயும் இதே போன்றதொரு பிரச்சினை ஏற்படலாம் என்பதை நாம் நினைவில் கொள்ள வேண்டும். உங்கள் மனம், இருக்கும் இடத்தில், இந்த மனிதரை ஏற்றுக் கொள்ளவோ, அதை தாண்டி வரவோ முடியாமல் திணறுகிறது; அதே மனதை எடுத்துக் கொண்டுதான் புதிய இடத்திற்கும் செல்கிறீர்கள்.

இந்த கஷ்டத்தை ஏற்கனவே அனுபவித்ததால், உங்களுடைய மனம் இத்தகையதோர் மனிதர் புதிய இடத்திலும் இருப்பாரோ என்று பதற்ற மடையும். உங்கள் மனம் தன்னையும் அறியாமல், அத்தகைய ஒரு மனிதரைத் தீவிரமாக தேடிக் கொண்டிருக்கும். உங்கள் மனதில் இருக்கும் பயமும், பதட்டமும், ஈர்ப்பு விதியை இயங்கச் செய்யும். அப்படிப்பட்ட ஒரு மனிதர் அங்கே இல்லையென்றாலும், கொஞ்சம் எரிச்சலும், தொல்லையும் ஏற்படுத்தும் ஏதாவது ஒரு நபர் கிடைத்து விடுவார். பின்னர் மெதுவாக நபர் பெரும் தொல்லை தரும் நபராக மாறி விடுவார் - நீங்கள் பயந்ததைப் போலவே. இந்த புதிய மனிதரைப் பற்றி உங்கள் மனம் எப்போதும் சிந்திக்க ஆரம்பித்து விடும். அவர் உங்கள் மனதில் மிகப்பெரிய தொல்லையாக மாறிவிடுவார். நல்ல சுகமான, தொல்லையே இல்லாத வாழ்வை தான் உங்கள் மனம் பேராசையுடன் விரும்பும். நீங்கள் உங்களைப் பற்றி மட்டுமே கவலைப்பட்டுத் தொல்லை இல்லா வாழ்வு வேண்டும் என்று நினைப்பீர்கள்.

இதை வெல்வதற்கு நீங்கள் கீழ்க்கண்டவற்றை செய்ய வேண்டும்

1. அது போன்ற மனிதர்களிடம் அவர்கள் தொல்லை தருகிறார்கள் என்றும் அதை அவர்கள் நிறுத்த வேண்டும் என்றும் தைரியமாக கூறுங்கள். சில நல்லிதயம் கொண்ட மனிதர்கள், புரிந்து கொள்ளும் தன்மை உடையவர்கள், தாங்கள் செய்து கொண்டிருப்பதை நிறுத்தி விடுவார்கள். பின் விளைவுகள், எதிர்மறை தன்மை, வேண்டாத விமர்சனங்கள் மற்றும் பயம் காரணமாக பாதிக்கப்பட்ட பலர் இதை நேரடியாக சொல்வதில்லை. ஆனால் நேரடியாக சொல்லிவிட்டால், அவர்கள் அதை ஏற்றுக் கொண்டு, உங்களிடம் நல்ல விதமாக நடந்து கொள்வார்கள். அந்த மனிதரிடம் இதை சொல்லவில்லையே என்ற குற்ற உணர்வையும் நீங்கள் போக்கிக் கொள்ளலாம்.

2. இப்படிப்பட்ட மனிதர்கள் எல்லா இடங்களிலும் இருப்பார்கள் என்பதை நாம் உணர வேண்டும். அவர்கள் இப்பொழுது உங்கள் வாழ்க்கையில் இல்லாவிட்டாலும், உங்கள் மனம் இதனால் பாதிக்கப்பட்டிருந்தால், அந்த பயமும், பதற்றமும், சாதாரண மனிதர்களைக் கூட கெட்ட மனிதர்களாக உங்களுக்கு காட்டும்.

3. மனிதர்களை அவர்களது இயல்புகளோடு ஏற்றுக் கொள்ளுங்கள். மற்றவர்களும் உங்களைப் போலவே இருக்க வேண்டும் என்ற எதிர்பார்ப்பு தான் ஏற்றுக் கொள்ளாமையின் காரணமாகும். மக்களின் இயல்பு, அவர்களது சந்தர்ப்பம், சூழ்நிலைகள் மற்றும் உயிரியல் காரணிகள் ஆகியவற்றால் ஏற்படுகிறது. அவர்கள் அதற்கு தகுந்தாற் போல் நடந்து கொள்கிறார்கள். உங்களுக்கு எதிரான செய்கைகளும் இவ்வாறு ஏற்படுவது தான். புரிந்து கொள்ளும் தன்மை, மக்களுடன் இணக்கமாக இருக்க உங்களுக்கு உதவும்.

4. முடிந்தால், அவர்கள் நேர்மறையான தன்மை உடையவராகி விட்டார் என்று காட்சிப்படுத்திக் கொள்ளுங்கள். அவர்களை நெருக்கமாக்கிக் கொண்டு அவர்களுக்காக இதை காட்சிப்படுத்துங்கள். அவர்களைப் பொறுத்தவரை விஷயங்கள் மாற ஆரம்பிக்கும். நெருக்கமாகிவிட்டால், அவர்களை நேர்மறையான மனிதராக நீங்கள் மாறச் சொல்லலாம். அவர்கள் நீங்கள் சொல்வதைக் கேட்பார்கள். எதிர்மறையான பேச்சுக்களைத் தவிர்க்குமாறு, முடிந்தால், அவர்களிடம் சொல்லுங்கள். சில நிமிடங்கள் நேர்மறையான விஷயங்களைக் காட்சிப் படுத்தி பார்க்குமாறு அவர்களிடம் கூறுங்கள். நீங்கள் முயற்சி எடுத்து, நேர்மறையான மனிதராக இருப்பது எப்படி என்று அவர்களுக்கு கற்றுக் கொடுத்து, அவ்வாறு மாற உதவி செய்யுங்கள்.

5. அப்படியும், அவர்கள் மாறவில்லை என்றால், நீங்கள் அமைதியாகி விடலாம். அவர்களால் பாதிக்கப்படாமல், நீங்கள் தொடர்ந்து நேர்மறையான மனிதராக இருக்கலாம். அவர்களைப் பற்றி ஏதாவது பயமோ, அல்லது அவர்களால் பாதிக்கப்பட்டு விடுவோமோ என்ற எண்ணமோ ஏற்பட்டால், அதை வளர்க்காமல் வெறுமையாக்கிக் கொண்டே இருங்கள். இது எதிர்மறையான மக்களையும், எதிர்மறையான எண்ணங்களையும், வெறுமையாக்க உங்களுக்கு உதவும்.

இரண்டு பேர் பேசிக் கொண்டிருந்தால், அவர்கள் தங்களைப் பற்றி தான் பேசுகிறார்கள் என்று பெரும்பாலும் நினைக்கிறார்கள். பெரும்பாலும்

இவர்கள் அடுத்தவர்களைப் பற்றி வம்பு பேசுபவர்களாக இருப்பார்கள். அந்த குற்ற உணர்ச்சியால் மற்றவர்களும் தங்களைப் பற்றி பேசுவதாக நினைத்துக் கொள்கிறார்கள். இது பாதுகாப்பின்மை மற்றும் தாழ்வு மனப்பான்மையால் ஏற்படுகிறது. வம்பு பேசுதல் எதிர்மறையான எண்ணங்களுக்கும், எதிர்மறையான அதிர்வுகளுக்கும் வழிவகுக்கும். இந்த நினைப்பை விரட்ட கீழ்கண்ட வழிகளை கையாளலாம்:

1. மற்றவர்களின் விமர்சனங்களைப் பொருட்படுத்தாதீர்கள். தீய மனிதர்கள் தான், அடுத்தவர்களைப் பற்றி தீமையாக பேசுகிறார்கள். அப்படி பேசுவதற்கான கர்மாவை அவர்கள் அனுபவிக்க வேண்டும்.

2. அவர்களுக்கு நாம் எதிர்வினை புரிந்தால் நமது கர்மாவில் ஒரு கணக்கை நாம் சேர்த்துக் கொள்கிறோம்.

3. அடுத்தவரைப் பற்றி வம்பு பேசுவதை நிறுத்துங்கள்.

4. அனைத்தும் இறைவனுக்குத் தெரியும் என்பதால், அவருக்கும், உங்களுக்கும் இடையில், ஒரு தொடர்பை உருவாக்கிக் கொள்ளுங்கள்.

5. நல்ல முறையிலோ, வேண்டாத முறையிலோ, எதனோடாவது நீங்கள் இணைந்தில்லாத வரையில், யாருக்கும், எதற்கும், நீங்கள் அவ்வளவு முக்கியமல்ல.

6. வம்பு கூட தற்காலிகமானது தான்; நிரந்தரமானது அல்ல. அது "பிரேக்கிங் நியூஸ்" போன்றது. வேறு ஏதாவது இதைவிட சுவாரசியமாக வந்துவிட்டால், உங்கள் செய்தி மறக்கப்பட்டு விடும்.

7. சாதனை, பணம், அதிகாரம், புகழ் இவை எல்லாவற்றையும் தாண்டி, அனைவரும் சமம் என்பதை நினைவில் கொள்ள வேண்டும். இதை 100% நம்புங்கள். ஆனால் நீங்கள் முயற்சி செய்ய வேண்டும்; முயன்றும் அது நடக்கவில்லை என்றால் அதை ஏற்றுக் கொள்ளுங்கள்.

8. இறுதியாக, அது தொடர்பான எண்ணங்களை வளர விடாதீர்கள். அது உங்கள் மனதை விட்டு வெளியேறும் வரை, அதை வெறுமையாக்கிக் கொண்டே இருங்கள்.

நாம் எப்போதும் எதிர்மறையான விஷயங்கள் மற்றும் எதிர்மறையான மக்களைக் கண்டு பயந்து அவர்களைத் தவிர்த்துக் கொண்டே இருக்க முடியாது. ஆனால் எதிர்மறை எண்ணங்கள் அல்லது எதிர்மறையான

மக்களோடு எப்போதும் இருந்தால், அது ஆபத்தாக முடியும். யாருக்காவது ஏதாவது எதிர்மறையாக நடக்க வேண்டும் என்ற விருப்பமோ, எதிர்மறையான எண்ணங்களோ கூட ஒரு மேம்பட்ட சூழலையோ, அல்லது ஒரு நேர்மறையான விளைவையோ உருவாக்க வேண்டும். சில நேரங்களில், எதிர்மறையான சூழ்நிலைகளும், நேர்மறையான மாற்றத்தை உருவாக்கலாம். மோசமான சூழ்நிலையில் இருந்து, மிகவும் நல்ல விளைவு உருவாக, இது அனுமதிக்கும்.

எடுத்துக்காட்டு: ஒரு பள்ளியின் கவனமின்மை காரணமாக ஒரு குழந்தை இறந்தால், அந்தப் பள்ளியில் புதைந்து கிடக்கும் பல விஷயங்கள் வெளிவரும். மற்ற குழந்தைகளை வருங்காலத்தில் காப்பாற்ற பல பாதுகாப்பு முன்னெச்சரிக்கைகளை அறிமுகப்படுத்த முடியும். ஒரு குழந்தைக்கு கூட துரதிர்ஷ்டமான விஷயம் நடக்க வேண்டும் என்று நாம் விரும்பவில்லை. ஆனால், ஒரு குழந்தையின் இறப்பு, பல குழந்தைகளின் உயிரை காப்பாற்றும் அபாய மணியாகிறது. பல நூறு உயிர்களைக் காப்பாற்றும் விதமாக, ஒரு நபரை விபத்தில் பறிகொடுத்தல், எதிர்மறையான விஷயத்திலிருந்து, நேர்மறையான நிகழ்வுகள் நடக்கலாம் என்பதைக் காட்டுகிறது.

சில பேர் எதிர்மறையாகவே சிந்திக்கிறார்கள்: பெரும்பாலான விஷயங்கள் எதிர்மறையாகவே நடக்கும் என்று எதிர்பார்க்கிறார்கள். அதை அவர்கள் ஆழ்மனதில் ஏற்றுக் கொள்ளவும் செய்கிறார்கள். நீங்கள் நியாயமாக முயற்சி செய்த பின்னும், உங்கள் எதிர்பார்ப்பின் படி விஷயங்கள் நடக்கவில்லை என்றால் அப்போது ஏற்றுக்கொள்ளுதல் நல்லது. மனம், தான் நினைத்தபடி தான் விஷயங்கள் நடக்க வேண்டும் என்று எதிர்பார்க்கும் மிகப்பெரிய ஈகோவைக் கொண்டது. நீங்கள் காரியங்கள் எதிர்மறையாக நடக்க வேண்டும் என்று விரும்பினால், அவ்வாறே நடக்கும். அதற்கு எதிராக நடந்தால் அது நம் ஈகோவை காயப்படுத்துகிறது; நம்மை ஏமாற்றத்துக்கு உள்ளாக்குகிறது.

தோல்வியால் துவண்டு போவது நல்லதல்ல. ஆனால் முயலும் முன்பே, தோல்வியை ஒப்புக் கொள்வதும் நல்லதல்ல. துவங்குவதற்கு முன்பே, உங்கள் எதிர்மறை அணுகுமுறை, எதிர்மறை விளைவுகளை ஒப்புக்கொள்ள செய்கிறது. எதிர்மறையான விளைவை எதிர்பார்க்கும் போது நேர்மறை விளைவு ஏற்பட்டால் நாம் ஏமாற்றம் அடைவது இயல்புதான். எப்போதும் எதிர்மறையாகவே யோசிக்கும் உங்களது தன்மையை மாற்றிக் கொள்ள வேண்டியது அவசியம். நேர்மறையாக யோசியுங்கள். திட்டமிட்டு, முயலுங்கள். உங்கள் திட்டப்படி எதுவும் நடக்கவில்லை என்றால், பிறகு அதனை ஏற்றுக் கொள்ளுங்கள்.

வாழ்க்கை என்பது நீங்கள் எல்லாவற்றையும் சுலபமாக எடுத்துக் கொள்ளும் திறனைப் பொறுத்தது. நடந்து முடிந்த பிறகு, மோசமான விஷயங்களை கூட நம்மால் ஒப்புக்கொண்டு விட முடியும். அது நடக்கும் போதும், வாழ்க்கை முழுவதும் அதை ஏற்றுக் கொள்வது வாழ்க்கையைச் சுலபமாக்கும். எல்லாமே சாதாரணமான, சுலபமான விஷயம்தான். எல்லாவற்றையும் சாதாரணமாக ஏற்றுக் கொள்ள முடியும். எதிர்மறை எண்ணங்கள், பயம், பதற்றம், மற்றவரின் எதிர்மறை விமர்சனங்கள் ஆகியவற்றைப் பற்றி கவலைப்பட்டு நாம் அனைத்தையும் பெரிதாக்குகிறோம். எல்லாவற்றையும் சுலபமாக எடுத்துக் கொள்வது மகிழ்ச்சியாக வாழ சிறந்த வழி.

நீங்கள் இந்த உலகத்தில் தனியாக இருக்கிறீர்கள், நீங்கள் பல விஷயங்களைச் செய்ய முடியும் என்று கற்பனை செய்து கொள்ளுங்கள். அதைப்பற்றி விமர்சிக்கவோ, மதிப்பிடவோ யாரும் இல்லை என்பதால், நீங்கள் அதைப் பற்றியோ, அதன் விளைவுகளைப் பற்றியோ கவலைப்பட வேண்டியதில்லை. பெரும்பாலும் நமது கவலைகள், அடுத்தவர்கள் என்ன சொல்வார்களோ, எப்படி விமர்சிப்பார்களோ என்பதைப் பற்றியே இருக்கிறது. இந்த உலகத்தில் இருக்கும் அனைத்து மக்களுக்கும் அதே விஷயத்தைக் கற்பனை செய்து பாருங்கள். நாம் கவனிக்கப்படுகிறோம், நாம் தொல்லை செய்யப்படுகிறோம் என்று நாம் நினைக்கிறோம். ஆனால் உண்மை என்னவென்றால், எல்லோரும் தங்கள் வேலையில் பிஸியாக இருக்கிறார்கள். அவர்கள் தங்களைப் பற்றிக் மட்டுமே கவலைப்படுகிறார்கள். சோம்பேறிகளும், எதிர்மறை தன்மை உடையவர்களும் தான் உங்களைக் கவனிக்கிறார்கள்; ஏனெனில், அவர்கள் உங்களுக்கு சமமாக ஆக விரும்புகிறார்கள். ஒருவர் எதிர்மறை மக்களின் அதிர்வுகளைப் பற்றி கவலைப்பட வேண்டியதில்லை. நீங்கள் திட்டமிட்ட, ஒழுங்கான முயற்சிகளைச் செய்தால் எல்லாம் நடக்கும். அது நடக்கவில்லை என்றாலும், சிறிது காலத்திற்குப் பிறகு அதை சுலபமாக ஏற்றுக் கொண்டு விட முடியும். ஒவ்வொரு வினாடியையும், நிகழ்வையும், சுலபமாக எடுத்துக் கொள்ள பழகுங்கள். வாழ்க்கை அழகாகும்.

22. மனிதர்கள், கருத்து வெளிப்பாடு மற்றும் கட்டுப்படுத்தப்படுதல் குறித்த பயம்

- மற்றவர்களோடு பேசுவது குறித்த பயம்
- ஆதிக்கம் மற்றும் கட்டுப்பாடு
- எதிர்வினையும் பதில் வினையும்
- நாம் எதைக் கட்டுப்படுத்த முடியும்
- மனிதர்கள், கருத்து வெளிப்பாடு மற்றும் கட்டுப்பாடு குறித்த பயத்தை வெற்றி கொள்ள உணர வேண்டிய முக்கியமான அம்சங்கள்

நம் மனம் மற்றவரைப் பற்றிய வீணான பயங்களைத் தோற்றுவிப்பதால் நாம் மனிதர்களிடம் பேச பயப்படுகிறோம். அவர்கள் நமக்குப் பெரிய பிரச்சனைகளை உண்டாக்கி விட முடியும் என்று நினைக்கிறோம். அவர்கள் தீங்கு செய்யாதவர்களாகவே இருக்கலாம். ஆனால் அவர்களைப் பற்றிய நமது எண்ணங்கள் பல பயங்களை உருவாக்கும். நமது உணர்ச்சிகளுக்கு நாம் தான் பொறுப்பேற்க வேண்டும். இந்த பயங்களையும், மனப்பான்மைகளையும் நாம் தான் குணமாக்கி கொள்ள வேண்டும்.

சிலரைக் கேள்வி கேட்டு பழக்கம் இல்லாததால், அவர்களிடம் சில விஷயங்களைச் சொல்லவும், கேட்கவும், மனிதர்கள் தயக்கம் காட்டுவார்கள். அவர்களுக்கு அதில் பழக்கம் இல்லாததால், மனத்தடை ஏற்பட்டு, மகிழ்ச்சி இல்லாத வாழ்க்கை வாழ்கிறார்கள். அவர்களைக் கேள்வி கேட்பதால், சண்டை வந்துவிடும் என்று பயப்படுகிறார்கள். அப்படிப்பட்ட ஒன்றை அவர்கள் வாழ்க்கையில் எதிர்கொண்டதே இல்லை. ஒன்றைப் பேசுவதால் வரும் எதிர்மறை விளைவுகளைப் பற்றி மட்டுமே அவர்கள் சிந்திக்கிறார்கள்.

பொதுவாக, கட்டுப்படுத்தும் அதிகாரம் படைத்தவர்கள், சில விஷயங்களைச் சாதாரணமாக எடுத்துக் கொள்வார்கள். மற்றவர்கள், தங்கள் கருத்துக்களும், எண்ணங்களும், உணர்ச்சிகளும் மதிக்கப்படவில்லை என்று நினைத்தாலும், அதிகாரம் படைத்தவரிடம், கட்டுப்படுத்துபவரிடம் அதைச் சொல்ல தயங்குவார்கள். இந்த பயத்தை வென்றால், உளவியல் ரீதியாக அந்த மனத்தடை உடைந்தால்,

இரு தரப்பும் அதை சுலபமாக ஒப்புக்கொள்ள தொடங்குவார்கள். கட்டுப்படுத்துபவருக்கு முதலில் இது அதிர்ச்சியாக இருந்தாலும், சிறிது காலத்துக்கு பிறகு அதை ஏற்றுக் கொண்டு, மறந்து விடுவார். பிறகு, உங்களுடன் பேசும் போது கவனத்துடன் இருப்பார். நீங்கள் விடுதலை கிடைத்து விட்டதாக திருப்தி அடைந்து, உங்கள் விருப்பத்திற்கு வாழ ஆரம்பிக்கலாம்.

உங்களைப் பற்றி யாரேனும் தவறான விமர்சனம் செய்திருக்கிறார் என்று வைத்துக் கொள்ளலாம். உங்களை விமர்சனம் செய்த அந்த மனிதரின் மீது உங்களுக்கு எவ்வித கட்டுப்பாடும் இல்லை. ஒரு முறை, உங்களைப் பற்றி தவறாக பேச வேண்டாம் என்று நீங்கள் அவருக்கு சொல்லலாம். அவர்கள் நீங்கள் சொல்வதைக் கேட்பதற்கான சாத்தியக்கூறு உள்ளது. ஆனால் அவர்கள் அதையே செய்து கொண்டிருந்தால், உங்களால் எதுவும் செய்ய முடியாது. பல மக்கள், பல சந்தர்ப்பங்களில், நம்மைப் பற்றியும், பிற விஷயங்களைப் பற்றியும் விமர்சனம் செய்திருப்பார்கள். அவர்கள் அப்படி நடந்து கொள்ளக் கூடாது என்று அவர்களுக்கு நாம் சொல்ல முடியாது. ஆனால் நமது செயல்கள் மற்றும் நாவின் மீது நமக்கு கட்டுப்பாடு இருக்கிறது. நாம் மற்றவர்கள் மனதையும், செயல்களையும் கட்டுப்படுத்த முடியாது. அதற்கு நாம் எதிர்வினை ஆற்ற ஆரம்பித்தால், சிறிது நேரம் நமது ஈகோ திருப்தி அடையும். ஆனால் எதிர்பக்கத்திலிருந்து பதில் வினை ஒன்று உருவாகும். இது இப்படியே போய்க் கொண்டிருந்தால், இறுதியாக நீங்கள் மன அழுத்தத்திற்கு ஆளாகி விடுவீர்கள். நீங்கள் பாதிக்கப்பட்டவராக உணரத் தொடங்கி விடுவீர்கள்.

நமது ஒழுக்கம், ஆசைகள், எதிர்வினைகள் போன்ற சில விஷயங்களை நம்மால் கட்டுப்படுத்த முடியும். ஆனால் மற்றவர்களின் செயல்கள், ஆசைகள், எதிர் வினைகள் ஆகியவற்றை, அவர்களது இயல்பு வேறானது என்பதால், நம்மால் கட்டுப்படுத்த முடியாது. ஒரு குறிப்பிட்ட வயது வரை நம்மால் நம் குழந்தைகளைக் கட்டுப்படுத்த முடியும். ஆனால் ஒரு குறிப்பிட்ட முதிர்ச்சியடைந்த வயதிற்கு மேல், அவர்களையும் நம்மால் கட்டுப்படுத்த முடியாது. நாம் அவர்களுக்கும், ஏன், மற்றவர்களுக்கும் கூட, எது நல்லது என்று எடுத்து சொல்லி அதைப் பின்பற்றுமாறு யோசனை கூறலாம். ஆனால் அவர்களைக் கட்டாயப்படுத்தினால், அது அவர்களது ஈகோவைப் பாதிக்கும். நம்முடைய சொந்த நன்மைக்குத் தான் அவ்வாறு செய்கிறோம் என்று அவர்கள் நினைக்கக்கூடும். மக்கள் கட்டுப்படுத்தப்படுவதை விரும்பாததால் நீங்கள் நன்மைக்காகவே சொன்னாலும், உங்களை எதிர்ப்பார்கள். உங்களைத் துன்பப்படுத்துவதற்காகவும், எரிச்சலூட்டவும், அவர்கள் உங்களுக்கு எதிராக நடக்கக்கூடும்.

நாம் சில விஷயங்களை நம்பவும் உணரவும் செய்தால், பெரிய நன்மை நடப்பதற்காக, நாம் கட்டுப்பாட்டுடன் இருக்க வேண்டும். அதை நடத்துவதற்காக ஒருவர் அதிகாரத்தைப் பயன்படுத்தலாம். கட்டுப்படுத்த, அதிகாரம் உங்களுக்குப் பயன்படுகிறது. ஆனால் நல்ல விஷயங்களைச் செய்வதற்காக மட்டும் அதைப் பயன்படுத்த வேண்டும். மக்கள் அதை எதிர்த்தால், நீங்கள் அதை ஒப்புக்கொண்டு, விலகி விட வேண்டும். மற்றவர் நம் பேச்சைக் கேட்கவில்லையே என்ற கவலையிலிருந்தும், நிராசையிலிருந்தும் இந்த ஏற்றுக்கொள்ளும் தன்மை, உங்களுக்கு உடனடி நிவாரணம் அளிக்கும்.

நாம் பிறருடன் பழகும் போது, அடுத்தவர் மனதில் நம் மதிப்பைக் கூட்டுவது, நம்மைப் பற்றிய சுய மதிப்பை அதிகரித்துக் கொள்வது, அடுத்தவருக்கு அதிக மதிப்பு அளிப்பது போன்ற விஷயங்களை, அறிந்துச் செய்யலாம். நாம் அடுத்தவர் இடத்தில் இருந்து அவர்களைப் புரிந்து கொள்ள வேண்டும். அவர்கள் நன்மை செய்தால், மகிழ்ச்சியாக இருங்கள். அவர்கள் ஏதாவது தீமை செய்தால், அவர்கள் இடத்தில் இருந்து, அதைப் புரிந்து கொள்ள முயற்சி செய்யுங்கள். அவர்கள் செய்யவில்லை; அவர்களது சூழ்நிலைகள் தான் உங்களுக்கு எதிராக அவர்களைச் செயல்பட வைக்கிறது என்பதை உணர்ந்து கொள்வது மிகவும் முக்கியமானது. இந்த மனநிலை இருந்தால், நாம் யாரையும் வெறுக்க மாட்டோம். இது முற்றிலும் நேர்மறையான அதிர்வுகளை ஏற்படுத்தும். இந்த மனநிலையில், நாம் அமைதியாக, சலனம் இல்லாமல் இருப்போம். மக்கள் தானாகவே நம்மை நோக்கி வரத் தொடங்குவார்கள்.

நாம் இவற்றை உணர வேண்டும்:

1. உங்களது செயல் மற்றும் சொல்லைத் தான் நீங்கள் கட்டுப்படுத்த முடியும்

2. இறைவன் எல்லாவற்றையும் கவனித்துக் கொண்டிருப்பதால், அவருக்கும், உங்களுக்கும் இடையே ஒரு தொடர்பை ஏற்படுத்திக் கொள்ள வேண்டும். இந்த உண்மையை அறிந்து செயல்படுவதால் நீங்கள் இறைவனோடு வசதியாக இருக்க முடியும்.

3. உங்களை எந்த வகையிலாவது விமர்சனம் செய்தவர் அல்லது காயப்படுத்தியவரின் தீய கர்மாவை இறைவன் கவனித்துக் கொள்வார். நீங்கள் கடுமையான முறையில் எதிர்வினை புரிந்தால், நீங்களும் கெட்ட கர்மாவின் விளைவுகளைச் சந்திக்க நேரிடும். மற்றவர்கள் உங்களைத் தொல்லை செய்து,

காயப்படுத்தினால், உங்களைத் தொந்தரவு செய்வதை நிறுத்துமாறு அவர்களிடம் அமைதியாகக் கூறலாம். அப்படியும் அவர்கள் தொடர்ந்து செய்து கொண்டே இருந்தால், நீங்கள் அமைதியாக அவர்களிடம் இருந்து விலகி விடலாம்.

4. நீங்கள் புறக்கணிக்கப்படுவதாக ஒருபோதும் நினைக்காதீர்கள். நீங்கள் சரியாகப் புரிந்து கொண்டு, சரியாகப் பேசினால், நீங்கள் மக்கள் மனதில் இடம் பிடித்து விடுவீர்கள். மற்றவரிடம் நீங்கள் நினைப்பதை சரியாக கூற உங்களுக்குத் தெரியவில்லை என்றால் இடைவிடாத பயிற்சிகள் மற்றும் முயற்சிகள் மூலம் நீங்கள் கற்றுக் கொள்வீர்கள். எனவே எதையும் மதிப்பிட வேண்டாம்; நிறுத்த வேண்டாம்.

5. எல்லோரையும் அவர்களது இயல்போடு அப்படியே ஏற்றுக் கொள்ளுங்கள். அது உங்களுக்கு உடனடி நிவாரணத்தைத் தரும். நீங்களும் எப்படி இருக்கிறீர்களோ, அப்படியே வாழலாம்.

6. உங்கள் உள்ளம் உறுதியாக இருந்தால், நீங்கள் யாரையும் சார்ந்து இருக்காமல், தனித்து வாழ கற்றுக் கொள்ளலாம். தினசரி தியானம் மற்றும் மூச்சுப் பயிற்சி அடிப்படையிலான கிரியாக்கள் மூலமாக, உங்கள் உடலையும் மனதையும் அமைதிப்படுத்தி, அத்தகைய மனதை உருவாக்கலாம். அது எல்லாவற்றையும் சுலபமாக எடுத்துக் கொள்ள உங்களுக்கு உதவும்.

7. இறுதியாக, இது பற்றிய மிக அதிக சிந்தனைகளும், எண்ணங்களும் உங்களைப் பைத்தியமாக்கி விடும். அது எதற்கும் தீர்வு காண உதவாது. அதனால், அவை வரும்போது, அவற்றை வளர்ப்பதற்கு பதில் வெறுமையாக்கி கொண்டே இருங்கள்.

நாம் மனிதர்களை முடிந்த அளவுக்கு கவனித்துக் கொள்ள வேண்டும்; அவர்களைச் சந்திக்கும்போது அவர்களிடம் நயமாக நடந்து கொள்ள வேண்டும்; அவர்களுக்கு பிடித்ததில் நாமும் அக்கறை காட்ட வேண்டும்; அவர்களது நல்ல செயல்களுக்கு அவர்களை உண்மையாக பாராட்ட வேண்டும். இவற்றை நல்ல நோக்கங்களோடு செய்ய வேண்டும். அப்படி செய்தால், அவர்களுடைய வாழ்வில் நம்முடைய மதிப்பு கூடும்; அவர்களும் நமக்கு உதவுவார்கள்.

23. மற்றவர்களுடன் நம்மை ஒப்பிட்டுக் கொள்ளுதல்

➡ நம்மை மற்றவருடன் ஒப்பிட்டுக் கொள்வதன் விளைவுகள்
➡ மற்றவருடன் ஒப்பிட்டுக் கொள்வதால் வரும் பாதுகாப்பின்மை
➡ ஒப்பீடு, மதிப்பீடு மற்றும் உறவு முறைகளில் புரிதல் இன்மை
➡ சுயநலமில்லா வாழ்க்கை - ஒப்பீட்டிலிருந்து விடுதலை

ஒப்பீடு என்பது, மனித மனங்கள் பாதிக்கப்படுவதற்கு முக்கியமான காரணங்களில் ஒன்றாகும். மற்றவருடன் ஒப்பிடும் போது நாம் உயர்ந்தவர் என்று நினைத்துக் கொண்டாலும், மேம்பட்டவர் என்று மதிப்பிட்டுக் கொண்டாலும் நாம் உற்சாகமடைந்து விடுகிறோம். ஆனால் அந்த நிலையைத் தக்க வைத்துக் கொள்ள வேண்டும் என்ற அழுத்தம் நம்மை ஆட்டிப் படைக்கும். நம்முடன் ஒப்பிடும்போது, யாராவது மேம்பட்டவர் என்று கருதப்பட்டு விட்டால், நாம் கவலை அடைந்து விடுகிறோம். நாம் உயர்ந்தவராகவே இருந்தாலும், மகிழ்ச்சியின்றி இருக்கிறோம். நாம் அடுத்தவரை விட குறைந்தவர் என்று நினைத்துக் கொண்டால் எப்படியும் மகிழ்ச்சி இல்லாமல் தான் இருப்போம். ஆக இரு நிகழ்வுகளிலும், ஒப்பீட்டால் வருத்தம் தான் வருகிறது.

பொறாமை, பாதுகாப்பின்மை, பயம், ஈகோ, எதிர்மறை தன்மை மற்றும் பேராசைக்கு ஒப்பீடு தான் காரணம். பாதுகாப்பின்மை என்பது, மற்றவர்கள் நம்மைப் பற்றி தாழ்வாக நினைத்து விடுவார்களோ என்ற பயம்தான். பாதுகாப்பின்மையும், ஒப்பீடும் மனதில் தோன்றும் பொறாமைக்கு காரணங்களாகும். வெற்றி பெறும் மற்றவர்கள் கொண்டாடுவதைக் காணுவது நம்மை பொறாமை கொள்ள வைக்கிறது.

பெற்றோர்கள் தங்கள் குழந்தைகளுக்கு இடையே செய்யும் ஒப்பீடும், மற்ற குழந்தைகளோடு செய்யும் ஒப்பீடும், சிறு வயதில் பல பாதுகாப்பின்மைகளை ஏற்படுத்தி, அவர்கள் பெரியவர்களான பிறகும் அது தொடர வழி வகுக்கிறது. நான் தனிப்பட்ட எடுத்துக்காட்டை இது தொடர்பாக உங்களுடன் பகிர்ந்து கொள்ள விரும்புகிறேன்:

அ.தி.ராஜ்குமார்

தன் குழந்தைகளுக்கிடையே ஒப்பீடு செய்வதில் என் தந்தை பெயர் பெற்றவர். சிறு குழந்தையாக இருந்தபோது, என்னை அவர், என் அண்ணன் தம்பிகளுடன் ஒப்பிட்டு, பல இடங்களில் எனக்கு திறமை போதாது என்று சொல்லிக் கொண்டிருப்பார். என் சகோதரர்களோடு ஒப்பிடுகையில், நான் உதவாக்கரை என்று அவர் கூறி வந்தார். இது எனக்குள் அழுத்தம், பயம், பதற்றம், பொறாமை, ஈகோ போன்றவற்றை தோற்றுவித்தது. என் பதின்ம வயதிலும் இது தொடர்ந்தது. எனக்கு ஒப்பீட்டை எவ்வாறு கையாள்வது என்று தெரியவில்லை; அதனால் மனச்சோர்வுக்கு உள்ளானேன்.

நான் என் வாழ்க்கை துணையைத் தேர்ந்தெடுத்து, காதல் திருமணம் செய்து கொள்ள முடிவு செய்த போது, அவர் நான்தான் குடும்பத்தில் தவறி பிறந்தவன் என்றார். அந்த நேரத்தில் என் சகோதரர்கள் அனைவரும் நன்றாக செட்டில் ஆகிவிட்டனர். எனக்கு சரியான வேலை இல்லை. எல்லா அழுத்தங்களும், ஒப்பீடும் என்னை மிகவும் மனச்சோர்வுக்கு ஆளாக்கின. நான் வீட்டை விட்டு வெளியேறினேன். அதிர்ஷ்டவசமாக, அதற்குப் பிறகு என் வாழ்க்கை மாறியது. பல பிசினஸ் வாய்ப்புகள் எனக்கு கிடைக்க ஆரம்பித்தன. நான் நன்றாக சம்பாதிக்க ஆரம்பித்தேன். சொத்து, மகிழ்ச்சி, முக்கியமாக எது நடந்தாலும், சலனம் அடையாத மனம் ஆகிய எல்லாவற்றையும் வாழ்க்கையில் அடைந்தேன். அதிலிருந்து, நான் பல விஷயங்களைச் சாதித்து விட்டேன். கடவுள் அருளால் மிகவும் நன்றாக, வளமாக இருக்கிறேன்.

இப்போது என் தந்தை, அவரது குழந்தைகளில், நான் தான் மிகவும் பணக்காரன், மிகவும் ஆசிர்வதிக்கப்பட்டவன், மிகவும் திருப்திகரமானவன் என்று சொல்லத் தொடங்கி விட்டார். நான் அழகான மனதைப் பற்றி முழுதாக உணர்ந்து விட்டதால், அவருடைய இந்த வார்த்தையைக் கேட்டு பெரிதாக உற்சாகமடையவில்லை. ஒப்பீடு எனக்கு வலித்தது போல் தான் அடுத்தவருக்கும் வலிக்கும் என்று எனக்கு தெரியும்.

சரியான வசதிகள், வாய்ப்புகள், சூழ்நிலைகள் அமைந்தால் மட்டுமே ஒருவர் வெற்றியடைகிறார், என்பதை நான் உணர்ந்துவிட்டேன். இப்போது வெற்றியடையாத சிலருக்கு, அதே சந்தர்ப்பங்களும், சூழ்நிலைகளும் அமைந்தால், அவர்களும் வெற்றி அடையலாம். அதற்கு சிறிது காலமே பிடிக்கும். அதனால் ஒருவர் சிறந்தவர், மற்றொருவர் மோசமானவர் என்று கூறி மக்களை ஒப்பிடுவதில் எந்த அர்த்தமும் இல்லை. ஒருவர் 50 மீட்டர் தூரத்திலும், இன்னொருவர் 0 மீட்டர் தூரத்திலும் இருந்து, 100 மீட்டர் ஓட்டப்பந்தயத்தை ஓட ஆரம்பிப்பது போல் தான் அது.

அடுத்தவரின் செயல் திறனை வைத்து, பலர் தாங்கள் சாதிக்க வேண்டிய இலக்குகளை நிர்ணயிக்கிறார்கள். அவர்கள் தங்கள் வெற்றி அளவீடுகளை அடுத்தவரின் செயல் திறனை வைத்து முடிவு செய்கிறார்கள். எடுத்துக்காட்டாக, உங்களது பக்கத்து வீட்டுக்காரர், நெருக்கமான நண்பர் அல்லது நெருக்கமான உறவினர் எண்பது மார்க் வாங்கி விட்டால், நீங்கள் 81 மார்க் வாங்க விரும்புகிறீர்கள். இந்த நிகழ்வில் நீங்கள் 100 மார்க் வாங்க கவனம் செலுத்துவதில்லை. எண்பது மார்க் வாங்கிய உங்கள் நண்பரை விட நீங்கள் பாராட்டப்படுவதற்கு 81 மார்க் போதுமானது. அதனால் நாம் மகிழ்ச்சி அடைந்து விடுகிறோம். உங்களுடைய நெருக்கமான வட்டத்தில் உங்கள் மார்க் அதிகமாக இருந்தால், உங்கள் நோக்கம் நிறைவேறி விட்டது. ஆனால் உங்கள் நெருங்கிய வட்டத்தில் இன்னொருவர் 85 மார்க்குக்களுடன் வந்தால் உங்கள் இலக்கு 86 மார்க் ஆகிவிடுகிறது. இந்த சுழற்சி நிற்கவே நிற்காது. நீங்கள் சிறிது நேரத்திற்கு மகிழ்ச்சியாக இருக்கலாம்; அதன் பிறகு அந்த பிம்பத்தைத் தக்கவைத்துக் கொள்ளும் அழுத்தத்தை நீங்கள் சந்திப்பீர்கள். அது, நீங்கள் என்னதான் சாதனை செய்திருந்தாலும், உங்கள் பாதுகாப்பின்மையை அதிகரித்து விடும்.

உங்களுக்குரிய அளவுகோல்களை நீங்களே நிர்ணயித்து அதை சாதிப்பதற்கு உண்மையான முயற்சிகளைச் செய்ய வேண்டும் என்பதே இங்கு கூற நினைக்கும் செய்தி. இது நடக்கவில்லை என்றால், மற்றவர்கள் சாதிக்கும் போதெல்லாம் நீங்கள் பாதுகாப்பின்மையை உணர்வீர்கள். இதனால் உங்கள் பாதுகாப்பின்மை குறைந்து, அடுத்தவருடன் உங்களை ஒப்பிட்டுக் கொள்ளாமல், உங்கள் சாதனைகளை நீங்களே மெச்சிக் கொள்ளலாம்.

மற்றவருடன் ஒப்பிடப்படுவது யாருக்கும் பிடிக்காது என்பது கண்கூடு. முதலில், நீங்கள் நன்றாக செயல்படும்போது அடுத்தவருடன் ஒப்பிடப்படுவது உங்களுக்கு பிடிக்கும். ஏனென்றால், அடுத்தவரை விட நீங்கள் பாராட்டப்படுவீர்கள். ஆனால், இது அந்த பிம்பத்தை தக்கவைத்துக் கொள்ள வேண்டும் என்ற அழுத்தத்துக்கு இட்டுச் செல்லும். வாழ்க்கை நியதிப்படி, அடுத்தவர்கள் விரைவாக, உங்களை விட அதிக செயல்திறன் காட்டுவார்கள். அந்த நேரத்தில், நீங்கள் ஒப்பீட்டை வெறுப்பீர்கள். நீங்கள் சிறந்தவராக இல்லையே என்ற மன அழுத்தத்துக்கு ஆளாவீர்கள். கடந்த காலத்தில், உங்களைப் பாராட்டிய பலர், இப்போது மற்றவர்களைப் பாராட்ட ஆரம்பிப்பார்கள்.

மனிதர்களாகிய நாம், சுய முக்கியத்துவத்தை இழந்து விடுவோமோ என்ற பயத்திலேயே வாழ்கிறோம். மற்றவருக்கு முக்கியத்துவம் அளிக்கப்பட்டு விட்டால், அதை நம்மால் தாங்க முடியாது. இது, பாதுகாப்பில்லாமல் உணரும் மக்களின் குணமாகும். பாதுகாப்பின்மையை உணரும்

மக்கள் அவர்கள்தான் எல்லா நேரங்களிலும் சிறந்தவர்களாக இருக்க வேண்டும்; அடுத்தவர்கள் அவர்களை விட குறைவு தான் என்று நினைக்கிறார்கள். அவர்கள், மற்றவர்களுக்குக் குறைந்த அன்பும், முக்கியத்துவமும் அளிக்கப்படுவதை உறுதி செய்து கொள்ள விரும்புகிறார்கள். பாதுகாப்பின்மையை உணரும் மக்கள், அடுத்தவருக்கு அன்பும், முக்கியத்துவமும் அளிக்கப்படும் போது, தாங்கள் மறக்கப்பட்டு விடுவோம் என்று நினைத்து, பயப்படுகிறார்கள். அவர்களால் மற்றவர்கள் பாராட்டப்படுவதைத் தாங்கிக்கொள்ள முடியாது. ஒரு வரம்புக்குள் பாராட்டுகள் இருந்தால் அவர்கள் அதை அனுமதிக்கிறார்கள். யாராவது அவர்களைச் சிறந்தவர்கள் என்று சொல்லி, அடுத்தவரையும் பாராட்டி, ஆனால் அவர் உங்கள் அளவுக்கு சிறந்தவர் அல்ல என்று சொன்னால், அந்தப் பாராட்டை ஓரளவுக்கு இவர்கள் அனுமதிக்கிறார்கள்.

நீங்கள் சிறப்பாகச் செயல்பட்டு கொண்டிருக்கும் போதும், யாராவது ஒருவர், மற்றவர்களோடு உங்களை ஒப்பிட்டு உங்களைப் பாராட்டினால் அவ்வாறு செய்ய வேண்டாம் என்று அவர்களிடம் கூறுங்கள். அவர்கள் அவ்வாறு செய்தால், நீங்கள் துள்ளி குதிக்காதீர்கள். அமைதியாக இருங்கள். அனைவரும் சமம் என்பதை மனதில் நிறுத்துங்கள். வசதிகளும், வாய்ப்புகளும் உங்களுக்கு ஏற்றவாறு செயல் புரிந்ததால், நீங்கள் சாதித்து விட்டீர்கள். இந்த மனப்பாங்கு, மற்றவர்கள் வேறொருவரை பாராட்டும் போதும், உங்களை அமைதியாக இருக்கச் செய்யும்.

இதைப் பற்றி பேசும்போது, நம்மை நாமே மற்றவர்களுடன் ஒப்பிட்டுக் கொள்வதும், மதிப்பிட்டுக் கொள்வதும் கூட தவறுதான் என்பதை நினைவில் கொள்வது மிகவும் முக்கியமாகும். "நல்லவன்" என்று அழைக்கப்படும் ஒரு மனிதன், நல்ல பெற்றோரை அடைந்திருக்கலாம்; பரம்பரையாக நல்ல குணம், நல்ல சூழல், நல்ல வாய்ப்புகள் ஆகியவற்றைப் பெற்றிருக்கலாம். "கெட்டவன்" என்று அழைக்கப்படும் மனிதன் பொல்லாத பெற்றோரை அடைந்து, பணம் இல்லாமல் உணவுக்காக திருட வேண்டிய நிலையில், நல்ல சூழ்நிலைகளில் வளர்க்கப்படாதவனாகவும் இருக்கலாம். "நல்லவன்" என்று அழைக்கப்படும் மனிதனும், இத்தகைய சூழ்நிலைகளைச் சந்தித்திருந்தால் அவனும் திருடனாகவோ, கொலைகாரனாகவோ, உதவி செய்யாதவனாகவோ உருவாகி இருக்கலாம்.

மதிப்பீட்டிற்கும், புரிதலின்மைக்கும், கோபத்திற்கும், இட்டுச்சென்ற ஒரு ஒப்பீட்டின் கதை இதோ!

கண்ணனுக்கு சபாபதி, முரளி என்று இரு அருமையான நண்பர்கள் இருந்தார்கள். இந்த மூவரும், மிகவும் நெருக்கமாகவும், எந்த எதிர்பார்ப்புகளும் இல்லாமல் ஒருவருக்கொருவர் உதவியும் செய்து கொண்டிருந்தனர். கண்ணன் ஏதோ பொருளாதார கஷ்டத்தில் இருந்தார். அப்போது அவரது மகனுக்கும் ஏதோ ஒரு அறுவை சிகிச்சை செய்ய வேண்டி வந்தது. அவர் இரண்டு லட்ச ரூபாய் கடன் வாங்க வேண்டிய சூழலில் இருந்தார். எனவே, அவர் தன் நண்பர்களை உதவிக்காக அணுகி, அந்த பணத்தைக் கடனாகக் கொடுக்குமாறு கேட்டுக் கொண்டார். இரு நண்பர்களும் தர ஒப்புக் கொண்டனர்; ஒரு வாரம் கழித்து அறுவை சிகிச்சைக்கான நாளும் குறிக்கப்பட்டது.

ஒப்புக்கொண்டபடி அறுவை சிகிச்சைக்கு முந்தைய நாள் சபாபதி கண்ணனின் அக்கவுண்டுக்கு பணத்தை ட்ரான்ஸ்ஃபர் செய்து விட்டார். ஆனால் முரளி அவ்வாறு செய்யவில்லை. கண்ணன் முரளியைப் போனில் அழைக்க முயற்சி செய்தார். ஆனால் முரளியின் போன் அணைத்து வைக்கப்பட்டு இருந்தது. கண்ணன் மன அழுத்தத்துக்கு ஆளாகி விட்டார். ஒரு நாள் முழுவதும் அவரால் முரளியைத் தொடர்பு கொள்ள முடியவில்லை என்றதும், கண்ணன் தனது மனைவியின் நகைகளை அடகு வைத்து தேவையான பணத்தைப் புரட்டினார். உரிய நேரத்தில் வராததற்காகவும், அவரின் நம்பிக்கையைக் கெடுத்ததற்காகவும், அவரை தவிர்த்ததற்காகவும், கண்ணன், முரளியின் மேல் கோபமாக இருந்தார்.

அறுவை சிகிச்சை முடிந்து ஒரு வாரத்தில், கண்ணனின் மகனைப் பார்க்க முரளி மருத்துவமனைக்கு வந்தார். கண்ணன் அவருடன் சரியாக பேசவில்லை. முரளி நடந்தது என்னவென்று விளக்க முயற்சி செய்தார். ஆனால் கண்ணன் கோபமாக இருந்ததால், அவர் சொல்வதை காது கொடுத்து கேட்கவில்லை. முரளி வருத்தமாக மருத்துவமனையை விட்டு கிளம்பினார். கண்ணன் சபாபதியிடம் நடந்ததைக் கூறினார். முரளி சுயநலமானவர் என்றும், அவர் தவிர்க்கப்பட வேண்டியவர் என்றும், கண்ணன் முடிவு செய்துவிட்டார்.

உண்மை என்னவென்றால், அறுவை சிகிச்சைக்கு முதல் நாள், முரளியின் பர்சும், மொபைல் போனும், ட்ரெயினில் பயணம் செய்யும்போது திருடப்பட்டு விட்டன. முரளி பிசினஸ் சம்பந்தமாக வேறு ஒரு ஊரில் இருந்ததால், அவரால் மருத்துவமனைக்குச் சென்று இந்த செய்தியை நேரில் தெரிவிக்க முடியவில்லை. அவருடைய பர்சில் அவருடைய டெபிட் கார்டு இருந்தது. அவருடைய வங்கிக் கணக்கிலிருந்து இரண்டு லட்ச ரூபாய் கொள்ளை அடிக்கப்பட்டுவிட்டது. எனவே அந்த நாளில், கண்ணனின் அக்கவுண்டுக்கு டிரான்ஸ்பர் செய்ய அவரிடம் பணம் இல்லை. முரளி உள்ளூர் காவல் நிலையத்திற்குச் சென்று புகார்

அளிக்க வேண்டி இருந்தது. அவர் கண்ணனை மற்றொருவரின் போன் மூலமாக தொடர்பு கொள்ள முயற்சி செய்தார். ஆனால், கண்ணன், அது தெரியாத நம்பரில் இருந்து வந்த அழைப்பு என்பதால், அது வேண்டாத அழைப்பு என்று நினைத்துப் போனை எடுக்கவில்லை.

முரளி மிகவும் அர்ப்பணிப்பு உடைய நண்பராக இருந்தாலும், சந்தர்ப்பங்களும், சூழ்நிலைகளும், அவர் உதவ முடியாமல் செய்துவிட்டது. இப்போது இதைப் புரிந்து கொள்ளாத கண்ணன், அவரை சுயநலவாதி என்றும், சூழ்ச்சி மிக்கவர் என்றும் கூறிவிட்டார். இப்படித்தான், ஏதாவது ஒரு நிகழ்வின் அடிப்படையில், மக்கள் ஒருவரது குண நலனை மதிப்பிட்டு விடுகிறார்கள். முரளி கண்ணனுக்கு இதற்கு முன்னால் பல நிகழ்வுகளில் உதவியிருக்கிறார். ஆனால் சில தவறுகள் ஏற்பட்டு விடும் போது, இந்த நிகழ்வுகள் நினைவுக்கு வருவதில்லை. நாம், எல்லோரையும் ஏதாவது ஒரு நிகழ்வின் அடிப்படையில், ஒப்பிட்டு, மதிப்பிட்டு, அவர்கள் மேல் கோபப்படக்கூடாது என்பதே, இந்த கதையின் நீதியாகும். மக்கள் சில நேரங்களில் நடந்து கொள்ளும் விதம், அவர்களது சந்தர்ப்பங்கள் மற்றும் சூழ்நிலைகளின் கட்டாயத்தின் காரணமாக இருக்கலாம் என்று நாம் எண்ணிப் பார்க்க வேண்டும்.

இந்த ஒப்பீட்டை இன்னொரு கோணத்தில் இருந்தும் பார்க்கலாம். தங்களுக்காக வாழ்ந்து, சாதிக்கும் மக்கள் ஒப்பீட்டால் பாதிக்கப்படுவார்கள். ஆனால் அடுத்தவர்கள் நலனுக்காகப் பணி செய்பவர்கள், ஒப்பீட்டால் பாதிக்கப்படவே மாட்டார்கள். இதற்கு எடுத்துக்காட்டாக ஒரு சின்ன கதையை பார்க்கலாம்.

குமாரின் தந்தை, அவரை அவரது சகோதரருடன் ஒப்பிட்டதால், குமார் வருத்தமாக இருந்தார். அவரது சகோதரர் அளவுக்கு அவர் சம்பாதிக்கவில்லை. அதனால் பாதுகாப்பும், முக்கியத்துவமும் இல்லாதவராய் உணர்ந்தார். அந்த வருத்தமும், தன்னுடைய திறமையையும், மதிப்பையும் நிரூபிக்க வேண்டிய அவசியமும் இருந்ததால், அவர் கடுமையாக உழைத்தார். சிறிது காலத்தில் பணத்திலும் முக்கியத்துவத்திலும் அவர் தனது சகோதரரைத் தாண்டி சென்று விட்டார் வாழ்க்கையில் நடந்த மாற்றங்களால் அவர் உற்சாகம் அடைந்தார். அவர் பொது மேலாளர் பதவிக்கு பதவி உயர்வு செய்யப்பட்டார். தற்போது அவர், பதவி, அதிகாரம் ஆகியவற்றைக் கொண்டாடிக் கொண்டிருந்தார்.

இதற்கிடையில் குமார் வேலை செய்யும் அதே கம்பெனியில் வேலை செய்த ராம் என்பவர் தன்னுடைய புத்திசாலித்தனமான வேலையால் வைஸ் ப்ரெசிடெண்ட் பதவிக்கு உயர்த்தப்பட்டார். அவர் குமாரை

விட அதிகாரம் படைத்தவர் ஆகிவிட்டார். மக்கள் அவரைப் புகழ்ந்து குமாருடன் ஒப்பிட ஆரம்பித்தார்கள். குமார் மீண்டும் வருத்தப்பட ஆரம்பித்து விட்டார். இப்போது, முதலிலிருந்து, அவர் ராமை விட அதிகாரம் படைத்தவராக, அப்படிப்பட்ட ஒரு பதவியை அடைய பணி செய்ய ஆரம்பிக்க வேண்டும்.

கேள்வி என்னவென்றால், ராமுடன் தன்னை ஒப்பிட்டுக்கொண்டு, அதனால் வரும் பாதுகாப்பின்மையைப் போக்க குமார் அந்த பதவியை அடைய விரும்புகிறாரா அல்லது மற்ற காரணங்களுக்காகவா என்பதுதான். அவர் மற்றவர்களுடன் தன்னை ஒப்பிட்டுக் கொண்டு, அதனால் வரும் பாதுகாப்பின்மை உணர்வின் காரணமாகவும், மற்றவர்கள் தன்னைப் புகழ வேண்டும் என்பதற்காகவும் சாதித்துக் கொண்டிருந்தார். அனைவரையும் விட தான் உயர்ந்தவர் என்று மற்றவர் சொல்ல வேண்டும் என்ற தனது ஈகோவின் தேவைக்காக, முயற்சிகளைச் செய்தால், மகிழ்ச்சியாக இருக்க முடியாது என்ற பாடத்தை அவர் இன்னும் கற்றுக் கொள்ளவில்லை.

ஏதோவொரு பொது நன்மைக்காக, நாம் வாழவும், சாதிக்கவும் ஆரம்பிப்பது மிகவும் முக்கியமாகும். பாதுகாப்பில்லாமல் உணரும் அனைவருக்கும் இது பொருந்தும். "நான்" என்பதை நீக்கிவிட்டு "நாம்" என்று சொல்வது நல்லது. அதிகாரம், பணம், புகழ் என எது இருந்தாலும், இல்லாவிட்டாலும், இறைவன் பார்வையில் யாவரும் சமம் என்பது உணர வேண்டும். இந்தக் காரணிகள் இருந்தாலும், இல்லாவிட்டாலும், எதனுடனும் நாம் நிம்மதியாக இருக்கலாம்.

24. காதலும் திருமணமும்

- நாம் ஏன் சிலருடன் நெருக்கமாக உணர்கிறோம்
- நமது உறவு முறைகள் எதன் அடிப்படையிலானவை
- திருமணம் - - நடைமுறை தேர்வுகள் மற்றும் எடுக்கப்பட வேண்டிய முடிவுகள்

யாரும் உங்களை எடுத்தவுடன் அப்படியே விரும்ப ஆரம்பித்து விடுவதில்லை. உங்கள் தோற்றம், குணம், நிதி நிலைமை, திறமை ஆகியவற்றின் காரணமாக உங்களை விரும்ப ஆரம்பிக்கிறார்கள். மற்றவரின் தேவையை நீங்கள் பூர்த்தி செய்வதால் அவர்கள் உங்களுக்கு நெருக்கமாகி, உங்களை விரும்ப ஆரம்பிக்கிறார்கள். உங்கள் தேவைகளை யாராவது பூர்த்தி செய்தால் நீங்கள் அவரிடம் நெருக்கமாவீர்கள். இந்த குணங்கள் குறைந்தால், காதலும் குறையலாம். எல்லாமே பரஸ்பரமானது தான். இரு தரப்பிலிருந்தும் சில விஷயங்கள் நடப்பது தான், யாரோ ஒருவருடன் நீங்கள் நல்ல உறவுடன் இருக்கக் காரணம்.

இருவரும் ஒருமுறை நெருங்கி விட்டால், நீங்கள் இருவர் தான் மிகவும் நெருக்கமானவர்கள் என்று இருவருமே நினைக்கத் தொடங்கி விடலாம். யாராவது இந்த நெருக்கத்தைக் கெடுப்பதாக தோன்றினால் உங்களுக்கு மன அழுத்தம் ஏற்பட்டு விடும். இருவரும் ஒருவரை ஒருவர் கவனித்துக் கொண்டே இருப்பீர்கள்; மற்றவர்கள் இதை கெடுத்து விடக் கூடாது என்று விரும்புவீர்கள்; இருவரும் ஒருவரை ஒருவர் சந்தேகம் மிகுந்த கேள்விக்கணைகளாலும், வாதங்களாலும், வதைத்து கொண்டே இருப்பீர்கள். இது, பயம், கவலை, சொந்தம் கொண்டாடுதல் மற்றும் மன அழுத்தத்துக்கு இட்டுச் செல்லும். ஒருவரது தேவை முழுமை அடைவது குறையும்போது, இந்த உறவு அதை நன்றாக செய்யக்கூடிய வேறு ஒருவரிடம் சென்று விடும்.

நாம் அடுத்தவரிடமிருந்து என்ன வேண்டும் என்று நினைக்கிறோமோ, அதன் அடிப்படையில் நம் உறவுமுறைகள் அமைகின்றன. நமக்கு யாராவது பேசுவதற்கு வேண்டும் என்று நாம் நினைக்கலாம். நாம் சொல்வதைக் கேட்டு அதைப் புரிந்து கொள்ளும் யாராவது ஒருவரை நாம் தேட முயற்சி செய்வோம். நாம், நம்மிடம் பேசக்கூடிய, நம்மைப் புரிந்து கொள்ளக்கூடிய நபரை தேடிக் கொண்டே இருப்போம்.

மற்றவர்களுக்கு நெருங்கிய நண்பர்கள் இருப்பதை நாம் கண்டு அவர்களுக்கிடையே நல்ல புரிதல் இருக்கும் என்று நினைப்போம். ஆனால், உண்மையில், நீங்கள் சரியான மனநிலையை உருவாக்கிக் கொண்டால் உங்களைப் புரிந்து கொள்ளவோ, உங்களுடன் பேசவோ உங்களுக்கு யாரும் தேவைப்பட மாட்டார்கள். மனிதர்களுக்கு, அவர்கள் பேசுவதைக் கேட்பதற்கும், பொழுது போவதற்காகப் பேசுவதற்கும், ஒரு ஆள் வேண்டும். யாரிடமாவது பேசுவதற்கு பதில், உங்கள் மனம் வேறு ஏதாவது செய்ய புகுந்து விட்டாலும் நல்லது தான். அடிப்படையில், நம் புத்திக்கு ஏதாவது வேலை வேண்டும். நம்மால் நம் உணர்ச்சிகளையும், எதிர்பார்ப்பையும் கட்டுப்படுத்த முடியுமென்றால், யாரும் இல்லாமலே நாம் வாழ்ந்து விடலாம்.

நல்ல புரிதலுடன் கூடிய ஒரு நல்ல உறவும் கூட தற்காலிகமானது தான் என்பதைப் புரிந்து கொள்வது அவசியமானது; அது நிபந்தனைகளுடன் தான் வரும். இது நிபந்தனைகள் அற்றதில்லை. இருவரும் பரஸ்பரம் மற்றவருடைய தேவைகளைப் பூர்த்தி செய்து கொண்டே இருந்தால், இந்த புரிதல் அப்படியே இருக்கும். எதிர்பார்ப்புகள் சிதறுண்டு போய், அதனால் வாக்குவாதம் ஏற்பட்டு, உறவுகள் உடையும் போது, அதை ஏற்றுக் கொண்டு அதிலிருந்து வெளிவர வேண்டும்.

திருமணம் என்று வரும்போது, நடைமுறைகேற்றவாறு, நன்றாக செட்டில் ஆகிவிட்ட யாரையாவது ஒருவரைத் தேர்ந்தெடுக்க வேண்டும். நடைமுறையில் உங்களுடன் ஒத்துப் போகக்கூடிய ஒருவரை நீங்கள் தேர்ந்தெடுக்க வேண்டும். நாம் நடைமுறை வாழ்க்கையைத் தொடங்கும் போது நம்முடைய மனநிலை மாறுபடும். மாப்பிள்ளை தன்னுடைய வேலையில் நன்றாக செட்டில் ஆகாதவராகவும், நல்ல வேலை இல்லாதவராகவும் இருந்தால், அது உறவில் விரிசல்களை ஏற்படுத்தக் கூடும். இருவரும் தள்ளி, தள்ளி இருந்து, பெற்றோரின் வருமானத்தில் வாழும் போது, திருமணம் செய்து கொள்வதன் துன்பங்கள் புரியாது. ஆனால் திருமணத்திற்குப் பிறகு, வாழ்வதற்காக கண்டிப்பாக வேலைக்கு போக வேண்டும். அப்போது உறவு முன்பு போல் இனிமை மட்டுமே தருவதாக இருக்காது.

கட்டாயத்திற்காக ஒரு உறவில் இருக்கக் கூடாது. சிறுவயதில், இன கவர்ச்சி மற்றும் குழப்பத்தின் காரணமாக சிலர், “தீய மற்றும் ஒழுக்கம் இல்லாத மனிதர்களால்” ஈர்க்கப்படுகிறார்கள். அந்த உறவில் அதிக நாள் இருந்தால், அது உறுதிப்பட்டு விடலாம். சிறிது காலத்திற்குப் பிறகு அவன் / அவள் உங்களுக்கு ஏற்றவர் இல்லை என்று உங்களுக்கு தெரிந்து விடலாம். ஆனால் சமூகத்தின் கட்டாயத்திற்காக நீங்கள் அந்த உறவை பிடித்துத் தொங்கிக் கொண்டிருக்கலாம். ஒருவரை

விட்டுச் செல்ல ஏதாவது காரணங்கள் உங்களுக்கு தோன்றினால், அதை அவர்களிடம் நேரடியாகச் சொல்லுங்கள். நேரடியாகச் சொல்ல தயக்கமாக இருந்தால், ஒரு மெசேஜ் அனுப்புங்கள்.

நாம் ஒருவரை நிராகரித்தால், அடுத்தவர்கள் என்ன சொல்வார்கள் என்ற தயக்கத்தால், அந்த உறவிலேயே இருப்போம். இந்த மனநிலையுடன் நீங்கள் திருமணம் செய்து கொண்டால், அந்த உறவு பெரும்பாலும் தோல்வியில் முடியும். 24 மணி நேரமும் சேர்ந்திருக்கும் போது, நீங்கள் குற்றம் கண்டுபிடித்து, சின்ன சின்ன விஷயங்களுக்குக் கூட எரிச்சல் அடைவீர்கள். ஆனால் அந்த உறவு, தொல்லையில் முடிந்தாலோ, உடைந்து போனாலோ, இந்த சமூகம் உங்களுக்கு உதவப் போவதில்லை. அப்போது மக்கள் இன்னும் அதிகமாகப் பேசுவார்கள்; எனவே, கூட இருப்பதா, விட்டுச் செல்வதா என்ற முடிவை, உங்களுக்கு எது சரி என்று படுகிறதோ, அதன் அடிப்படையில் செய்யுங்கள்.

நீங்கள் ஒரு உறவை விட்டு பிரிந்துச் செல்லும்போது, அவர்களும் யதார்த்தவாதியாக இருந்தால், அவர்களிடம் நடைமுறை விஷயங்களைப் பற்றி சொல்லி, அவர்களையும் உண்மையை உணரச் செய்யுங்கள். வேண்டாத நினைவுகளை வெல்ல அவற்றை வெறுமையாக்க வேண்டும் என்று அவர்களிடமும் சொல்லுங்கள்.

உறவு முறிந்து விட்டது என்று நம்மால் சில நேரங்களில் தர்க்க ரீதியாகப் புரிந்து கொள்ள முடியும்; ஆனால் உணர்வு ரீதியாக அதை விட்டு விடுவது எளிதாக இருக்காது. ஒரு பையனுக்கு ஒரு பெண்ணைப் பிடித்திருந்து அல்லது காதலித்துக் கொண்டிருந்து, அந்த பெண்ணிடமிருந்து எந்த விதமான பதிலும் வரவில்லை என்றால், தன்னை அந்த பெண்ணுக்குப் பிடிக்கவில்லை என்பது தர்க்க ரீதியாக அந்தப் பையனுக்குப் புரியும் ஆனால் அவன் மனதில் ஓர் ஓரத்தில் ஏதாவதோர் அதிசயம் நிகழ்ந்து, அந்தப் பெண் தன்னைக் காதலிக்க ஆரம்பித்து விடுவாள் என்ற நம்பிக்கை இருக்கும். அந்தப் பெண்ணை விட்டு விடுவதை அவனால் உணர்வுப்பூர்வமாகச் சிந்திக்க முடியாது. ஏதாவது அதிசயம் நிகழ்ந்து, அவள் தன்னைக் காதலிக்க ஆரம்பிப்பாள் என்று எண்ணும் மனநிலை ஏற்பட்டு விடும். அதனால் எந்த இடத்தில் கற்பனைகளை விட்டு விட்டு, நிஜத்தை ஏற்றுக்கொள்ள வேண்டும் என்பதை புரிந்து கொள்வது மிகவும் முக்கியமானது.

25. வெற்றிகரமான பெற்றோராதல்

➡ குழந்தைகளின் மனங்களின் துரிதமான வளர்ச்சி
➡ துரித வளர்ச்சியின் இடர்பாடுகள்
➡ பொறுப்புள்ள பெற்றோராக இருத்தல்

குழந்தைகள் தங்களுக்கு புதிதாகவும், உணர்ச்சிபூர்வமாகவும் இருக்கும் சூழ்நிலைகளைக் கையாளும் அனுபவம் இல்லாதவர்கள். சில பத்தாண்டுகளுக்கு முன்பு, மனித மனதின் சக்தி முதலிய பல விஷயங்களைப் பற்றி நமக்கு மிகச் சிறிய அளவு அறிவே இருந்தது. மனதுக்கு மெல்ல மெல்ல எல்லாம் புரிந்து, அது மெல்ல வளர்ந்தால் நல்லது என்னும் அடிப்படையில் பார்த்தால், இது மிகவும் சரியானது.

இன்று படிப்பு மற்றும் பல விஷயங்களில் உள்ள போட்டிகளால் சிறு வயதிலேயே, குழந்தைகளைப் புகழடையச் செய்ய வேண்டும் என்ற நோக்கில், அவர்கள் மீது பல செயல்கள் திணிக்கப்படுகின்றன. மிகச் சிறிய வயதிலேயே அவர்களுடைய அதிகாரமும், அறிவும் பன்மடங்கு வளர்ந்து விடுகிறது. இந்தத் துரித வளர்ச்சி அவர்களுடைய இயல்பான மன வளர்ச்சிக்கு ஏற்றாற் போல் இருக்காது. உணர்ச்சிகள், போட்டிகள், பாராட்டுக்கள் ஆகியவற்றுக்குச் சிறு வயதிலேயே அவர்கள் அறிமுகப்படுத்தப்படுகிறார்கள். அந்த பாராட்டுகளைத் தக்க வைத்துக்கொள்ள வேண்டும் என்று அழுத்தம் அவர்களைப் பாதுகாப்பின்மை, பொறாமை ஆகியவற்றுக்கு இட்டுச் செல்கிறது. அவர்களுக்கு இதை எப்படி கையாள வேண்டும் என்ற அனுபவம் இருக்காது; அவர்கள் அதனுடைய எதிர்மறை விளைவை அனுபவித்திருக்க மாட்டார்கள். அவர்களால் அதை ஏற்றுக் கொள்ள முடியவில்லை என்றால் அவர்களுடைய மனம் புதிதாகவும், ஆற்றல் மிக்கதாகவும், பயிற்சி இல்லாமலும் இருப்பதால், கட்டுப்படுத்த முடியாத, ஓடும் எண்ணங்களைக் கொண்டிருக்கும். துரித சிந்தனை மற்றும் அதீத சிந்தனை அவர்களைக் குழப்பம், எரிச்சல் மற்றும் முடிவெடுக்க இயலாத தன்மை ஆகியவற்றுக்கு இட்டுச் செல்லும்.

குழந்தைகளுக்கு இவை எல்லாம் நேரா வண்ணம் தவிர்க்க, பொறுப்புள்ள பெற்றோராக நாம் கீழ்க்காண்பவற்றைச் செய்யலாம்.

1. சிறுவயதிலேயே அவர்கள் மீது பல செயற்பாடுகளைத் திணிக்கக் கூடாது.

அ.தி.ராஜ்குமார்

2. அவர்களால் தேர்ந்தெடுக்கப்பட்ட, ஏற்றுக் கொள்ளக்கூடிய, சில விஷயங்களில் மட்டும், அவர்கள் கவனம் செலுத்த வேண்டும்.

3. சாதித்தவர்கள் தாங்கள் தான் சிறந்தவர் என்று நினைக்கக் கூடாது; அதே சமயம் சாதிக்காதவர்கள் பாதுகாப்பில்லாமல் உணரவும் கூடாது. நாம் குழந்தைகளுக்கு, சாதித்தாலும், சாதிக்காவிட்டாலும், அனைவரும் சமம் என்பதை, சொல்லாலும், செயலாலும், கற்பிக்க வேண்டும். சாதித்தவர்கள், தங்கள் சாதனையெல்லாம் தங்களுக்கு வழங்கப்பட்ட வசதிகள் மற்றும் வாய்ப்புகளால் தான் நிகழ்ந்தது என்பதை உணர வேண்டும். மற்றவர்களுக்கும் இதே போன்ற வசதிகளும் வாய்ப்புகளும் வழங்கப்பட்டால், அவர்களும் சாதிப்பார்கள் என்பதை இவர்கள் உணர வேண்டும்.

4. அவர்கள் வேண்டாத எண்ணங்களை விட்டு, சில நல்ல உணர்தல்களைப் பெற்று, மனதை அடக்கி கவனம் செலுத்தத்தக்கவாறு, சிறு வயதிலிருந்தே அவர்களுக்கு யோகப் பயிற்சி, மூச்சுப் பயிற்சி, தியானம் ஆகியவற்றில் பயிற்சி அளிக்கப்பட வேண்டும்.

5. பெற்றோர் குழந்தைகளிடம் பேசி அவர்களுக்குப் பதின் வயதைப் பற்றியும் அந்த வயதில் ஏற்படும் சில புதிய அனுபவங்களைக் கையாளுதல் குறித்தும் கற்றுத் தர வேண்டும்.

6. சில தர்ம சங்கடமான விஷயங்களைப் பற்றியும் உடனடியாக தங்களிடம் பேசுவதை உறுதி செய்து கொள்ளும் அளவுக்கு, பெற்றோர் குழந்தைகளிடம் சுலபமான, நட்பான உறவு முறையை வளர்த்துக் கொள்ள வேண்டும்.

7. தங்களுடைய ஆசைகளையும், இலக்குகளையும், குழந்தைகளின் மீது பெற்றோர் திணிக்கக் கூடாது.

26. உறவு முறிவையும், மணமுறிவையும் கையாளுதல்

- உறவுகளின் தற்காலிகத் தன்மை
- உறவு முடிவின்போது காயப்பட்ட உணர்வையும் ஏமாற்றப்பட்ட உணர்வையும் கையாளுதல்
- இன்று மணமுறிவுகள் ஏன் அதிகரித்துவிட்டன?
- உறவு முறிவு, மனவேதனை மற்றும் மணமுறிவுகளைச் சமாளிக்க நாம் உணர வேண்டியவை

இந்த வாழ்க்கையில் அனைத்துமே தற்காலிகமானவை. ஆழமான உறவுகளும், சிறந்த நட்புகளும் தற்காலிகமானவையே. உறவுகள் அனைத்தும் நிபந்தனைகளின் அடிப்படையிலானவை. நீங்கள் மற்றவர்களின் தேவைகளையும், மற்றவர்கள் உங்கள் தேவைகளையும், நிறைவேற்றும் வரையில் உறவுகள் நிலைத்திருக்கும். இதை நீங்கள் முழுமையாக உணர்ந்தால், முழுமையாகப் புரிந்து கொள்வீர்கள். இந்த உண்மை, நீங்கள் மற்றவர்களிடம் மிகவும் பற்றுக் கொள்ளாமல் இருக்க உதவும். மற்றவர்களுடன் நல்ல உறவு இருக்கும் போது உற்சாகமடையாமலும், அவர்களோடு பிணக்கு ஏற்பட்டால் வருத்தம் அடையாமலும் இருக்க உதவும். எல்லா சூழ்நிலைகளிலும் ஒருவர் அமைதியாக இருக்க வேண்டும்.

இந்த உணர்தலை வளர்த்துக் கொண்டால் பற்றுக்கள் இருந்தாலும் ஒருவர் விஷயங்களைச் சுலபமாக எடுத்துக் கொள்ளலாம். குழந்தைகள், வாழ்க்கைத் துணை, பெற்றோர் இவர்களுடன் நீங்கள் மிகவும் நெருக்கமாக இருந்தாலும், ஏதாவது எதிர்மறையாக நடந்தால், அது உங்களைப் பெரிதாகப் பாதிக்காது. அதிக எதிர்பார்ப்பு இல்லாமல், உங்கள் கடமைகளைச் செய்வதற்கும், உங்களுக்கு நெருக்கமானவரிடம் அன்பு காட்டுவதற்கும், இந்த உணர்தல்கள் உதவி செய்யும். பெரிய வருத்தம் இல்லாமல், நீங்கள் அவர்களுடன் தொடர்ந்து நெருக்கமாக இருப்பீர்கள். ஏதாவது தவறாக நடந்தால், அதை ஏற்றுக் கொண்டு நகர்ந்து சென்று விடுவீர்கள்.

எடுத்துக்காட்டாக, யாராவது உங்களிடம் உறவை முறித்துக் கொண்டால், அதனால் நீங்கள் மனக்காயம் அடைந்திருந்தால், அந்த ஏமாற்றமும், மனவேதனையும், உங்கள் எண்ணங்களோடு

அ.தி.ராஜ்குமார்

தொடர்புடையது என்பதை நினைவில் வையுங்கள். இது தொடர்பான அனைத்து எண்ணங்களையும் வெறுமையாக்குங்கள். நீங்கள் அவற்றை வளர்க்கவோ, தீர்க்கவோ வேண்டும் என்று நினைத்தால், அவற்றையெல்லாம் செய்யாதீர்கள். இந்த எதிர்மறையான எண்ணங்கள் வரும்போது, அவற்றை வெறுமையாக்கிக் கொண்டே இருங்கள். இது, இந்த எண்ணங்கள் உங்கள் மனதிலிருந்து மறைந்துவிட வழி கோலும்.

அதேபோல் யாராவது எதிர்மறையாக இருக்கிறார்கள் என்றோ, உங்களை தீய செயல்கள் செய்ய தூண்டுகிறார்கள் என்றும் உங்களுக்கு தோன்றினால், அதை நீங்கள் மறக்க விரும்பினால், அவர்களிடமிருந்து தள்ளியே இருங்கள். உங்கள் இடத்தை மாற்ற முடியுமென்றால் மாற்றி விடுங்கள். அந்த மனிதர் இருக்கும் இடத்திற்கு போகாதீர்கள். பார்வையில் இருந்து மறைந்தால், மனதிலிருந்து மறைந்து விடுவார் என்பதற்கு ஏற்ப, ஒரு காலகட்டத்திற்கு பிறகு நீங்கள் அதற்குப் பழகி, அவர்களை மறந்து விடுவீர்கள். அவர்கள் உங்கள் நெருங்கிய வட்டத்தில் இருந்தால், நீங்கள் வேண்டாத விஷயங்களைச் செய்ய தூண்டப்படுவீர்கள். நீங்கள் உங்களுக்குப் பிடித்ததை அதிகமாக சாப்பிட முற்படும்போது, அதைக் கொஞ்சம் தள்ளி வைப்பது போன்றது தான் இது. அந்த பண்டம் உங்கள் அருகில் இருந்தால், உங்களுக்கு அதை எடுத்து சாப்பிடத் தோன்றும். இது அதிகமாக சாப்பிட வழி வகுத்து, அதனால் வரும் தீய விளைவுகளை நீங்கள் அனுபவிக்க வேண்டியது வரும். ஆனால் அந்த பண்டத்தைத் தள்ளி வைத்தால், ஓரளவுக்கு எடுத்துக் கொண்ட பிறகு எழுந்து போய் அதை எடுத்து சாப்பிட தோன்றாது. இதனால் சாப்பிடும் அளவு குறையும்.

இப்படித்தான் ஒருவரையோ, ஒரு விஷயத்தையோ மறக்க முடியும். அதைப் பற்றி எண்ணங்கள் எழுந்தால், அதை வளர்ப்பதற்குப் பதில், வெறுமையாக்கிக் கொண்டே இருங்கள். உங்களுக்கு அதை நியாயப்படுத்தவோ, தீர்க்கவோ தோன்றினால், அதையெல்லாம் செய்யாதீர்கள்.

ஒரு உறவு முறிவுக்கு பின்னர், தெரிந்த வட்டங்களை விட்டு விலகி, புதிய நட்பு வட்டத்தை உருவாக்கிக் கொள்ள வேண்டும். இந்த புதிய நண்பர்கள், சுற்றுப்புறம் ஆகியவற்றுக்குப் பழகிவிட்டால், நீங்கள் பழைய விஷயங்களை மறக்க அதிக வாய்ப்பு இருக்கிறது. புதிய நண்பர்களிடம் கூட, பெரிய எதிர்பார்ப்புகள் இல்லாமல், அவர்கள் மீது அன்பு செலுத்துங்கள். அவர்களுக்கு உதவியாக இருங்கள். உங்கள் மனதுக்கு வேலை அளிக்கக்கூடிய ஏதாவது ஒன்றைச் செய்து கொண்டே இருங்கள். மக்களும், சூழ்நிலைகளும் தற்காலிகமானவை என்பதை நினைவில் வையுங்கள். புதிய சூழ்நிலைகளையும்,

சந்தர்ப்பங்களையும் ஏற்றுக்கொண்டு, அவற்றோடு ஒத்து வாழ்வது மிக நல்ல விஷயமாகும்.

ஒருவர் உங்களை விரும்பவில்லை, உங்களைத் தவிர்க்கிறார் அல்லது நிராகரிக்கிறார் என்று உங்களுக்கு தோன்றினால், அவரிடம் இருந்து ஒரு அடி தள்ளியே நிற்கத் தொடங்குங்கள். முதலில் அது கொஞ்சம் கடினமாக இருக்கும். ஆனால் நாட்கள் செல்ல, செல்ல, அது உங்களுக்குப் பழகிவிடும். நீங்கள் ஒருவரை விரும்பினாலும் அவர் உங்களைப் பற்றி கவலைப்படவில்லை என்பதால், நீங்கள் தரம் தாழ்ந்து போய் விட மாட்டீர்கள். உங்கள் ஈகோ பாதிக்கப்பட்டது போல் நீங்கள் உணர்ந்தாலும், அதைத் தவிர்த்து விடுங்கள். மிகவும் அழகானவர்களைக் கூட சிலருக்கு பிடிக்காது. சில நேரங்களில் "மிகவும் அழகாக இல்லாதவர்களைக்" கூட பலருக்குப் பிடிக்கும். மக்களின் இயல்பு, சுவை மற்றும் பல விஷயங்களைப் பொறுத்து இது மாறுபடும். உங்களைப் பற்றி கவலைப்படாதவர்களை நீங்களும் தவிர்த்து விடுங்கள். உங்களை விரும்புவர்களிடம் நெருக்கமாக இருங்கள். அந்த நபரை பற்றிய எண்ணம் வரும் போதெல்லாம், அந்த எண்ணங்களை வெறுமையாக்குங்கள்.

விலகி இருப்பதன் மூலம், அல்லது அவர்களை நினைக்காமல் இருப்பதன் மூலம், யாரை வேண்டுமானாலும் மறந்து விடலாம் என்பதை நினைவில் கொள்ளுங்கள். ஒருவர், கண்ணில் படாமலும், நினைவில் நில்லாமலும், போய்விட்டால், அவர் நமது மனதிலிருந்தும் போய்விடுவார். நெருக்கமானவர்களானாலும், இறந்த பின், நம் மனதை விட்டு மறைந்து விடுகிறார்கள் என்பதை மக்கள் மறந்து விடுகிறார்கள். இதற்குப் பிறகு, ஒருவர் புதிய நட்புகளுக்கும், உறவுகளுக்கும், பழகிவிடலாம்.

உங்கள் கடமையைச் செய்யுங்கள்; அன்பு வழங்குங்கள்; திரும்பி வந்தால் நல்லது. இல்லாவிட்டால் அதைத் தவிர்த்து விடுங்கள். உங்களுக்கு அன்பும், பாராட்டும் கிடைக்கும் போது, அதனால் மிகுந்த உற்சாகம் அடையாதீர்கள். அன்புக்கும், பாராட்டிற்கும் மனதை சலனப்படாமல் வைத்திருந்தால், அவை கிடைக்காத போதும் நீங்கள் அமைதியாக இருக்கலாம். மனிதர்களிடம் ஆழமாகப் பற்று வைக்காதீர்கள். அன்பு செலுத்துங்கள்; எல்லாவற்றையும் தாண்டி உங்கள் கடமைகளைச் செய்யுங்கள். அப்போதும் ஏதாவது பிணக்கு ஏற்பட்டால், அதை ஏற்றுக் கொண்டு, அடுத்த விஷயத்திற்கு நகர்ந்து சென்று விடுங்கள். பெரும்பாலான மக்களும், சூழ்நிலைகளும், வாழ்வில் தற்காலிகமானவை தான். உங்கள் வாழ்க்கையில் யாராவது நிரந்தரமாக தங்கி விடப் போகிறார்கள் என்று நினைத்து விடாதீர்கள்.

அ.தி.ராஜ்குமார்

பெரும்பாலானவர்கள், ஓர் உறவை முறிக்கும் போது வருந்துகிறார்கள். அது உங்கள் விதி என்பதை மட்டும் நீங்கள் நினைவில் கொள்ள வேண்டும்; அது நன்மைக்காகவே நடந்தது என்று ஏற்றுக் கொள்ளுங்கள். அடுத்த முறையிலிருந்து இந்த தவறைச் செய்யக்கூடாது என்பதை ஆழமாக உணருங்கள். வாழ்க்கை மிகவும் எளிமையானது; நாம் தான் அதை சிக்கலாக்கிக் கொள்கிறோம். நீங்கள் உங்கள் தவறை ஏற்றுக்கொண்டு அதை மீண்டும் செய்யாமல் இருப்பதாக உறுதி பூண்டதால் நீங்கள் வருத்தம் அடைய வேண்டியதில்லை. வருத்தத்தை மறக்க ஆரம்பியுங்கள். வருத்தம் என்பதும் ஒரு எண்ணம்தான். எப்போதெல்லாம் வருத்தமான எண்ணங்கள் வருகிறதோ, அப்போதெல்லாம் அவற்றை வளர்ப்பதற்கு பதில் வெறுமையாக்குங்கள். ஏதோ ஒரு காலகட்டத்தில் அது உங்கள் மனதை விட்டு நீங்கிவிடும்.

சினிமா துறையில், மணமுறிவுகளின் எண்ணிக்கை அதிகரித்துவிட்டது. இது ஏனென்றால், முதலில் நட்சத்திரங்கள் தங்கள் நட்சத்திர அந்தஸ்தை வைத்து மகிழ்ச்சியாக இருக்கிறார்கள். அவர்கள் புகழுக்காகவும், அடுத்தவர்களிடம் காட்டிக் கொள்ள வேண்டும் என்பதற்காகவும் திருமணம் செய்து கொள்கிறார்கள். இது மிகப் பெரிய தவறு. அவர்கள் இருவரும் சேர்ந்து வாழ ஆரம்பித்தவுடன், இருவரும் பரஸ்பரம் நேரம் செலவிட முடிவதில்லை. அவர்கள் பிசியானவர்களாகவும், தேடப்படுபவர்களாகவும் இருப்பதால், அவர்கள் உறவுகளில் பல மாற்றங்களைச் செய்து கொள்ள வேண்டி இருக்கிறது. மற்ற ஒவ்வொருவரும், அவர்களது கவனத்தை ஈர்க்க விரும்புகிறார்கள். அவர்களைத் தவிர்ப்பது மிகவும் கடினம். அதனால் அவர்களால் நல்ல உறவுகளைப் பராமரிக்க முடிவதில்லை. அதே சமயம், மீடியாக்களில் வரும் கிசுகிசுக்களும் அவர்களைத் தொல்லைக்கு ஆட்படுத்துகின்றன. தமிழில், “இக்கரைக்கு அக்கரை பச்சை” என்று ஒரு பழமொழி உண்டு. மக்கள் ஒருவரை ஒருவர் அரிதாகச் சந்தித்தால், எடுத்துக்காட்டாக, ஒரு வாரத்துக்கு ஒரு முறை; அப்போது அது சுவாரசியமாக இருக்கும். ஒவ்வொரு நாளும் சந்திக்க ஆரம்பித்தால், அதன் சுவாரஸ்யம் குறைய தொடங்கும். 24 மணி நேரமும், 7 நாட்களும், சேர்ந்து வாழ ஆரம்பித்தால், முன்பு இருந்த ஆர்வம் இருக்காது. சில நேரங்களில் அது போர் அடித்து, வாக்குவாதங்களுக்கு வழிக்கோலும்.

உறுதியான மனம் மற்றும் ஒழுக்கம் இருந்தால் தவிர மனம் சுலபமாக உறவு முறிவு மற்றும் மண முறிவுக்கு இலக்காகும். சில பேர், அடுத்தவரை எரிச்சல் அடைய செய்வது, பழிவாங்குவது அல்லது தங்கள் ஈகோவை திருப்திப்படுத்திக் கொள்வது போன்ற எதிர்மறை

வழிகளை முயற்சி செய்கிறார்கள். இதுவும் உறவு முறிவு அல்லது மணமுறிவில் தான் முடிகிறது.

தோற்றம், பணம், புகழ் இவற்றின் அடிப்படையில் வாழ்க்கைத் துணையை தேர்ந்தெடுக்காதீர்கள். இது போன்ற இயல்புடையவர்கள், உறுதியான ஒழுக்கமும், கலாச்சாரமும் கொண்டிருந்தால், சரி. இல்லையென்றால், தோற்றம், புகழ், பணம் இவற்றின் அடிப்படையில் மட்டும் வாழ்க்கைத் துணையைத் தேர்ந்தெடுத்தால், அது தோல்வியில் முடிவதற்கான அதிகச் சாத்தியக்கூறு உள்ளது.

இந்நாட்களில், பொறுமை எனும் நல்ல குணம் போய்விட்டது. நீண்ட காலம் சண்டையைச் சமாளிக்க முடியவில்லை என்றால் நமக்கு உடனடித் தீர்வு தேவைப்படுகிறது. உறவாகவும், நட்பாகவும் மாற, நிறைய பேர் காத்துக் கொண்டிருக்கிறார்கள். அதனால் மக்கள் “தொல்லை தரக்கூடிய மக்களை” உடனடியாக துரத்தி அடிக்க விரும்புகிறார்கள். ஒருவருக்கொருவர் துரோகம் செய்தல் என்பது கூட சாதாரணமாகிவிட்டது. இதைச் செய்யும் சதவீதத்தினர் அதிகரித்துக் கொண்டே வருகிறார்கள். இவ்வாறு செய்வதை நியாயப்படுத்த அடுத்தவரை உதாரணமாக காட்டுகிறார்கள். மனிதர்கள், தாங்கள் செய்வது தவறாக இருந்தாலும், சரியாக இருந்தாலும், கடைசி வரை அதை நியாயப்படுத்தவே பார்க்கிறார்கள்.

உடலுறவு வேட்கை, உறவு முறிவுக்கு இன்னொரு காரணம். உடலுறவு இச்சைகளைத் திருப்தி செய்து கொள்வதைப் பொறுத்தவரை, மனிதர்களுக்கு ஒரே துணை, போர் அடித்து விடுகிறது. உடலுறவில் திருப்தியைப் பெற அவர்களுக்கு புதிய தொடர்பு தேவைப்படுகிறது. பிடிப்பட்டுவிட்டால், கண்டிப்பாகப் பிரிவு நடந்தே தீரும்.

கீழ்க்கண்டவற்றை உணர்ந்தால், அது, மனவேதனை, உறவு முறைகளில் போராட்டம், உறவு முறிதல், நட்சத்திர வாழ்க்கையில் அல்லது சாதாரண வாழ்க்கையில் மணமுறிவு ஆகியவற்றைத் தவிர்க்க உதவும்.

1. சூழ்நிலைகளையும், சந்தர்ப்பங்களையும் வாழ்க்கைத் துணை அவர்களது வாழ்வில் ஏற்றுக் கொள்ள வேண்டும். நடிகர் நடிகைகளின் வாழ்க்கைத் துணைகள் நெருக்கமான மற்றும் அந்தரங்க காட்சிகளில் தங்கள் வாழ்க்கைத் துணை நடித்து தான் ஆக வேண்டும் என்பதை ஏற்றுக்கொள்ள வேண்டும். மீடியா தங்கள் பிசினஸுக்காக நட்சத்திரங்களின் எதிர்மறை தன்மையை கோடிட்டுக் காட்டி அவற்றை அனைவருக்கும் தெரியும்படி செய்கின்றன. அதுபோன்ற சூழ்நிலைகளில்,

வாழ்க்கைத் துணையை புரிந்து கொள்ளுதல் மணமுறிவு நிகழாத வண்ணம் காக்கிறது.

2. ஒரே மனிதருடன் அல்லது தனியாக இருப்பது போர் அடிக்க ஆரம்பிக்கலாம். ஆனால் இரண்டாவது துணையும், கொஞ்ச காலத்தில் போர் அடிக்க துவங்கும். நீங்கள் அழகானவர்களுக்கு இடையில் இருக்கும் போது புத்தி மாறலாம்.

3. குடிப்பழக்கமும், போதைப் பொருள்களை உட்கொள்வதும், மக்களை விந்தையான முறையில் மாற்றுகின்றன. இந்த போதைப் பழக்கம் உணரப்பட்டு, கட்டுப்படுத்தப்பட வேண்டும்.

4. தற்காலத்தில், வாட்ஸ் அப், ஃபேஸ்புக் போன்றவை, மக்கள், தொடர்பில் இருக்க உதவுகின்றன. வாட்ஸ் அப், மெசேஜ் அனுப்புவதை மிகவும் சுலபமாக்கிவிட்டது. மெசேஜ்கள் மூலமாகவே ஒருவரை நெருங்குவதும் சுலபமாகிவிட்டது ஒருவர் இந்த தகவல் தொடர்பு சாதனங்களைச் சரியான காரணங்களுக்காக, ஜாக்கிரதையாக, பயன்படுத்த வேண்டும்.

5. அழகு, காலத்தால் மாறக்கூடியது என்பதை நினைவில் கொள்ள வேண்டும். உண்மையானவர்கள் மட்டுமே, எப்போதும் உடனிருந்து, அழகாக தெரிவார்கள்.

6. வயதாக ஆக, உங்களுக்கு உடலுறவுக்கான துணையை விட, உணர்வுபூர்வமான துணை தான் தேவை.

7. நிரந்தரமாக உடன் இருப்பார் என்ற எதிர்பார்ப்புடன், யாரிடமும் உணர்வுபூர்வமான பற்றுதல் கொள்ளாமல் இருப்பது மிகவும் சிறந்தது. அவர்கள் உங்களிடம் நெருக்கமாக, நல்லவர்களாக இருந்தால் மகிழ்ச்சியாக இருங்கள்; அவர்களையும் மகிழ்ச்சியாக வைத்திருங்கள். ஆனால் விஷயங்கள் தவறாகப் போகும்போது, அதை உடனே ஏற்றுக் கொண்டு, அதிலிருந்து வெளிவந்து விட வேண்டும்.

8. நீங்கள் வசதியாக உணரும், அல்லது உங்களுடன் வசதியாக உணரும் மற்றவர்களுடன் நெருக்கமாகி விடுங்கள். நிறைய ஏற்றுக் கொள்ளுதலோடும், குறைந்த எதிர்பார்ப்புகளுடனும் ஒரு உறவில் நிலைத்திருங்கள். உங்களுக்கு எதிர்பார்ப்புகள் இருக்கலாம்; ஆனால் எதிர்பார்ப்புகள் நிறைவேறாத போது அதை ஏற்றுக்கொள்ளும் மனப்பாங்கும் வேண்டும். விஷயங்கள் சரியாக நடக்கும்போது மற்றொருவரின் தேவைகளைப் பூர்த்தி செய்து கொண்டே இருங்கள். ஆனால் பிரிவு ஏற்பட்டால்

அதைப் புத்திசாலித்தனமாக ஏற்றுக் கொண்டு நகர்ந்து செல்ல உங்களால் முடிய வேண்டும்.

9. எல்லாமே தற்காலிகமானது தான் என்று உணருங்கள். இதை எதிர்மறை சிந்தனை அல்ல. இது நடைமுறை சிந்தனை. நாம் யாரையும் குற்றம் சாட்டக் கூடாது. நெறி முறையுடன் வாழுங்கள். யாரையும் ஏமாற்றாமல் இருக்க முயற்சி செய்யுங்கள்.

10. மேற்கூறப்பட்ட எல்லாவற்றையும் உணர்ந்து, அதற்கு ஏற்றாற் போல மனநிலையைத் தயார் செய்யுங்கள். இந்த மனநிலையுடன் இருந்தால், உங்களால் விஷயங்களை ஏற்றுக் கொள்ள முடியும். பற்று இல்லாமல் இருக்க முடியும். இவை எல்லாவற்றையும் தவிர, தியானத்தின் மூலமாக உங்கள் மனதை அமைதியாக வைத்துக் கொள்வது மிகவும் முக்கியமாகும். இது உங்கள் உணர்ச்சிகளைக் கட்டுப்படுத்தி, நீங்கள் எந்தவித எதிர்பார்ப்பும் இல்லாமல் இருக்க உதவும்.

நடைமுறையில் சாத்தியமில்லாத, யதார்த்தமற்ற உறவு முறை எதிர்பார்ப்புகளைவெல்வதற்கு,இந்தமுக்கியமானஉணர்தல்கள்நமக்கு உதவும். தவறான துணையைத் தேர்ந்தெடுத்தல், தோல்விக்கெனவே வாழ்தல், உறவு முறையைக் கெடுத்துக் கொள்ளுதல் ஆகியவற்றைத் தவிர்க்கவும், நமக்கு பொருந்தாத ஒருவரை மறக்கவும், இவை உதவி செய்யும்.

வாழ்க்கைக்கான முக்கியமான மந்திரங்கள்

27. தியானப் பயிற்சியின் முக்கியத்துவம்

- தியானம் என்றால் என்ன?
- தியானங்களையும், கிரியாக்களையும் செய்வதன் முக்கியத்துவம்
- தியானத்தின் போது கவனம் செலுத்த முடியாமை
- தியானம் செய்யும் போது கவனத்தில் கொள்ள வேண்டியவை

தியானம் என்பது ஒரு மனப்பயிற்சி. அது ஒரு பிம்பத்தின் மேல் கவனம் செலுத்துவது. அவ்வாறு செய்யும் போது எண்ணங்கள் வந்தால், அவற்றை முற்றிலுமாக அழித்துவிட்டு, பிம்பத்தின் மீது மீண்டும் கவனம் செலுத்துவது. இடைவிடாத பயிற்சி, எதன் மீதாவது உறுதியாக கவனம் செலுத்துவதற்கு உங்களுக்கு உதவும். வேண்டாத எண்ணங்களையும், கவனச் சிதறல்களையும் போக்க இது உதவும்.

கிரியாக்கள் அல்லது மூச்சு பயிற்சிகள் மற்றும் தியானம் ஆகியவற்றைத் தினமும் செய்வது, உங்கள் வாழ்க்கையை அற்புதமானதாக மாற்றும். வாழ்க்கையின் மிக அற்புதமான விஷயம் தியானத்தினால் நடக்கும். நீங்கள் வாழ்க்கையில் என்ன செய்து கொண்டிருந்தாலும், படிப்போ, பணியோ அதில் ஒழுக்கமும், கவனமும் அதிகரிக்கும். வேண்டாத நினைவுகளை நீக்கி உங்கள் எண்ணங்களின் மேல் நீங்கள் ஆதிக்கம் செலுத்தலாம். மகிழ்ச்சியான அற்புதமான வாழ்வை எப்போதும் வாழ இவை முக்கியமான விஷயங்களாகும்.

தியானம் செய்யும்போது கூட பெரும்பாலான மக்களால் கவனம் செலுத்த முடிவதில்லை. அவர்களுக்கு உடனடியாக முடிவுகள் வேண்டும்; தியானம் செய்வதால் உடனடியாக மனம் அமைதி அடைந்து விட வேண்டும் என்று அவர்கள் நினைக்கிறார்கள். அதனால் சிறிது காலத்திற்குப் பிறகு தியானத்தை விட்டு விடுகிறார்கள். நீங்கள் எதையும் கட்டாயப்படுத்தி வரவழைக்கக் கூடாது. உங்கள் மனதை நீங்கள் கட்டாயப்படுத்தினால், பெரும்பாலான நேரங்களில், அது எதிர்மறையாகவே செயல்படும். கவனம் செலுத்துங்கள்; ஆனால் அது நடக்கவில்லை என்றால் கட்டாயப்படுத்த வேண்டாம். நீங்கள் சிலவற்றை ஏற்றுக் கொண்டால் மனம் அமைதி அடையும்; அதன் பிறகு நீங்கள் எதன் மீது வேண்டுமானாலும் கவனம் செலுத்துவதற்கு அதிக வாய்ப்பு உள்ளது. உண்மையிலேயே, இந்த உலகத்தில் மனதை கட்டுப்படுத்துவது தான் மிகவும் கடினமான வேலை. இவ்வாறு

இருக்கையில், ஒருவர் எப்படி விரைவாக பலன்களை பெற முடியும்? ஆனால் நினைவில் கொள்ள வேண்டிய விஷயம் என்னவென்றால், உலகத்திலேயே கடினமான விஷயமாகிய மனதை வென்று விட்டால், நீங்கள் இந்த உலகத்தில் ராஜாவாகி விடுவீர்கள். உங்கள் வாழ்க்கை, அற்புதமானதாகி விடும். உங்கள் மனதை நீங்கள் கட்டுப்படுத்த முடிந்தால் அதுதான் வாழ்க்கையில் நீங்கள் அடைய வேண்டிய இறுதியான இலக்கு. அதன் பிறகு, நீங்கள் உங்கள் வாழ்க்கையை முழுவதுமாக அனுபவித்து, மகிழ்ச்சியாக வாழலாம்.

வாழ்க்கையில், எது நல்லது, எது கெட்டது என்று எல்லோருக்கும் தெரியும். ஆனால் ஒரே பிரச்சனை என்னவென்றால், அதை நம்மால் செயல்படுத்த முடிவதில்லை. ஏனென்றால், மக்கள் உடனடி மகிழ்ச்சி, விரைவான தீர்வு மற்றும் வெல்வதற்கு சுலபமான நெறிமுறை இல்லாத வழிகள் ஆகியவற்றைத் தான் விரும்புகிறார்கள். மக்கள் புலன் இன்பத்தின் பின்னால் ஓடுகிறார்கள். அவர்கள் கஷ்டப்படவும், கடின முயற்சி செய்யவும் தயாராக இல்லை. உடனடியாக பலன்களைப் பெறுவதற்கு நெறிமுறை இல்லாத வழிகளையும் பின்பற்ற தயாராக இருக்கிறார்கள். இந்த தற்காலிக வழிகளில் ஒரு சிலர் வென்றும் விடுகிறார்கள். அதனால் மற்றவர்களும் அதை பின்பற்ற உந்தப்படுகிறார்கள். ஆனால் இந்த வெகு சிலர் நெறிமுறையற்ற வழிகளைப் பின்பற்றியதற்காக அவர்களுடைய கர்மாவை இறுதியில் அனுபவிக்க வேண்டும் என்று உணர மற்றவர்கள் மறந்து விடுகிறார்கள். வெற்றியோ, மகிழ்ச்சியோ, அது உங்களுக்கு நிரந்தரமாக வேண்டுமென்றால், அதற்காக நீங்கள் கடின உழைப்பையும் முயற்சியையும் மேற்கொள்ள வேண்டியது அவசியம். இதனால்தான் மக்கள் இதைச் செயல்படுத்தத் தவறி, அவர்கள் விரும்பும் நிரந்தர நிம்மதியையும், மகிழ்ச்சியையும், பெறாமல் இருக்கிறார்கள்.

ஆழமான உணர்தல்களுக்கு, ஒருவர் அமைதியான உடலையும், மனதையும் பெற வேண்டியது அவசியம். இதற்கு விரைவான வழி எதுவும் இல்லை. முறையான, இடைவிடாத மூச்சுப் பயிற்சி அடிப்படையிலான கிரியாக்களும், தியானமும், உங்கள் மனதையும், உடலையும் அமைதியாக்கும். அதன் மூலமாக, நீங்கள் உங்களது உயர்ந்த செயல்திறனை எட்ட முடியும்.

தியானம் செய்யும் போது, கீழ்க்காண்பவற்றை மனதில் கொள்ள வேண்டும்

1. தினமும் செய்யும் தீவிர ஒழுக்கம் இருந்தால் தான், தியானத்தில் வெற்றி பெற முடியும். பலன்களைப் பற்றியே நினைத்துக் கொண்டிருக்க வேண்டாம். அதற்கு நேரம் பிடிக்கும்.

2. சில நேரங்களில் தியானம் பலன் அளிக்காது. அது சலிப்பூட்டுவதாக இருக்கலாம்; கட்டாய கவனம் செலுத்துவதால் சில நேரம் தலைவலிக்கு கூட இட்டுச் செல்லும். சில நேரங்களில், நீங்கள் நேரத்தை வீணடித்துக் கொண்டிருப்பதாகவும் அந்த நேரத்தில் வேறு ஏதாவது பயன் தரத்தக்க விஷயங்களைச் செய்யலாம் என்று கூட தோன்றும்.

3. தியானத்தை ஆன்மீகம் மற்றும் மதத்தோடு சம்பந்தப்படுத்த கூடாது. அதை ஒரு மனப்பயிற்சியாக நினைக்க வேண்டும். இரண்டு முக்கியமான விஷயங்களைப் பெறுவதற்காக அதை நாம் பயிற்சி செய்கிறோம். ஒன்று, கவனம் செலுத்துதல். இரண்டு, வேண்டாத எண்ணங்களில் இருந்து விடுதலை பெறுதல்.

4. உடலுக்காக உடற்பயிற்சி செய்கிறோம்; மனதிற்காக தியானம் செய்கிறோம்; அதை அப்படிப் பார்க்கப் பழகிக் கொள்ளுங்கள்.

5. எது நடந்தாலும், தினமும் தியானத்தைத் தொடருங்கள். அதை உங்களுடைய வாழ்க்கை முறையில் ஒரு பகுதி ஆக்கி விடுங்கள். தியானம் வாழ்க்கை முறையில் ஒரு பகுதி ஆகிவிட்டால், சாப்பிடுவது, தூங்குவதைப் போல், உங்கள் அட்டவணையில் அதுவும் இடம் பெற்று விடும். பயன்கள் தானாக வந்து குவிய ஆரம்பிக்கும்.

நல்ல தியானம் அல்லது தூக்கத்திற்கு பிறகு மனம் அமைதியாக இருக்கும் போது, சிறிது நேரம், அதைப் பற்றி நேர்மறையாக சிந்தித்து காட்சிப்படுத்தி பாருங்கள். பெரும்பாலும், நீங்கள் திட்டமிட்டப்படியே எல்லாம் நடக்கும். அப்படி நடக்கவில்லையென்றால் அதை ஏற்றுக் கொள்ளுங்கள்.

28. மகிழ்ச்சியை வளர்த்துக் கொள்ளுதல்

- உங்கள் மகிழ்ச்சி – எதன் அடிப்படையில் அமைந்தது?
- மகிழ்ச்சியும் நிம்மதியும்
- நம் எண்ணங்களும், மகிழ்ச்சியும்
- மகிழ்ச்சி என்றால் என்ன?
- நம்மை மகிழ்ச்சி இல்லாமல் செய்வது எது?
- எந்த காரணமும் இன்றி மகிழ்ச்சி
- 24x7 மகிழ்ச்சியாக இருப்பது

நீங்கள் எதையாவது பெரிதாகச் சாதித்து பிரபலமாகி விட்டீர்கள் என்று வைத்துக் கொள்வோம். நீங்கள் நட்சத்திர அந்தஸ்து பெற்று விட்டதால் மிகவும் மகிழ்ச்சியாக இருக்கிறீர்கள். இதற்கிடையில், சாதாரண மனிதரான ஒரு விவசாயி, சில மரங்களை வைத்தார்; அது அவருக்கு நல்ல விளைச்சலைத் தந்து விட்டது; அவரும் அவர் எதிர்பார்த்ததை அடைந்து விட்டார். அதனால் அவரும் மகிழ்ச்சியாக இருக்கிறார். இருவருக்கும் மகிழ்ச்சியின் அளவு ஒன்றுதான். இருவரும் எதையோ சாதித்ததைப் பற்றியே மகிழ்ச்சியாக இருக்கிறார்கள். இருவருக்கும் மகிழ்ச்சியின் தரம் ஒன்றுதான்.

நீங்கள் பார்ப்பதற்கு அழகாக இருக்கிறீர்கள் என்று வைத்துக் கொள்வோம். நீங்கள் அழகாக இருப்பதால், மக்கள் உங்களை விரும்புகிறார்கள்; நீங்களும் மகிழ்ச்சியாக இருக்கிறீர்கள். திடீரென்று, உங்களுடைய அழகு, வயதானதால் போய்விட்டது என்றால், முன்பு போல் மக்கள் உங்களை விரும்ப மாட்டார்கள். அவர்கள் இயல்பாக, யார் இன்னும் அழகாகவும் இளமையாகவும் அதிகம் சாதிக்கக் கூடியவர்களாகவும் இருக்கிறார்களோ, அவர்கள் பின்னால் போய் விடுவார்கள். நீங்கள் நிராகரிக்கப்பட்டதாக உணர்ந்து, அவர்களிடம் கோபமடைவீர்கள். இது உங்களுக்கு மன அழுத்தத்தையும், கவலையையும் உண்டாக்கி, மகிழ்ச்சி இல்லா நிலைக்கு தள்ளும். உங்களுடைய அழகு மற்றும் திறமையால்தான் இது எல்லாம் உங்களுக்குக் கிடைத்தது என்று நாம் உணர மாட்டோம். நீங்கள் அதை தனிப்பட்ட முறையில் எடுத்துக்கொண்டு, மக்களை வெறுக்க ஆரம்பிப்பீர்கள். அதனால் மேலும் மன அழுத்தத்திற்கு ஆளாவீர்கள்.

ஒருவர் உங்களுடைய அழகையும், திறமையும் பாராட்டுகிறார் என்பதால் நீங்கள் மகிழ்ச்சி அடைய முடியாது என்பதை நீங்கள் கவனிக்க தவறி விடுகிறீர்கள். நீங்கள் அடுத்தவர் பாராட்ட வேண்டும், அடுத்தவருக்கு காண்பிக்க வேண்டும் என்பதற்காக சாதிக்க ஆரம்பித்தால், அங்கேயும் பிரச்சனை ஆரம்பிக்கும். நீங்கள் தொடர்ந்து சாதித்து, மற்றவரிடம் பாராட்டு பெறும் வரை மகிழ்ச்சியாக இருப்பீர்கள். அது கொஞ்சம், கொஞ்சமாக குறைய ஆரம்பிக்கும் போது, உங்கள் மகிழ்ச்சியின் அளவும் குறைகிறது.

எனவே, மகிழ்ச்சி தான் வாழ்க்கை மிகவும் முக்கியமானது. நினைவில் கொள்ளுங்கள் - நீங்கள் பிரபலமானவரோ, அல்லது சாதாரண மனிதரோ, மகிழ்ச்சியின் அளவும், தரமும் ஒன்று தான். உங்கள் மகிழ்ச்சிக்கு மற்றவரின் பாராட்டை அடிப்படை ஆக்கிக் கொள்ளக் கூடாது. அடுத்தவர் அதற்கு அடிப்படையாக இருந்தால், அது எப்போது வேண்டுமானாலும் மாறலாம். உங்கள் மகிழ்ச்சி உங்கள் செயல்களின் அடிப்படையில் தான் இருக்க வேண்டும்; அடுத்தவர்கள் செயல்களின் அடிப்படையில் அல்ல.

இறுதியில் மக்கள் தங்கள் வாழ்க்கையில் எப்போதும் மகிழ்ச்சியாக இருக்க வேண்டும் என்று நினைக்கிறார்கள். நம் எண்ணங்கள், அதாவது மனதைக் கட்டுப்பாட்டுக்குள் வைக்கவில்லை என்றால் இது சாத்தியமாகாது. நாம் கொண்டாடுவதன் மூலமும், நம் மகிழ்ச்சியை அடுத்தவர் கொண்டாடுவதன் மூலமும், மகிழ்ச்சியைப் பெரிதாக்கி விடுகிறோம். அடுத்தவரின் பாராட்டும், நமது பெருமையும், நமது அடக்கத்தை தொலைத்து விடுகின்றன. அடுத்தவர் உங்களைப் பார்த்து பொறாமைப்பட்டு, எதிர்மறையான விஷயங்களை நினைக்குமாறு செய்து விடுகிறீர்கள். அனைத்தும் அழுத்தத்தை உருவாக்கி, ஏதோ ஒரு காலத்தில் நீங்கள் மகிழ்ச்சி இழக்க காரணம் ஆகின்றன.

ஒரு வெற்றி அடையும் போது, பிறரின் பாராட்டுகளை எதிர் பார்க்காமல், இயல்பாகவே அடக்கமாக, உள் அமைதியுடன் இருந்தால், மக்கள் உங்களைப் பார்த்து மகிழ்ச்சி அடைவார்கள். அதனால் அந்தப் பிம்பத்தை தக்கவைத்துக் கொள்ள வேண்டும் என்ற அழுத்தம் உங்களுக்கும் ஏற்படுவதில்லை. சில உணர்தல்களை அனுபவிக்க உதவி செய்து உங்களையும் அது மகிழ்ச்சியாக்கும். "எதிர்மறையாக" ஏதேனும் நடந்தாலும் நீங்கள் அமைதியாக இருக்க இது உதவும். உள்ளத்தின் அமைதி தான் எப்போதும் தங்கி இருக்கக்கூடிய மகிழ்ச்சி.

மற்றொரு புறம், மகிழ்ச்சி என்பது சுற்றுப்புற சூழ்நிலைகள் மற்றும் உங்களுக்கு வெளியே உள்ள நிலைமைகளின் அடிப்படையிலானது.

அ.தி.ராஜ்குமார்

ஒருவரைப் பார்ப்பது உங்களுக்கு மகிழ்ச்சியோ துன்பத்தையோ தருவதை நீங்கள் கவனித்தது உண்டா? மற்றவர்களுடைய செய்கைகளைப் பார்ப்பது உங்களுக்கு மகிழ்ச்சி அல்லது துன்பத்தைத் தரலாம். சிலருடைய வார்த்தைகளைக் கேட்பது உங்களுக்கு மகிழ்ச்சியையோ, துன்பத்தையோ தரலாம். அவர்களைப் பார்ப்பது அவர்கள் சொல்வதைக் கேட்பது அல்லது அவர்கள் செய்கைகள் மூலம் விளைவது ஆகிய உணர்ச்சிகளை உங்கள் எண்ணம் தான் உருவாக்குகிறது. சம்பந்தமில்லாத மக்களை அல்லது விஷயங்களைப் பற்றி ஒரு செய்தியை கேள்விப்படுவதோ, அல்லது டிவி பார்ப்பதோ கவலை அல்லது பயம் போன்ற உணர்ச்சிகளை உங்களுக்குள் உருவாக்கும். இந்த பயம் அல்லது கவலை ஏன் உருவாகிறது என்று கவனித்தோமானால், நமக்கு அவ்வாறு நிகழ்ந்து விடுமோ என்ற எண்ணத்தினால் தான். இந்த நிகழ்வில், உணர்ச்சிகள் அல்லது உணர்ச்சிகளின் விளைவுகள் இன்னும் பல எண்ணங்களை உருவாக்குகின்றன. எப்போதெல்லாம் நீங்கள் வேலை இன்றி இருக்கிறீர்களோ, அப்போதெல்லாம் அதைப் பற்றி சிந்திக்க ஆரம்பித்து விடுகிறீர்கள்.

எண்ணங்களின் சிறப்பு என்னவென்றால், அவற்றைப் பற்றி நீங்கள் சிந்திக்கும்போது, சிறிது நேரத்துக்கு அது உங்களுக்கு மகிழ்ச்சி ஏற்படுத்தும். சிறிது நேரத்திற்குப் பிறகு, அதோடு தொடர்புடைய எதிர்மறை எண்ணங்கள் தோன்றுவதால், அது மகிழ்ச்சியின்மையை ஏற்படுத்தலாம். சிலவற்றைப் பற்றி நினைக்காமல் அல்லது சில விதமான சிந்தனைகளை வளர்த்துக் கொள்ளாமல் இருந்தால் நீங்கள் நிம்மதியாக வாழலாம்.

மகிழ்ச்சி என்பது உங்கள் மனதை மகிழ்ச்சியாக்குவது அல்ல. தொல்லை தரும் எண்ணங்கள் இல்லாமல் அமைதியாக இருப்பதே மகிழ்ச்சி. நீங்கள் செய்வதில் கவனம் செலுத்த முடிவதே மகிழ்ச்சி. உங்களுக்குப்பிடித்தநட்சத்திரத்தின்திரைப்படத்தைக்காணும்போதோ அல்லது உங்களுக்குப் பிடித்த விளையாட்டு வீரரின் விளையாட்டைப் பார்க்கும் போதோ, எந்த விதமான தொல்லை தரும் நினைவுகளும் உங்கள் மனதில் எழாது. ஏன் அப்படி? ஏனென்றால் அதை நீங்கள் விரும்புகிறீர்கள். அதில் முழுமையாக கவனம் செலுத்துகிறீர்கள்.

பெரும்பாலான மக்கள் எதனாலும் “மகிழ்ச்சி அடையாத” ஒரு மனநிலையுடன் போராடுகின்றனர். நம்மை நாமே மகிழ்ச்சியடைய அனுமதித்துக் கொள்வோம்; பின்னர் நாம் எதுவுமே செய்யவில்லை என்று நம்மை நாமே தாழ்த்திக் கொள்வோம். இந்த சுழற்சி மீண்டும் மீண்டும் நடக்கிறது. இதனை வெல்ல ஒரே வழி நமது மனதை உணர்வுடன் மகிழ்ச்சியாக்கிக் கொள்ளமல் இருப்பது தான்.

ஏனென்றால், நீங்கள் மகிழ்ச்சியாக்கி கொண்டால், அது தானாக எதிர்மறை எண்ணங்களுக்கும் போகும். சிறிது நேரம் அந்த மகிழ்ச்சி நீடிக்கும்; பின்னர் அது தொடர்பான எதிர்மறை எண்ணங்கள் வர ஆரம்பிக்கும்.

இன்னும் தீர்வு காணப்படாத பிரச்சனைகள் இருந்து, அது மனதை வருத்திக் கொண்டிருந்தால், வேறு ஏதாவது மீது கவனம் செலுத்துவதன் மூலம் சிறிது நேரத்திற்கு அதை மறக்கலாம். கவனம் நேர்மறையாகி, நீங்கள் மகிழ்ச்சி அடையும் போது, திடீரென்று ஆழ்மனத்தில் இருக்கும் தீர்க்கப்படாத பிரச்சனைகள் உங்கள் கவனத்திற்கு வரும். தீர்க்கப்படாத பிரச்சினைகள் சில இருக்கும்போது, நீங்கள் மகிழ்ச்சி அடைய முடியாது என்று உங்கள் மனம் சொல்லும். நீங்கள் அவற்றை தீர்த்தப் பிறகு தான் மகிழ்ச்சி அடைய முடியும் என்றும் அறிவுறுத்தும். இது உங்களை மகிழ்ச்சியின்மைக்குத் தள்ளிவிடும்.

தற்போது மூன்று பிரச்சனைகள் இருக்கும் ராகுலின் எடுத்துக்காட்டை எடுத்துக் கொள்வோம்

1. அவர் தனது குழந்தைகளை நல்ல பள்ளிக்கூடத்தில் சேர்க்க வேண்டும் என்று விரும்புகிறார்

2. அவருடைய நண்பர் சதீஷ் அவரைப் பற்றி ஏதோ வேண்டாத விமர்சனங்கள் செய்திருக்கிறார்.

3. தனது பிசினஸில் ஒரு பெரிய ஆர்டருக்கு மேற்கோள் சமர்ப்பித்திருக்கிறார் அது அவருக்கு கிடைக்குமா, கிடைக்காதா என்ற கவலையில் இருக்கிறார்.

அவரது மனம் இந்த விஷயங்களைப் பற்றி மட்டுமே நினைத்துக் கொண்டிருக்கிறது; அவர் மிகுந்த மன அழுத்தத்தில் இருக்கிறார். இதற்கிடையில், அவரது பழைய பள்ளி நண்பர்கள் ஒரு பீச் ரிசார்ட்டுக்கு ஒரு கெட் டு கெதருக்காக அவரை அழைக்கிறார்கள். அந்த நாளும் வந்தது. அதை அவர் மகிழ்ச்சியாக அனுபவித்தார். அவர் இப்போது மகிழ்ச்சியாக இருக்கிறார் என்று நினைக்கிறார். அவருக்குக் கவலைகளே இல்லாதது போல் தெரிகிறது. அவரது மனதில் கவலை ஏதும் இருக்கிறதா என்று அவர் எண்ணி பார்க்கிறார். உடனே அவர் மேற்சொன்ன மூன்று பிரச்சனைகளைப் பற்றி சிந்திக்க ஆரம்பித்து விட்டார். அவருக்குப் பிரச்சனைகள் இருக்கிறது என்ற உணர்வு வந்து விட்டது. உடனே அவரது மனம், இந்த பிரச்சனைகளால் அவரால் மகிழ்ச்சியாக இருக்க முடியாது என்று நினைக்க ஆரம்பித்துவிட்டது. இந்த பிரச்சனைகள் எல்லாம் தீர்ந்த பிறகு தான் அவர் சந்தோஷமாக

இருக்க முடியும் என்று அவர் மனம் கூறியது. அவர் மீண்டும் அந்த பிரச்சனைகளைப் பற்றி சிந்திக்க ஆரம்பித்து விட்டார். அவருடைய மகிழ்ச்சி விடைப் பெற்றுவிட்டது. அவர் மனச்சோர்வுக்கு உள்ளாகிறார். அவரது நண்பர்கள், அவரை மகிழ்ச்சி அடைய வைக்க முயல்கிறார்கள். ஆனால் அவரால் மனச்சோர்வில் இருந்து வெளிவர முடியவில்லை.

இந்த எடுத்துக்காட்டிலிருந்து, நாம் புரிந்து கொள்ள வேண்டியது என்னவென்றால், எல்லா பிரச்சினைகளும் தீர்ந்த பிறகு தான் நாம் மகிழ்ச்சியாக இருக்க வேண்டும் என்பதில்லை. உணர்வுப்பூர்வமாக, மகிழ்ச்சியாக இருந்து அமைதியை அனுபவிக்க முடியும். மகிழ்ச்சியையும், சந்தோஷத்தையும் குறித்து மிகவும் உற்சாகமடையாமல், அந்தந்த கணத்தின் மீது கவனம் செலுத்த வேண்டும். எதிர்மறை எண்ணங்களையும் தொல்லை தரும் நினைவுகளையும் அவை வரும்போதெல்லாம் வெறுமையாக்க வேண்டும். அவை சிறிது நேரத்திற்கு பிறகு மறைந்துவிடும்.

என்னுடைய சொந்த வாழ்க்கையில், ஒன்பதாவது அல்லது பத்தாம் வகுப்பு படிக்கும் போது என்னுடைய கோடை விடுமுறை எனக்கு ஞாபகம் வருகிறது. மிகுந்த பொறுப்புகள் இல்லாமல், பள்ளிக்கூடத்திற்குப் போகாமல், பக்கத்து வீட்டு நண்பர்களைச் சந்தித்து, ட்ரேட் விளையாட்டு, கண்ணாமூச்சி, கிரிக்கெட் ஆகியவை விளையாடிக் கொண்டு மிகுந்த மகிழ்ச்சியாக எனது காலைகள் விடிந்தன. என்னுடைய முழு வாழ்க்கையும் அப்படி தான் இருக்க வேண்டும் என்று நான் விரும்பினேன். என்னுடைய மகிழ்ச்சியின் உச்சபட்ச அளவீடு அதுதான். ஆனால் எதிர்பார்ப்புகள், நமக்கு பிரச்சனைகளைத் தரும். இந்த அளவீட்டுக்கு எதிராக, மற்ற நாட்களில் ஏதாவது நடக்கும் போது, நான் வருத்தமாகி விடுவேன். இங்கு தான் என்னுடைய வாழ்க்கையில், மகிழ்ச்சி தொலைந்து கவலை ஆரம்பித்தது.

நாம்எதிர்பார்த்தபடிவிஷயங்கள்நடந்தால்,நாம்மகிழ்ச்சிஅடைகிறோம் நாம் மகிழ்ச்சியாக இருந்தாலோ அல்லது நம் நண்பர்கள் நம்மிடம் பேச வருகிறார்கள் என்றாலோ, காலையில் அலாரம் இல்லாமல் எழுந்து விடுவோம். அதேபோல் வீட்டுப்பாடம் செய்தல், பள்ளி செல்லுதல், பெற்றோருக்கு சிறு உதவிகள் செய்தல், நம் வேலைகளைச் செய்தல், பொறுப்பாக நடத்தல் போன்ற வேலைகள் இருந்தாலும், நாம் அதே போல் மகிழ்ச்சியாக வேலைகளைச் செய்ய வேண்டும்.

மற்றவர்களுக்கு உதவி செய்வதை நீங்கள் விரும்பினால், அதிலிருந்து உங்களுக்கு மகிழ்ச்சி கிடைக்கும். ஆனால் அதற்கு ஏதாவது

தடைகள் வந்தால், நீங்கள் அகங்காரம் அடைந்து, ஆத்திரப்பட்டு, எப்படியாவது அதை முடித்து விட வேண்டும் என்று விரும்புவீர்கள். இதில் இரண்டு விஷயங்கள் நடக்கின்றன. உதவி செய்வதில் உங்களுக்குள்ள சந்தோஷம் மற்றும் பணியை முடித்து விடுவதில் உங்களுக்குள்ள அகங்காரம். அதை நாம் முடிக்கவில்லை என்றால் அல்லது முடிக்க முடியாமல் போய்விட்டால், மக்கள் நம் இயலாமை பற்றி பேசுவார்கள் என்று கவலை அடைகிறோம் அல்லது தன்னம்பிக்கை இழந்து விடுகிறோம். மற்றவர் கண்ணுக்கு நீங்கள் சுயநலமில்லாத பெரிய மனிதராக தெரியலாம்; ஆனால் உள்ளுக்குள் அது உங்கள் மகிழ்ச்சியையும், அகங்காரத்தையும் நிறைவு செய்யத் தான் பயன்படுகிறது. அதனால் அடுத்தவருக்கு உதவி செய்யும்போது கூட வெளியில் இருந்து மகிழ்ச்சி வராது. அது நிரந்தரமும் கிடையாது. செயல்கள் முழுமையாக தூய்மையானதாகவும், தன்னலம் இல்லாமலும் இருக்காது.

சிந்தனையில் அல்லது மனநிலையில் சிறிய மாறுதல் உங்களை வாழ்க்கை முழுவதும் மகிழ்ச்சியாக வைக்கும் நீங்கள் இதை ஏற்றுக் கொண்டு, அதெல்லாம் நடக்க வேண்டும் என்று விரும்பினால், குழந்தை பருவத்தில் ட்ரேட் விளையாடும்போது, கண்ணாமூச்சி ஆடும் போது அல்லது கிரிக்கெட் விளையாடும் போது ஏற்படும் மகிழ்ச்சியை மீண்டும் உருவாக்கலாம். உங்கள் மகிழ்ச்சியின்மையின் அடிப்படையில் உள்ள சலிப்பையும், வெறுப்பையும் நீங்கள் அனுபவிக்க மாட்டீர்கள். இதிலிருந்து நாம் கற்றுக்கொள்ளும் பாடம் என்னவென்றால், நமக்கு வேண்டாத பொறுப்புகளை நிறைவேற்றும்போது எதிர்பார்ப்புகளைக் குறைத்துக் கொண்டு, பலவற்றையும் ஏற்றுக்கொள்ள வேண்டும் என்பதுதான். பிறகு வாழ்க்கை மிகவும் அழகாகிவிடும். நமது மகிழ்ச்சியில் சமரசம் செய்து கொள்ளும் நிலையே ஏற்படாது.

காரணமே இல்லாமல் சந்தோஷமாக இருக்க முடியும். உங்கள் எதிர்பார்ப்பின் படி விஷயங்கள் நடக்கும் போது நீங்கள் அதைப்பற்றி உணர்வுடன் சிந்திக்காவிட்டாலும், நீங்கள் இந்த மனநிலையை அனுபவிப்பீர்கள். அது ஒரு நல்ல அறிகுறி. நீங்கள் உணர்வுடன் மகிழ்ச்சியாக உணர முயலக்கூடாது. நீங்கள் உணர்வுடன் மகிழ்ச்சியாக உணர விரும்பினால், மனம் பிரச்சனைகளைக் கண்டுபிடித்து, அதைப்பற்றி சிந்திக்க ஆரம்பிக்கும். நீங்கள் எந்த காரணமும் இன்றி மகிழ்ச்சியாக இருந்தால், அமைதியையும், மகிழ்ச்சியையும் மட்டும் சந்தோஷமாக அனுபவித்தால் போதுமானது. உங்கள் மகிழ்ச்சிக்குக் காரணம் தேடாதீர்கள். எல்லா விஷயங்களும் நேர்மறையாக நடக்கின்றன என்பது உங்கள் ஆழ்மனதுக்கு தெரியும்; அதற்கான காரணமும் அதற்கு தெரியும்.

பெரும்பாலும், ஒரு நாளில், சில நேரங்களில் மட்டும் நாம் மகிழ்ச்சியாக இருப்பதாக நம்புகிறோம். அந்த மகிழ்ச்சியை இழந்து விடுவோமோ என்ற பயமே நம்மை நாள் முழுக்க மகிழ்ச்சி அடையவிடாமல் தடுக்கிறது. சில நேரங்களில் நம்மை வருத்தம் அடைய வைக்கக்கூடிய வேண்டாத சூழ்நிலைகளை எதிர்கொள்கிறோம். மனம் உடனே சொல்கிறது - இந்தப் பிரச்சினைகள் இருப்பதால் நீ வருத்தமாக இருக்கிறாய்; எனவே நீ சந்தோஷமாக இருக்க முடியாது. ஆனால் எல்லா சூழ்நிலைகளிலும், அமைதியாகவும், சந்தோஷமாகவும் இருக்க முடியும்.

நல்ல சந்தோஷமான மனநிலை எப்போதும் இருக்க வேண்டும் என்று நாம் நினைக்கிறோம். ஆனால் நிஜ வாழ்க்கை என்று வரும் போது, நம் எண்ணங்களால் நமது மகிழ்ச்சி தடுக்கப்படுகிறது. அதே மனநிலையைத் தக்க வைத்துக் கொள்ள வேண்டும் என்று நாம் பேராசைப்பட்டால், அது எதிர்க்கப்படுகிறது. நாம் மகிழ்ச்சியாக இருந்தால் அதை சும்மா அனுபவிக்க வேண்டும். நாம் மகிழ்ச்சியாக இருக்கிறோம் என்று உணர்வுடன் நினைத்துக் கொண்டே இருந்தால் அது நிலைக்க வேண்டுமே என்ற எண்ணம், எப்போதும் வந்துவிடும். அதை நிலை நிறுத்திக் கொள்ள வேண்டிய அழுத்தம் ஆரம்பித்துவிடும். நம் மகிழ்ச்சி, இப்போது வேண்டாத, எதிர்மறையான, எண்ணங்களால் தாக்கப்படும். மூடு போய்விடும்.

நீங்கள் மகிழ்ச்சியாக இருக்கிறீர்கள் என்று தோன்றினால் அதைப்பற்றி உணர்வுடன் சிந்திக்காதீர்கள்; அதை அனுபவியுங்கள். மகிழ்ச்சியான மனநிலை இல்லாமல் அந்த நிமிடத்தில் மட்டும் கவனம் செலுத்துவது கூட நல்லது தான் என்பதை உணருங்கள். சில நிகழ்வுகள் நடந்தால் வரும் உணர்வுக்கு மகிழ்ச்சி என்று நாம் பெயர் அளித்திருக்கிறோம். அந்த உணர்வு இல்லாமலும் நீங்கள் தொல்லைக்கு ஆட்படாமல் கவனத்துடன் இருந்தால் அதுவே நல்லது தான்.

உங்கள் உணர்வுபூர்வமான மனதில், தொல்லை தரும் எண்ணங்கள் ஏற்பட்டால், அதை அப்படியே ஏற்றுக் கொள்ளுங்கள். ஏற்றுக்கொள்ளுதல், உடனடியாக கவலைகளை உங்கள் மனதில் இருந்து போக்கிவிடும். ஒரு எண்ணம் உங்களைத் தொல்லைப்படுத்தினால், அதை வளர்க்காதீர்கள். அந்த எண்ணம் தீர்க்கப்பட வேண்டிய, ஒரு சீரியஸான பெரிய பிரச்சனை என்றால், நல்ல தூக்கம் அல்லது தியானத்திற்குப் பிறகு இருக்கும் அமைதியான மனதோடு, அதைப்பற்றி சிந்திக்கலாம். மற்ற நேரங்களில், நீங்கள் அதைப் பற்றி சிந்திக்க வேண்டியது இல்லை.

சில நேரங்களில், நாம் மகிழ்ச்சியாக உணர நம்மை சுற்றி மற்றவர் வேண்டுமென்று நினைக்கிறோம். நாம் அவர்களைச் சார்ந்து, தனியாக இருப்பதை கடினமாக உணர்கிறோம். நம்முடன் யாருமில்லை என்றால் நாம் வருத்தப்பட்டு, நிராசை அடைகிறோம். அது ஒரு கெட்ட விஷயம் என்று நாம் நம்புகிறோம். உண்மை என்னவென்றால், ஒருவர் இந்த உலகத்தில், தனியாக, சந்தோஷமாக இருக்கலாம். அது தவறானது அல்ல. தனியாக இருப்பதற்கு நீங்கள் உங்கள் உடலையும், மனதையும் அமைதியாக வைத்திருக்க வேண்டியது அவசியம். அவை அமைதியாக இருந்தால், உங்களால் நிஜத்தை உணர முடியும். உங்களால் எல்லாவற்றையும் சுலபமாக எடுத்துக் கொள்ள முடியும். நாம் பலவற்றின் மீதும் பல எதிர்பார்ப்புகளை வளர்த்துக் கொள்கிறோம். அதன் பிறகு அந்த எதிர்பார்ப்புகளோடு கவலையும் வருவது இயற்கை தான். அந்த விளைவு எதிர்மறையாக இருக்கும்போது, நாம் நிராசை அடைகிறோம். ஆனால், அந்த விளைவு எப்படி இருந்தாலும், அதை கடைசியில் நாம் ஏற்றுக் கொண்டு, அடுத்த விஷயத்திற்குச் சென்று விடுகிறோம். இவ்வாறிருக்க, அதை ஏற்றுக் கொள்ளும் வரை நாம் ஏன் துன்பம் அனுபவிக்க வேண்டும்.

உங்கள் மனம் அமைதியாக இருக்கும் போது, நீங்கள் இந்த விஷயங்களைக் கண்டுபிடித்து விடலாம். நீங்கள் உணர்ச்சிகளைக் கட்டுப்பாட்டுக்குள் வைத்திருக்கலாம். தேவையான இடங்களில் "இல்லை" என்று சொல்லலாம். நீங்கள் உடல் ரீதியிலோ, மன ரீதியிலோ, மற்றவரை சார்ந்திருக்காமல், நீங்களாகவே வாழலாம். எல்லா உறவுகளும் 'கொடுக்கல் வாங்கல்' தான் என்பதை நீங்கள் உணர்வீர்கள். மற்றவர்களுடன் உள்ள எந்த உறவு முறையும் பாதி நிரந்தரமானது, என்பதை உணர்வீர்கள். அதனால் நீங்கள் பாதுகாப்பில்லாமலும் உணரலாம். இவை எல்லாவற்றையும் நீங்கள் உணரும் போது, நீங்கள் நீங்களாகவே மகிழ்ச்சியாக இருப்பதற்கு தேவையான நம்பிக்கையை வளர்த்துக் கொள்வீர்கள்.

இதற்கிடையில், சில கடமைகளையும், பொறுப்புகளையும் நிறைவேற்றி, சில உறவு முறைகளைப் பேணுவதற்கான முக்கியத்துவத்தை நீங்கள் உணர்வீர்கள். அதேசமயம் எந்தவித எதிர்பார்ப்புகளும் இல்லாமல், உங்களது கடமைகளையும், பொறுப்புகளையும் சரிவர செய்யும் திறமையைப் பெற்று விடுவீர்கள். உங்கள் விஷயங்களை சரியாகவும், வேறு விதமாகவும், செய்வதற்குரிய தெளிவும், புதுமைத்தன்மையும் உள்ள எண்ணங்கள் உங்கள் மனதில் தோன்றும்.

இந்த தன்மைகள் இயல்பாகவே ஒருவருக்கு அமைவது மிகவும் அரிதான விஷயம். உங்களுக்கு அமைதியான மனம் இருந்தால், மேற் சொன்ன அனைத்துமே நடக்கக் கூடியவை தான். அமைதியான மனதை

அடைய, ஒரு நாளைக்கு இரண்டு முறை தினசரி தியானப்பயிற்சி செய்ய வேண்டும்.

மனம் அமைதியாக இருக்கும்போது, இந்த பிரச்சனைகளைச் சரி செய்ய, அவற்றைத் தீர்க்கக்கூடிய அல்லது கையாளக்கூடிய பல்வேறு வழிகளை எழுதி, அவற்றை இயந்திரத்தனமாக செயல்படுத்துதல் போன்ற நடவடிக்கைகளை மேற்கொள்ளலாம். நமக்கு உண்மையாகவே நிறைய பிரச்சனைகள் இல்லை. எல்லாம் மனதால் உருவாக்கப்படுபவை. பல பிரச்சனைகள் நீங்கள் அவற்றைப் பற்றி எதுவும் செய்யாவிட்டாலும் தானாகவே சரியாகிவிடும். எதிர்மறையான விளைவுகள் ஏற்பட்டால், கடைசியாக, நாம் அவற்றை ஏற்றுக் கொண்டு, நகர்ந்து விடுகிறோம். இந்த உணர்தல்களுடன் இருந்தால், 100 பிரச்சனைகள் கையில் இருந்தாலும், ஒருவர் மகிழ்ச்சியாகவும், அமைதியாகவும் இருக்கலாம்.

உங்கள் மனம் அமைதியாக இருக்கும் போது, உங்கள் இலக்கு அல்லது லட்சியத்தை பற்றி சிந்தித்து, அதை இறுதி செய்யுங்கள். பல்வேறு நிலைகளைக் கொண்ட ஒரு திட்டத்தை எழுதி, அதை உடனடியாக அமல்படுத்த தொடங்குங்கள். எதிர்மறை மற்றும் வேண்டாத எண்ணங்கள் வந்தால் அவற்றை வளர்ப்பதற்கு பதில் வெறுமையாக்குங்கள். எப்போதெல்லாம் அவை வருகின்றனவோ, அப்போதெல்லாம், இதை மீண்டும் மீண்டும் செய்ய வேண்டும்.

வாழ்க்கையில் ஒவ்வொரு வினாடியும், எவ்வாறு மகிழ்ச்சியாக வாழ்வது என்பதை சுருங்க சொல்ல வேண்டும் என்றால் கீழ்க்காண்பவற்றை உணர்ந்து செயல்படுத்துவது இன்றியமையாதது.

1. நிகழ்கணத்தில் கவனம் செலுத்த, உங்களைக் கட்டாயப்படுத்திக் கொள்ளுங்கள். இந்த கணத்தில் மட்டும் உங்களது முழு கவனத்தையும் செலுத்துங்கள்.

2. சிந்தனைகள் தான் உங்கள் வாழ்வை தீர்மானிக்கின்றன. நீங்கள் என்ன நினைக்கிறீர்களோ, அதுவாகவே மாறுகிறீர்கள். எனவே, வேண்டாத, தேவையில்லாத, எண்ணங்களை வளர்க்காமல் வெறுமையாக்குங்கள். அவற்றுக்கு மாற்றாக நல்ல எண்ணங்களை வளர்த்துக் கொள்ளுங்கள்.

3. ஒரு இலக்கு அல்லது லட்சியத்தை அடையவோ அல்லது ஒரு பிரச்சனையைத் தீர்க்கவோ, திட்டமிட்டு, எழுதி, செயல்படுத்துங்கள். அப்படியும் அது நடக்கவில்லை என்றால், அதை ஏற்றுக் கொள்ளுங்கள். எல்லா பிரச்சனைகளுக்கும் ஏற்றுக் கொள்வதே மிகப்பெரிய தீர்வு.

4. எல்லாவற்றுக்கும் மேலாக, இவற்றையெல்லாம் உணர்ந்து செயல்படுத்த, ஒரு அமைதியான மனம் வேண்டும். அமைதியான மனதை உணர தியானப்பயிற்சி செய்யுங்கள்.

- 24*7 மகிழ்ச்சிக்கு உறுதி......

28. தியான பயிற்சி

இந்த தியான பயிற்சி தற்போதைய தருணத்தில் மனதை செலுத்துவதற்கு, கவனச்சிதறலை குறைப்பதற்கு, மற்றும் தேவையில்லாத மற்றும் எதிர்மறையான எண்ணங்களிலிருந்து வெளியேற உதவுகின்றது.

வழிமுறைகள்:

1. அமைதியான இடத்தைத் தேர்ந்தெடுத்து, சீரான, தளர்ந்த உடை அணிந்து கொள்ளவும்.
2. அமர்ந்து, கண்களை மெதுவாக மூடிக் கொண்டு, 30 வினாடிகள் முதல் 1 நிமிடம் வரை தோராயமாக உங்கள் சுவாசத்துக்கு கவனம் செலுத்தவும்.
3. ஒரு நிமிடம் கழித்து, உங்கள் கவனத்தை சூரியஒளி, விளக்கு ஒளி அல்லது எந்த ஒளி இமேஜிற்க்கு திருப்புங்கள்.
4. உங்கள் மனம் வேறு சிந்தனைகளில் அலைந்து செல்வது இயல்பு; அது இயற்கை.
5. நீங்கள் ஒளியின் படிமத்தில் இருந்து கவனம் சிதறி எண்ணங்களுக்கு திசைதிரும்பியதை உணரும்போது, மெதுவாக மீண்டும் ஒளி இமேஜை நோக்கி கவனத்தை திருப்புங்கள்.
6. இதை 19 நிமிடங்கள் செய்யுங்கள். பின்னர் கண்களை மெதுவாகத் திறந்து, அதே நிலையில் அமைதியாக 1 நிமிடம் இருங்கள்.

இந்த தியானத்தை நீங்கள் நாளில் குறைந்தது இருமுறை செய்ய வேண்டும். காலை ப்ரேக்ஃபாஸ்ட் செய்யும் முன்பு மற்றும் மதிய உணவுக்குப் பிறகு மூன்று மணிநேரம் கழித்து செய்யுங்கள். முக்கியமான நிபந்தனை என்னவென்றால், நீங்கள் பெரும்பாலும் காலியான வயிற்றில் இருக்க வேண்டும்.

தினமும் இதை பயிற்சி செய்ய ஏற்படும் பயன்கள்:

1. அவசியமற்ற எதிர்மறையான எண்ணங்களை நிறுத்துவது: ஒரு ஒளி படிமத்தில் கவனம் செலுத்தும் போது எண்ணங்கள் வந்தால், அதை உடனே நிறுத்தி மீண்டும் படிமத்தில் கவனம் செலுத்தலாம். இது தேவையற்ற அல்லது எதிர்மறை எண்ணங்களை நிறுத்தி முக்கியமான விஷயங்களில் திரும்ப கவனம் செலுத்த உங்கள் மனதை பயிற்சி செய்ய உதவும்.
2. கவனத்தை மேம்படுத்துவது: ஒளி அல்லது படிமத்தில் தொடர்ந்து கவனம் செலுத்துவதன் மூலம் உங்கள் கவன சக்தி மேம்படும். இது உங்கள் வாழ்க்கையின் பிற பகுதிகளிலும் உதவியாக இருக்கும்.
3. அமைதியான மனம்: தியானத்தை தொடர்ந்து செய்யும்போது மனம் அமைதியாக இருக்கும். அமைதியான மனம் சூழ்நிலைகளை எளிதாக சமாளிக்கவும், நிகழ்வுகளை ஏற்றுக்கொள்வதற்கும், மன அழுத்தமின்றி பதிலளிக்கவும் உதவும்.

கீழுள்ள ஒளி இமேஜை தியானத்தின் போது ஃபோகஸ் செய்யவும்